மீன்வளம் சார்ந்த தொழில்களில் சுய வேலைவாய்ப்புகள்

வங்கி நிதிஉதவி மற்றும் அரசு மானியத் திட்டங்கள்

டாக்டர் ஓ. ஹென்றி ஃபிரான்சிஸ்

நியூ செஞ்சுரி புக் ஹவுஸ் (பி) லிட்.,
41-பி, சிட்கோ இண்டஸ்டிரியல் எஸ்டேட்,
அம்பத்தூர், சென்னை - 600 050
☎ : 044 - 26251968, 26258410, 48601884

Language: Tamil
Meenvalam Sarntha Thozhilgalil Suya Velai Vaippugal
Vanki Nithi Uthavi Mattrum Arasu Maniyath Thittangal
Author: Dr. O. Henry Francis

First Edition: November, 2022
Copyright: Publisher
No.of Pages: 254

Publisher:
New Century Book House Pvt. Ltd.,
41-B, SIDCO Industrial Estate,
Ambattur, Chennai - 600 050.
Tamilnadu State, India.
email: info@ncbh.in
Online: www.ncbhpublisher.in

ISBN. 978 - 81 - 2344 - 367 - 6
Code No. A 4721
₹ 325/-

Branches

Ambattur (H.O.) 044 - 26359906, **Spenzer Plaza (Chennai)** 044-28490027
Trichy 0431-2700885 **Pudukkottai** 04322- 227773 **Thanjavur** 04362-231371
Tirunelveli 0462- 2323990, 4210990, **Madurai** 0452-2344106, 4374106
Dindigul 0451-2432172 **Coimbatore** 0422-2380554 **Erode** 0424-2256667
Salem 0427-2450817 **Hosur** 04344-245726 **Krishnagiri** 04343-234387
Ooty 0423- 2441743 **Vellore** 0416-2234495 **Villupuram** 04146-227800
Pondicherry 0413-2280101 **Nagercoil** 04652-234990

மீன்வளம் சார்ந்த தொழில்களில் சுய வேலைவாய்ப்புகள்
வங்கி நிதிஉதவி மற்றும் அரசு மானியத் திட்டங்கள்
ஆசிரியர்: டாக்டர் ஓ. ஹென்றி ஃபிரான்சிஸ்
முதல் பதிப்பு: நவம்பர், 2022

அச்சிட்டோர்: பாவை பிரிண்டர்ஸ் (பி) லிட்.,
16 (142), ஜானி ஜான் கான் சாலை, இராயப்பேட்டை, சென்னை - 14
☎: 044-28482441

All rights reserved. No part of this book may be reprinted or reproduced or utilised in any form or by any electronic, mechanical, or other means, now known or hereafter invented, including photocopying and recording, or in any information storage or retrieval system, without permission in writing from the publishers.

காணிக்கை

சுய முயற்சியாக மீன்வளத் தொழிலில் ஈடுபட்டு
வாழ்வில் செல்வமும் முன்னேற்றமும் பெற
விழையும் எண்ணற்ற தமிழ் இளைஞர்களுக்கு
இந்நூல் காணிக்கை

நெஞ்சார்ந்த நன்றி

இந்நூலை வெளியிட எனக்கு ஆக்கமும் ஊக்கமும்
தந்த எனது அக்கையாரின் புதல்வியும்,
வி.கேர் நிறுவனத்தின் தலைவருமான
டாக்டர் பிரபா ரெட்டி
அவர்களுக்கு எனது நெஞ்சார்ந்த நன்றியும்
வணக்கமும்...

டாக்டர் கே.எஸ். பழனிசாமி இ.ஆ.ப.,
ஆணையர்.

மீன்வளம் மற்றும் மீனவர் நலத்துறை
ஆணையர் அலுவலகம்,
சென்னை - 600 035.

அணிந்துரை

"மீன்வளம் சார்ந்த தொழில்களில் சுய வேலைவாய்ப்புகள்" என்ற இந்நூலில் இந்திய மீன்வளம், தமிழக அரசின் மீன்வளம் மற்றும் மீனவர் நலத்துறையின் மூலம் மீனவர்கள் மற்றும் மீன் வளர்ப்போருக்கு வழங்கப்படும் மானிய உதவிகள் மற்றும் மத்திய அரசின் வேளாண்துறைத் திட்டங்கள் ஆகியவற்றினை உள்ளடக்கிய மீன் வளர்ப்போர் மீன் உற்பத்தியை அதிகரித்து, அதன்மூலம் வருவாய் ஈட்டக்கூடிய முக்கியத் திட்டங்கள் குறித்து விவரிக்கப்பட்டுள்ளன. இது மீனவர்கள் மற்றும் மீன்வளர்ப்பு மேற்கொள்ள விரும்புவோருக்கு ஒரு உந்துதலை ஏற்படுத்தும் என்பதில் ஐயமில்லை. மேலும், இந்நூலின் உள்நாட்டு நீர்நிலைகளில் நன்னீர் மீன் வளர்ப்பு, வண்ணமீன் வளர்ப்பு, நன்னீர் இறால், கடற்பாசி, கழிநண்டு வளர்ப்பு முறையுடன் அதற்கான பொருளாதார முதலீடு, பெறப்படும் வருவாய், வங்கிக் கடனுதவி வசதிகள் என அனைத்துக் கூறுகளும் ஒவ்வொரு மீன் வளர்ப்பு முறைகளுக்கும் தனித்தனியே விரிவான முறையில் நூல் ஆசிரியரால் எடுத்துரைக்கப்பட்டுள்ளன. இவை புதிதாய் மீன் பண்ணை அமைக்க விரும்புபவர்களுக்கு வழிகாட்டியாகவும், தெளிவான புரிதலுடன் மீன் வளர்ப்பினை மேற்கொண்டு அதிக வருமானம் ஈட்ட உதவுவதாகவும் இந்நூல் விளங்கும்.

மேலும், வேளாண் வணிக மையங்கள், மீன் உற்பத்தி செய்யும் திட்டங்களுக்கான வங்கிக் கடனுதவிகள் குறித்தும் இந்நூலில் குறிப்பிடப்பட்டுள்ளன. இந்நூல் மீனவர் மற்றும் மீன் வளர்ப்போர் சுய வேலைவாய்ப்பாக மீன் வளர்ப்பினை மேற்கொண்டு நாட்டின் மீன் உற்பத்தியினை அதிகரித்திட பெரிதும் உதவும். இந்நூல் ஆசிரியரின் மீன் உற்பத்தி சார்ந்த தொழில்களில் சுய வேலைவாய்ப்புகள் என்ற இந்த முதல் முயற்சிக்கு எனது மனமார்ந்த வாழ்த்துக்கள்.

ஆணையர்
மீன்வளம் மற்றும் மீனவர் நலத்துறை

முன்னுரை

இந்திய பொருளாதாரத்தில் வேளாண்துறையின் பங்கு 20.19 விழுக்காடாக உள்ளது. இதில் கால்நடைத் துறையின் பங்கு 5.2 விழுக்காடாகவும் உள்ளது. மொத்த பொருளாதாரத்தில் தமிழ்நாட்டின் பங்கு 9.2 விழுக்காடாகத் திகழ்கிறது.

நாட்டின் மொத்த ஏற்றுமதியில் தமிழ்நாட்டின் பங்கு 8.34 விழுக்காடாக உயர்ந்துள்ளது. குறிப்பாக ஆடைகள் ஏற்றுமதியில் 19.4%, மோட்டார் வாகன ஏற்றுமதியில் 35.5%, தோல் பொருட்கள் ஏற்றுமதியில் 33.0% என தமிழ்நாடு ஒரு முன்னோடி மாநிலமாகத் திகழ்கிறது. பழமைக்குப் பழமையாய், புதுமைக்குப் புதுமையாய், பொருளாதாரம், சுகாதாரம் மற்றும் வேளாண்மைத் துறையில் தமிழ்நாடு வெற்றி நடை போடுகிறது.

தமிழ்நாட்டில் உள்ள நீர்த்தேக்கங்கள், குளங்கள், ஆறுகள், கழிமுகங்கள் என 3.85 லட்சம் ஹெக்டேர் பரப்பளவு கொண்ட நீர்நிலைகள் மீன் வளர்ப்புக்கு பெரிதும் துணைபுரிகின்றன. மேலும் 6263 ஹெக்டேர் நீர்ப்பரப்பில் கடலோர நீர்வாழ் உயிரின வளர்ப்பு மேற்கொள்ளப்படுகிறது. உள்நாட்டு மீன்வளம் 2.36 லட்சம், உள்நாட்டு மீனவர்களுக்கு வாழ்வாதாரமாக விளங்குகிறது. 2020-21ஆம் ஆண்டில் தமிழகத்தில் 1.10 லட்சம் டன்கள் அளவுக்கு கடல் உணவுப் பொருட்கள் ஏற்றுமதி செய்யப்பட்டு ரூ.5565 கோடி அந்நியச் செலாவணியாக ஈட்டப்பட்டுள்ளது.

மீன்பிடித் துறைமுகங்கள், மீன் இறங்கு தளங்கள், ஆழ்கடல் மீன்பிடிப்பு, மீன்கள் / இறால்கள் பதனிடும் நிறுவனங்கள், அரசு/ தனியார் மீன் மற்றும் இறால் குஞ்சு பொரிப்பகங்கள் என அனைத்து உட்கட்டமைப்புகளையும் தமிழ்நாடு தன்னகத்தே கொண்டுள்ளது. மேலும் விவசாயிகள் / மீனவர்கள் தங்கள் நிலங்களிலேயே குளம்/ குட்டைகளை உருவாக்கி மீன்/இறால் வளர்ப்பு செய்யவும் தமிழ்நாடு அரசு சீரிய மானிய திட்டங்களை உருவாக்கியுள்ளது.

பொதுத்துறை மற்றும் தனியார் வங்கிகள் மீன்வளத் தொழில்களுக்கு தேவைப்படும் கடனுதவியை வழங்கி வருகின்றன. தொழில் முனைவோருக்கு ஊக்கம் தரும் வகையில் மீன்வளத் தொழில்களுக்கான மாதிரித் திட்டங்களை, வங்கிகளுக்கு தேவைப்படும் வகையில் 26 தலைப்புகளில் விரிவாக தயாரிக்கப்பட்டுள்ளன.

எனது படிப்பறிவு மற்றும் பட்டறிவின் அடிப்படையில் உலக வங்கி/நபார்டு தேசிய வங்கி வகுத்துள்ள தள்ளுபடிக் காரணியின் அடிப்படையில் பணவரவு (Discounted Cash Flow) கணக்கிடப்பட்டு மாதிரி திட்டங்கள் தயாரிக்கப்பட்டுள்ளன. பெரும்பாலான திட்டங்களில் உள்வருவாய் விகிதம் 50 விழுக்காட்டுக்கும் கூடுதலாகவே உள்ளது. மேலும் கடன் சேவை வருவாய் விகிதம் (DSCR) 1:2 அளவிற்கு கூடுதலாகவே உள்ளது. எனவே, இவையாவும் வங்கிகளால் பெருமளவு அங்கீகரிக்கப்பட வாய்ப்புகள் நிறையவே உள்ளன.

தனிமனிதனின் வளர்ச்சியின் மூலம்தான் தேசத்தின் பொருளாதார வளர்ச்சி சாத்தியமாகும். வேளாண்மை சார்ந்த இணை/துணைத் தொழில்களான கால்நடை வளர்ப்பு மற்றும் மீன் இன வளர்ப்புத் திட்டங்கள், உணவு உற்பத்தி சார்ந்த நடவடிக்கைகள் மட்டுமல்ல; இவை சமூகத்தின் உயிர்நாடியாகவும் அடிக்கட்டுமானமாகவும் திகழ்கின்றன. எனவே அரசு மானியம் வழங்கி ஊக்குவிப்பது போல வங்கிகள் மீன்வளம் சார்ந்த தொழில்களுக்கு நிதியுதவி வழங்கி, தனிநபர் வருவாய் பெருகவும் வழிவகுக்க வேண்டும். மேலும், காப்பீட்டு நிறுவனங்களும் மீன்வளம் சார்ந்த தொழில்களுக்கு காப்பீடு வழங்க முன்வர வேண்டும்.

மீன்வளம்/வளர்ப்பு குறித்த உள்ளீடுகளையும் தரவுகளையும் எனக்கு வழங்கிய மீன்வளத்துறை அலுவலர்கள், மீன்வளக் கல்லூரி ஆசிரியர்கள் மற்றும் ஒன்றிய அரசின் மீன்வளம்/இறால் வளர்ப்பு நிறுவனங்களின் பிரதிநிதிகள் ஆகியோருக்கு எனது மனமார்ந்த நன்றியும் வணக்கமும்.

டாக்டர் ஓ.ஹென்றி ஃபிரான்சிஸ்

(கால்நடை மருத்துவர் மற்றும் மேனாள் பாரத ஸ்டேட் வங்கி உதவிப் பொதுமேலாளர் மற்றும் பயிற்றுநர் ஆசிரியர்)

இடம் : ஐதராபாத்
நாள் : 31, அக்டோபர் 2022

பொருளடக்கம்

வ.எண்	தலைப்பு	பக்கம்
1.	இந்தியாவின் மீன்வளம் - ஒரு பார்வை	13
2.	மீன்வளத்துறையில் தமிழ்நாடு அரசின் மானிய உதவித் திட்டங்கள்	26
3.	ஒன்றிய அரசின் வேளாண்/வேளாண்சார் தொழில்களுக்கு நிதி ஒதுக்கீடு) (2022 - 23)	43
4.	கூட்டின முறையில் கெண்டை மீன்கள் வளர்ப்பு	47
5.	தீவிர முறையில் கெண்டை மீன்கள் வளர்ப்பு (Intensive Fish Culture)	63
6.	நன்னீர் இறால்களுடன் திலேபியா, கெண்டை மீன் கூட்டு முறையில் வளர்ப்பு (Scapi Culture)	74
7.	நன்னீர் கெளுத்தி மீன் வளர்ப்புத் திட்டம் (Pangasius Firsh Culture)	94
8.	திலேபியா மீன் வளர்ப்புத் திட்டம்	103
9.	வன்னாமி இறால் வளர்ப்புத் திட்டம்	113
10.	கெண்டை மீன்குஞ்சுகள் பொரிப்பகம் (Carp Hatchery)	133
11.	குளங்களில் கொடுவா மீன் வளர்ப்பு	146
12.	கடல்நீரில் கூண்டு முறையில் கடல் விரால் வளர்ப்பு மற்றும் சிங்கி இறால் வளர்ப்பு	154
13.	கூண்டு முறையில் கழிநண்டு வளர்ப்பு மற்றும் கொழுப்பேற்றும் திட்டம் (Mud Crab Culture and Fattening)	164
14.	கடற்பாசி வளர்ப்புத் திட்டம்	170
15.	நன்னீரில் முத்துச்சிப்பி வளர்ப்பு (Fresh Water Pearl Cultural)	175

16.	அலங்கார மீன் வளர்ப்பு (Ornamental Fishes)	180
17.	மீன்கள் உறைநிலை பாதுகாப்பகம் (Cold Storage)	184
18.	விவசாயிகளுக்கு மின்கட்டமைப்பு சாராத, தனித்தியங்கும் சூரியசக்தி பம்புசெட்டுகள் அமைத்துக் கொடுக்கும் மானியத் திட்டம்	193
19.	ஒன்றிய அரசின் மீன்வளத் தொழில்களுக்கான மானியத் திட்டங்கள்	199
20.	சிறு விவசாயிகள் வேளாண் தொழில் கூட்டமைப்புத் தொழில் வளர்ச்சித் திட்டம் (Small Farmers Agri Business Consortium)	207
21.	வேளாண் ஆலோசனை மையங்கள் மற்றும் வேளாண் வணிக மையங்கள் (Agri Clinics and Argi Business Centres - ACABC)	211
22.	வங்கிக் கடனுதவிக்கு தரவேண்டிய முதன்மைப் பிணையங்கள் மற்றும் துணைப்பிணையங்கள்	218
23.	குளத்தில் வளர்க்கப்படும் மீன்களுக்கான காப்பீட்டுத் திட்டங்கள் (Insurance of Fishers in Ponds)	222
24.	பண்ணைப் பதிவேடுகள்	228
25.	தமிழ்நாடு வேளாண் நிதிநிலை அறிக்கை (2022-23)	233
26.	தேசிய மீன்வளர்ப்பு முகமை திட்ட மதிப்பீடுகள் (National Fisheries Development Board)	238

கலைச்சொற்கள்	245
துணை நூற்பட்டியல்	250
மீன்வளத் தொழில் முனைவோருக்குப் பயன்படும் ஆலோசனை/பயிற்சி வழங்கும் அரசு நிறுவனங்கள் மற்றும் முக்கிய இணைய தளங்கள்	251

1

அகர முதல எழுத்தெல்லாம் ஆதி
பகவன் முதற்றே உலகு.   - குறள் எண் : 1

கலைஞர் உரை :

அகரம் எழுத்துக்களுக்கு முதன்மை; ஆதிபகவன், உலகில் வாழும் உயிர்களுக்கு முதன்மை.

இந்தியாவின் மீன்வளம் - ஒரு பார்வை

உலகில் மீன் உற்பத்தி செய்யும் நாடுகளில்; முன்னணியில் இருக்கும் நாடுகளில் இந்தியா 2-வது இடத்தில் உள்ளது. உலக மீன் உற்பத்தியில் இந்தியாவின் பங்கு 7.58% ஆக உள்ளது. நாட்டின் மொத்த வேளாண் மதிப்பு சேர்க்கையில் (Gross Value Added) மீன் பொருளாதாரத்தின் மதிப்பு (2018-19) 7.28% ஆகும். பல இலட்சக் கணக்கான மக்களுக்கு உணவு, வருவாய் மற்றும் வாழ்வாதாரம் தரும் சிறந்த தொழிலாக இது உள்ளது.

2014 முதல் 2019ஆம் ஆண்டு வரை, ஆண்டொன்றுக்கு 11% வளர்ச்சி கண்டுள்ளது. மீன்வளத் தொழில்கள் மொத்த உள்நாட்டு வருவாயில் 1.1%-ம் விவசாய ஜிடிபியில் 5.15%-ம் கொண்டுள்ளது. 2018-19ஆம் ஆண்டில் 137 லட்சம் டன் மீன் உற்பத்தி செய்யப்பட்டுள்ளது. இதே காலகட்டத்தில் கடல்சார் மீன்கள்/இறால்களின் ஏற்றுமதி 14 இலட்சம் மெட்ரிக் டன்னாக, அதன் மதிப்பு ரூ.46,589 கோடி உயர்ந்துள்ளது. ஆண்டு ஒன்றுக்கு ஏற்றுமதி 10% என்று கூடிக் கொண்டே செல்கிறது.

இந்திய கடல்பகுதி, தன்னகத்தே கொண்ட மீன் மற்றும் இறால்களின் மதிப்பு ரூ.50.31 இலட்சம் என கணக்கிடப்பட்டுள்ளது. கடலில் நமது பிரத்யேக பொருளாதார மண்டலம் (Exclusive Economic Zone) 2.02 மில்லியன் சதுர கிலோ மீட்டர் ஆகும். நமது கடலடி கண்டப்பகுதி (Continental Shelf Area) 0.53 மில்லியன் சதுர கிலோ மீட்டர் ஆகும்.

இவை மட்டுமின்றி, உள்நாட்டு நீர்நிலைகளை கணக்கில் கொள்ள வேண்டும்.

ஆறுகள், கால்வாய்கள்	-	1.95 இலட்சம் கி.மீ.
வெள்ளப்பெருக்கு ஏரிகள்	-	8.12 இலட்சம் ஹெ.
ஏரிகள், குளங்கள்	-	24.1 இலட்சம் ஹெ.
நீர்த்தேக்கங்கள்	-	31.5 இலட்சம் ஹெ.
உவர்நீர்ப்பகுதிகள்	-	12.4 இலட்சம் ஹெ.
உப்பு/அமிலகார நீர்ப் பகுதிகள்	-	12.0 இலட்சம் ஹெ.

எனவே உள்நாட்டு மீன் இனங்களின் சாத்தியமான (Potential) உற்பத்தி (2018-19) 170 இலட்சம் டன்கள் ஆகும். ஆனால், பெறுவதோ 96 லட்சம் டன்களே. அதாவது 56% மட்டுமே. எனவே உற்பத்தியைப் பெருக்க பல்வேறு சாத்தியக் கூறுகள் உள்ளன.

கடல்மீன் பிடிப்பு 15 லட்சம் மீனவர்களுக்கு நேரடி வேலை வாய்ப்பைத் தருகிறது. நம் நாட்டில் 3432 கடல்மீன் பிடிக்கும் கிராமங்கள் உள்ளன. 1537 மீன் இறங்கு தளங்கள் இருக்கின்றன.

2010-ஆம் ஆண்டின் கணக்குப்படி 40 லட்சம் மீனவர்கள் கடல்மீன்பிடித் தொழிலில் ஈடுபட்டுள்ளனர். இந்தியாவில் ஏறக்குறைய 2 லட்சம் மீன்பிடிப் படகுகள் இருக்கின்றன. இதில் 53% நாட்டுப் படகுகளும், 23% இயந்திரப் படகுகளும், 24% மோட்டார் பொருத்தப்பட்ட படகுகளும் அமையும். நமது கடற்கரையின் நீளம் 8000 கி.மீ.

நமது கடற்பகுதிகளில், வஞ்சிரம், சுறா, சூரை, கணவாய், ஊசிக்கணவாய், மத்தி, கொடுவா போன்ற மீன்கள் கிடைக்கின்றன.

எனவே மீன்வளமும், மீன் வளர்ப்பும் கடலோர/ஊரக மக்களுக்கு மிகுந்த வேலை வாய்ப்பை உருவாக்குகின்றன. 25 லட்சம் மீனவர்களுக்கும் மீன் தொழில் சார்ந்த இதர தொழிலாளர்கள் 50 லட்சம் பேருக்கும் வேலை வாய்ப்புத் தரும் தொழில் இது. புரதச்சத்து மிக்க மீன், பசியைப் போக்குவதுடன், உணவுச் சத்துப் பொருட்களையும் சேர்த்தே வழங்குகிறது. எனவே வேலை வாய்ப்பினை உருவாக்கும் மீன்பிடித் தொழில், மீன் வளர்ப்புத் தொழிலுக்கு ஒன்றிய அரசும் மாநில அரசும் மிகுந்த முக்கியத்துவம் அளித்து ஆக்கப்பூர்வமான மேம்பாட்டுத் திட்டங்களை அறிவித்துள்ளன.

மொத்த மதிப்பு சேர்க்கையில் மீன்வளத் துறையின் பங்கு (படிவம் -1)

ஆண்டுகள்	ஆண்டுக்கு ஆண்டு வளர்ச்சி மீன் வளத்துறை %	சராசரி வளர்ச்சி (%) மீன் வளத்துறை	ஆண்டுக்கு ஆண்டு வளர்ச்சி தேசத்தின் வளர்ச்சி விகிதம் %	சராசரி வளர்ச்சி விகிதம் (%) தேசிய அளவில்
2009-10	3.53		6.86	
2010-11	5.54		8.03	
2011-12	5.20	5.27	5.22	6.32
2012-13	4.90		5.42	
2013-14	7.18		6.05	
2014-15	7.51		7.15	
2015-16	9.70		8.03	
2016-17	10.45	10.87	7.07	7.16
2017-18	14.68		6.59	
2018-19	12.05		6.04	

மீன்வளத்தின் முக்கியத்துவத்தை கருத்தில் கொண்டு 2020 ஆம் ஆண்டு "பிரதம மந்திரியின் மீன்வள மேம்பாட்டுத் திட்டம் (PMSSY) எனப்படும் மீன்வளர்ப்பு/மீன் பிடித் தொழிலுக்கான வளர்ச்சித் திட்டத்தை ஒன்றிய அரசு அறிவித்துள்ளது. நீலப் புரட்சிக்கு (Blue Revolution) உத்வேகம் அளிக்கும் பொருட்டு ரூ.20050 கோடிகள், 5 ஆண்டுகளில் செலவு செய்ய திட்டமிடப்பட்டுள்ளது.

ஒன்றிய அரசின் பங்கு - ரூ.9407 கோடிகள்

பிரதம மந்திரியின் மீன்வள மேம்பாட்டுத் திட்டத்தின் முதலீடுகள்
திட்டக்காலம் - 5 ஆண்டுகள்
(2020 - 21 முதல் 2024 - 25 வரை)

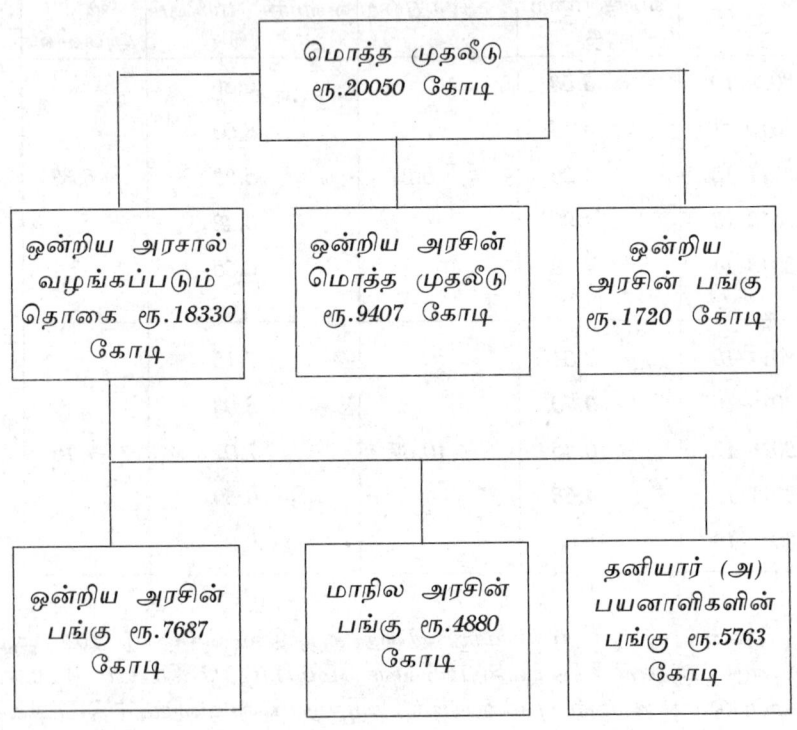

இந்திய மீன்வளத் துறையின் வளர்ச்சி %

ஆதாரம் : இந்திய மீன் வளத்துறை

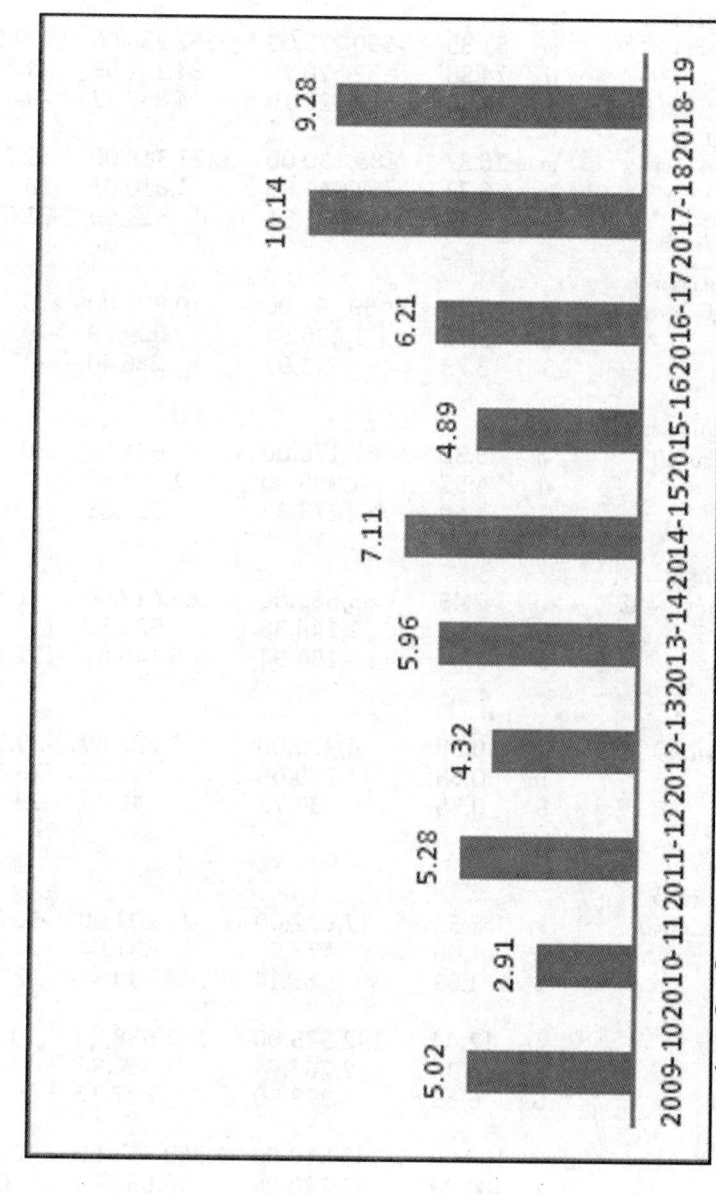

மீன்வளம் சார்ந்த தொழில்களில் சுய வேலைவாய்ப்புகள்

கடல் பொருள் ஏற்றுமதி

		பங்கு	2020-21	2019-20	வளர்ச்சி(%)
உறைபதன இறால்	எ	51.35	590,275.00	652,253.00	-9.5
	ம	74.38	32,520.29	34,152.03	-4.78
	$	74.30	4,426.19	4,889.12	-9.47
உறைபதன மீன்	எ	16.37	188,130.00	223,318.00	-15.76
	ம	6.73	2,941.65	3,610.01	-18.51
	$	6.75	402.31	513.60	-21.67
உறைபதன ஊசிக்கணவாய்	எ	5.16	59,292.00	70,906.00	-16.38
	ம	3.72	1,626.34	2,009.79	-19.08
	$	6.73	221.97	286.40	-22.5
உறைபதன கணவாய்	எ	5.32	61,176.00	87,631.00	-30.19
	ம	4.57	1,998.90	2,196.59	-9
	$	4.59	273.37	314.23	-13
உலர்ந்த பொருட்கள்	எ	7.45	85,661.00	84,417.00	1.47
	ம	2.63	1,148.38	981.50	17
	$	2.64	156.94	140.81	11.46
உயிருடன் ஏற்றுமதி	எ	0.38	4,379.00	7,287.00	-39.91
	ம	0.55	239.69	324.26	-26.08
	$	0.55	32.72	46.43	-29.53
குளிர வைக்கப் பட்டவை	எ	1.53	17,622.00	21,202.00	-16.89
	ம	1.09	477.99	631.84	-24.35
	$	1.09	65.14	90.34	-27.9
இதர	எ	12.44	142,975.00	142,638.00	0.24
	ம	6.33	2,767.74	2,756.84	0.4
	$	6.35	378.30	397.77	-4.89
மொத்தம்	எ	100.00	1,149,510.00	1,289,651.00	-10.87
	ம	100.00	43,720.98	46,662.85	-6.3
	$	100.00	5,956.93	6,678.69	-10.81

எடை | மதிப்பு ரூபாய்களில் | $ மில்லியனில்

மாநில அரசுகளின் பங்கு - ரூ.4880 கோடிகள்

பயணாளிகள் பங்கு - ரூ.5763 கோடிகள்

இந்திய கடல் பொருட்கள் (Sea Food) ஏற்றுமதி - 2021- 22

கடந்த 2021-22 ஆம் ஆண்டில் 7.7 பில்லியன் டாலர் (ரூபாய் 55,000 கோடி) மதிப்புள்ள மீன் மற்றும் இறால்களை உள்ளடக்கிய கடல் பொருட்கள் 12 லட்சம் மெட்ரிக் டன்கள் ஏற்றுமதி செய்யப்பட்டுள்ளன. கொரோனா பரவல் காரணமாக கடந்த 2 ஆண்டுகள் ஏற்றுமதி பாதிக்கப்பட்டது. ஆனால் நடப்பு ஆண்டில் சற்றே சுதாரித்துக் கொண்டது.

கடல் பொருட்கள் ஏற்றுமதி

ஏற்றுமதி விவரங்கள்	2020-21	2019 -20	வளர்ச்சி %
எடையில்	11,49,510	12,89,651	-10.87
மதிப்பு - ரூபாய் (கோடிகளில்)	43720.98	46662.85	-6.30
மதிப்பு (டாலர்களில்)	5956.93	6678.69	-10.81
ஒரு அலகின் மதிப்பு (டாலர்/கிலோ)	5.18	5.18	0.000

வரும் ஆண்டுகளில், ஏற்றுமதி பெருகுவதற்கு வாய்ப்புகள் உண்டு.

மீன் வளர்ப்பு மற்றும் மீன்பிடிப்பில் துறையின் பங்கீடு எவ்வளவு

	மீன் வளர்ப்பின் மூலம் (Aquaculture)		**மீன்பிடிப்பின் மூலம்** (Capture Fisheries)	
ஆண்டு	**2019 -20**	**2020-21**	**2019-20**	**2020-21**
எடை (லட்சம் டன்களில்)	*43.97*	*46.44*	*56.03*	*53.56*
மதிப்பு (ரூபாய்)	*63.57*	*68.06*	*36.43*	*31.94*
மதிப்பு (டாலர்)	*63.58*	*67.98*	*36.42*	*32.02*
ஒரு கிலோவுக்கு மதிப்பு (டாலரில்)	*7.49*	*7.59*	*3.37*	*3.10*

மேலே உள்ள அட்டவணை மூலம் கீழ்க்காணும் விவரங்கள் புலப்படுகின்றன.

1. மீன்வளர்ப்பு மீன் உற்பத்தியின் எடையிலும், மதிப்பிலும் உயர்ந்துள்ளது.
2. மீன் பிடிப்பு, அறுவடையின் எடையிலும் மதிப்பிலும் குறைந்து காணப்படுகிறது.
3. டாலர் மதிப்பில் ஏற்றுமதியில் மீன்வளர்ப்புத் துறையின் பங்கு 68% ஆகவும், எடையின் மதிப்பில் 48% ஆகவும் உள்ளது.

ஏற்றுமதி - ரூபாய் கோடிகளில்

வகைகள்		2019-20	2021-21	வளர்ச்சி %
திலேபியா	எடை (டன்களில்)	1,597.00	2,489.00	55.83
	மதிப்பு (ரூபாய்களில்)	13.03	18.89	45.01
அலங்கார மீன்கள்	எடை (டன்களில்)	32.00	54.00	66.55
	மதிப்பு (ரூபாய்களில்)	10.84	13.08	20.59
சூரை	எடை (டன்களில்)	36,287.00	415,864.00	14.6
	மதிப்பு (ரூபாய்களில்)	396.72	384.10	-3.18
நன்னீர் இறால்	எடை (டன்களில்)	1,855.00	1,334.00	-28.09
	மதிப்பு (ரூபாய்களில்)	12.91	97.21	-22.8
நண்டுகள்	எடை (டன்களில்)	6,733.00	5,489.00	-18.48
	மதிப்பு (ரூபாய்களில்)	549.07	397.81	-27.55

அறுவடை செய்யப்படும் மீன்கள் எடையிலும், மதிப்பிலும் திலேபியாவும், அலங்கார மீன்களும் சிறப்பான முறையில் ஏற்றுமதி செய்யப்பட்டுள்ளன. சூரை மீன்களின் ஏற்றுமதி, கடந்தாண்டை ஒப்பிடும்போது, குறைந்து காணப்படுகிறது. இதே போல நன்னீர் இறால்கள், நண்டுகளின் ஏற்றுமதி கடந்த ஆண்டை ஒப்பிடும்போது, நடப்பாண்டில் இறங்குமுகமாக உள்ளது.

ஏற்றுமதி செய்யப்படும் மீன்களின் வகைப்படி ஒருசில குறிப்புகள்

1. உறைபதனப்படுத்தப்பட்ட இறால்கள்

ஏற்றுமதி செய்யப்படும் மீன் வகைகளில் மிகச் சிறப்பான இடத்தைக் கொண்டிருப்பது, உறைபதனப்படுத்தப்பட்ட இறால்கள் என்று அறுதியிட்டுக் கூறலாம். எடையின் அடிப்படையில் 51.36 விழுக்காடும், டாலர் மதிப்பில் 74.31 விழுக்காடும் கொண்டுள்ளன.

பெரும்பாலான இறால்கள் அமெரிக்காவுக்கும் அதைத் தொடர்ந்து சீனா, ஐரோப்பிய யூனியன், ஜப்பான், தென்கிழக்கு ஆசிய நாடுகள் மற்றும் வளைகுடா நாடுகளுக்கும் ஏற்றுமதியாகின்றன.

2. உறைபதன மீன்கள்

இறால்களை அடுத்து 2-ஆம் இடத்தில் இருப்பவை உறைபதன மீன்கள். இவை எடையில் 16.37 விழுக்காடும், டாலர் மதிப்பில் 6.75 விழுக்காடும் பங்கு வகிக்கின்றன.

3. உறைபதன கணவாய்

இவை எடை அளவில் 9%, டாலர் மதிப்பில் 13%ம் இருந்தாலும் கடந்த ஆண்டைவிட ஏற்றுமதி 30% குறைந்து விட்டது.

4. உறைபதன ஊசிக்கணவாய்

இவற்றில் கூட 16.38% எதிர்மறையான வளர்ச்சியே காணப்படுகிறது. ரூபாய் மதிப்பில் 19%, டாலர் மதிப்பில் 22.50% விழுக்காடு குறைந்து விட்டது.

5. உலர் பொருட்கள்

உலர் கடல் பொருட்கள் மட்டுமே, நேர்மறையான வளர்ச்சி கண்டன. எடை, ரூபாய் மதிப்பு, டாலர் மதிப்பு என முறையே 9.84%, 1.67% மற்றும் 1.83% என வளர்ச்சி கண்டுள்ளன.

6. உயிருடன் ஏற்றுமதி

எடை, ரூபாய் மதிப்பு, டாலர் மதிப்புகளில் முறையே 40%, 26% மற்றும் 29% என்று இறக்கம் கண்டுள்ளன.

சென்னை துறைமுகத்தைவிட, தூத்துக்குடி துறைமுகத்தின் ஏற்றுமதி இறங்குமுகமாகக் காணப்படுகிறது.

ஏற்றுமதியில் தமிழ்நாட்டில் உள்ள துறைமுகங்களின் பங்களிப்பு

துறைமுகம்	பங்கு	நடப்பு ஆண்டு	கடந்த ஆண்டைவிட நடப்பாண்டில் வளர்ச்சி %
1. சென்னை			
எடை (டன்)	6%	68973	33.83
மதிப்பு			
(ரூபாயில்)	7.20	3147.48	53.87
டாலரில்	7.22	430.21	46.84
2. தூத்துக்குடி			
எடை (டன்)	4.11%	47299	-17.25
மதிப்பு			
(ரூபாயில்)	5.52	2414.66	-17.94
டாலரில்	5.52	328.74	-21.92

ஏற்றுமதி குறைவுக்கு சொல்லப்படும் பொதுவான காரணிகள்

1. மீன்களின் வரத்து குறைந்து விட்டது
2. மீன்பிடித் தொழிலிலும், மீன் பதனிடும் தொழிலிலும், வேலையாள் பற்றாக்குறை.
3. உயர்மதிப்புடைய உறைபதன மீன்கள் மற்றும் உயிருடன் கழிநண்டுகள் ஏற்றுமதிக்கு, விமான சேவை கிடைக்காமையும், அதிக அளவு ஏர்கார்கோ செலவும் முக்கிய காரணிகள்.

ஆயினும் வரும் ஆண்டுகளில், கடல் பொருட்கள் ஏற்றுமதி மீண்டும் உயர்நிலையை எட்டும் என்ற நம்பிக்கை அனைத்து பங்குதாரர்களுக்கும் உள்ளது.

கடல்மீன் வளர்ப்பு

கடலில் பிடிக்கப்படும் மீன்களில் வரத்து குறைந்து விட்டதால், கடல் மீன்களை கடலிலேயே கூண்டுகள்/பட்டிகள் அமைத்து வளர்க்கும் தொழில்நுட்பம் சமீபகாலமாக பயன்படுத்தப்பட்டு வருகிறது.

இவற்றில் முக்கிய இடம் வகிப்பவை கொடுவா மீன்கள், மடவை, பால்மீன்கள், கடல் விரால் மற்றும் சிங்கிறால் வகைகள். இதற்கான தொழில்நுட்பம், மத்திய உவர்நீர் வளர்ப்பு மற்றும் மத்திய கடல்நீர் மீன்வள நிறுவனத்தாலும் வழங்கப்படுகின்றன.

கடலோர உவர்நீர்ப் பகுதிகளில் மீன்கள், இறால்கள் வளர்ப்பு

உவர்நீர்ப் பகுதிகளில் மீனவர்கள் வளர்ச்சி முகமை (FFDA) மற்றும் உவர்நீர் வளர்ச்சி முகமைகள், சிறப்பாக செயல்பட்டு வருகின்றன. 2017-ஆம் ஆண்டு தரவுகளின் அடிப்படையில் 25 பில்லியன் கெண்டை மீன் குஞ்சுகளும், 12 பில்லியன் இறால் குஞ்சுகளும் அரசு/தனியார் குஞ்சு பொரிப்பகங்களில் உற்பத்தி செய்யப்பட்டு மீனவ விவசாயிகளுக்கு விநியோகம் செய்யப்பட்டுள்ளன. இதன் மூலம், மீன்கள்/இறால்கள் உற்பத்தி பெருகி, பெருமளவு ஏற்றுமதியும் செய்யப்படுகின்றன. தற்போது 1.24 மில்லியன் ஹெக்டர் நீர்ப்பரப்பில், இறால்கள் வளர்க்கப்படுகின்றன. இதன் மூலம் வேலைவாய்ப்பு பெருகியுள்ளது.

மீன்/இறால் தீவன உற்பத்தி

நம்நாட்டில் சிறு விவசாயிகள், மீன் தீவனங்களை தமது பண்ணையிலேயே தயாரித்துக் கொள்கின்றனர். பிண்ணாக்கு வகைகள், அரிசித்தவிடு போன்றவை உள்ளூரிலேயே சகாயமான விலையில் கிடைப்பதால், குறைந்த செலவில், நிறைந்த லாபம் ஈட்டுகின்றனர்.

ஆனால் இறால் தீவனங்களைப் பொருத்த வரையில், சந்தையில் கிடைக்கும் தனியார் தீவனங்களையே உபயோகப்படுத்துகின்றனர்.

இவை விலை கூடுதலாக இருப்பினும், தீவன மாற்று விகிதம் (FCR) சிறப்பாக உள்ளது. சி.பி.தீவனங்கள், கோத்ரேஜ் அக்ரோவெட், குரோபெஸ்ட் குரோவெல், யூனிபிரசிடெண்ட் போன்ற தனியார் தீவனங்கள் பெருமளவில் விற்பனை ஆகின்றன. 2020ஆம் ஆண்டில் மட்டும் 1.15 மில்லியன் டன்கள் இறால் தீவனம் உற்பத்தி செய்யப்பட்டுள்ளது.

இதே போல கழிநண்டு வளர்ப்புக்கும் கடற்பாசி வளர்ப்புக்கும் ஒன்றிய/மாநில அரசுகள் துணை புரிகின்றன.

மீன்களில் காணப்படும் சத்துப் பொருட்கள்

சத்துப் பொருட்கள்	அளவு%
கச்சா புரதம்	45
கச்சா நார்ச்சத்து	1.3
கொழுப்பு	0.4
சாம்பல்	7.3
கால்சியம்	0.7
பாஸ்பரஸ்	1.3
லைசின்	4.2
மிதியோனைன்	1.3
வைட்டமின்-ஏ	22500 IU/கிலோ
வைட்டமின் டி3	2500 IU/கிலோ
வைட்டமின் ஈ	200 மிகி/கிலோ
வைட்டமின் சி	300 மிகி/கிலோ
காப்பர்	500 மிகி/கிலோ
செலினியம்	0.4 மிகி/கிலோ

குறிப்பு :

சத்துப் பொருட்களும் அளவுகளும் சராசரி அடிப்படையில் கொடுக்கப்பட்டுள்ளன. இவை மீன் இனங்களைப் பொருத்து வேறுபடும். இதேபோல் நன்னீர் மீன்களுக்கும், கடல் மீன்களுக்கும் வேறுபாடுகள் இருக்கும்.

2

ஆக்கம் இழந்தேமென் றல்லாவார் ஊக்கம்
ஒருவந்தம் கைத்துடை யார். - குறள் : 593

கலைஞர் உரை

ஊக்கத்தை உறுதியாகக் கொண்டிருப்பவர்கள், ஆக்கம் இழக்க நேர்ந்தாலும் அப்போதுகூட ஊக்கத்தை இழந்து கலங்க மாட்டார்கள்.

மீன்வளத் துறையில்
தமிழ்நாடு அரசின் மானிய உதவித் திட்டங்கள்

தமிழ்நாட்டின் மீன்வளம் - ஒரு கண்ணோட்டம்

தமிழ்நாடு 1,076 கி.மீ. நீளமுள்ள கடற்கரையினையும், 41,412 சதுர கி.மீ. கண்டத்திட்டையும், 1.9 லட்சம் சதுர கி.மீ. பிரத்யேக பொருளாதார மண்டலத்தையும் தன்னகத்தே கொண்டுள்ளது. தமிழ்நாட்டின் கடல் மீன் உற்பத்தி 5.48 இலட்சம் டன்கள் (2020-21) ஆகும். இம்மீன் உற்பத்தி 10.48 இலட்சம் கடல் மீனவர்களின் வாழ்வாதாரத்திற்கு அடிப்படையாக உள்ளது. 5,893 மீன்பிடி விசைப்படகுகள் மற்றும் 42,337 நாட்டுப்படகுகள் மீன்பிடித் தொழிலில் ஈடுபட்டுள்ளன.

தமிழ்நாட்டில் நீர்த்தேக்கங்கள் பெரிய, சிறிய மற்றும் குறுகிய பாசன குளங்கள், குட்டைகள், ஆறுகள், கழிமுகங்கள் மற்றும் பிற நீர்நிலைகள் உள்ளடக்கிய 3.85 லட்சம் ஹெக்டேர் பரப்பளவுள்ள உள்நாட்டு நீர் நிலைகள் உள்ளன. சுமார் 56,000 ஹெக்டேர் உவர்நீர் பரப்பில் உப்பங்கழிகள், கழிமுகங்கள் மற்றும் முகத்துவாரங்கள் போன்ற மீன்பிடிப்பிற்குகந்த மீன்வள ஆதாரங்கள் காணப்படுகின்றன. 6,263 ஹெக்டேர் பரப்பில் 3,158 கடலோர நீர்வாழ் உயிரின வளர்ப்புப் பண்ணைகளில் குறிப்பாக, இறால் வளர்ப்புப் பணிகள் மேற்கொள்ளப்படுகிறது. உள்நாட்டு மீன்வளம் 2.36 இலட்சம் உள்நாட்டு மீனவ மக்களின் வாழ்வாதாரமாக விளங்குகிறது.

கடல் மீன்வளம்

தமிழ்நாடு 14 கடலோர மாவட்டங்களை உள்ளடக்கி, 1.076 கி,மீ, நீளமுள்ள, இந்தியாவிலேயே இரண்டாவது நீண்ட கடற்கரையைக் கொண்டுள்ளது. கடல் மீன்வளம் குறித்த சிறு கண்ணோட்டம் அட்டவணையில் கொடுக்கப்பட்டுள்ளது.

கடல் மீன்வளம் குறித்த புள்ளி விவரங்கள் 2020-21

கடற்கரை நீளம்	1,076 கி.மீ
பிரத்யேக பொருளாதார மண்டலம் (Exclusive Economic Zone –EEZ)	1.9 இலட்சம் ச.கிமீ
கண்டத்திட்டு (Continental Shelf)	41,412 ச.கிமீ.
கடலோர மாவட்டங்கள்	14
மீனவ கிராமங்கள்	608
கடலோர மீனவ மக்கட்தொகை	10.48 இலட்சம்
இணையதளம் மூலம் பதிவு செய்யப்பட்ட மீன்பிடிக் கலன்கள் 1.மீன்பிடி விசைப்படகுகள்	5,893
2. நாட்டுப்படகுகள் (இயந்திரம் பொருத்தப்பட்டவை மற்றும் இயந்திரம் பொருத்தப்படாதவை)	42,337 (38,575 +3,762)
உட்கட்டமைப்பு வசதிகள் பெரிய மீன்பிடி துறைமுகங்கள்	9 (சென்னை, பூம்புகார், நாகப்பட்டினம், மூக்கையூர், தூத்துக்குடி, சின்னமுட்டம், முட்டம் (PPP), குளச்சல் மற்றும் தேங்காப்பட்டினம்)

நடுத்தர மீன்பிடி துறைமுகங்கள்	3 (பழையாறு, மல்லிப்பட்டினம் மற்றும் கடலூர்)
கட்டுமானத்தில் உள்ள மீன்பிடி துறைமுகங்கள்	6 (திருவொற்றியூர் குப்பம், அழகன்குப்பம் - ஆலம்பரை குப்பம், வெள்ளப்பள்ளம், தரங்கம்பாடி, ஆற்காட்டுத்துறை மற்றும் நம்பியார் நகர்)
மீன் இறங்கு தளங்கள்/படகு அணையும் தளங்கள்	53
மீன் இறங்கு மையங்கள்	236
கடல்மீன் உற்பத்தி (2020-21)	5.48 இலட்சம் டன்
கடல்பொருள் ஏற்றுமதி (2020-21)	1,10,023 மெட்ரிக் டன் (மதிப்பு ரூ.5,565.46 கோடி)

ஆதாரம்

' கடல்பொருள் ஏற்றுமதி அபிவிருத்தி ஆணையம் (MPEDA)

உள்நாட்டு மீன்வளம்

தமிழ்நாட்டில் உள்நாட்டு நீர்வள ஆதாரங்களான, நீர்த்தேக்கங்கள், பெரிய மற்றும் சிறிய பாசன குளங்கள், மற்றும் குளங்கள் உள்ளிட்ட நீர்வள ஆதாரங்கள் மீன்பிடிப்பதற்காகவும், மீன்வளர்ப்பிற்காகவும் பயன்படுத்தப்படுகின்றன. மாநிலத்திலுள்ள உள்நாட்டு மீன்வளம் குறித்த விவரங்கள் அட்டவணையில் கொடுக்கப்பட்டுள்ளன.

உள்நாட்டு மீன்வள புள்ளி விவரங்கள் - 2020-21

உள்நாட்டு மீன்வள ஆதாரங்கள்	3.85 இலட்சம் ஹெ
நீர்த்தேக்கங்கள் (62 எண்ணிக்கை)	62,015 ஹெக்டேர்
பெரிய மற்றும் குறுகிய கால பாசன குளங்கள்	2,67,746 ஹெக்டேர்
உவர்நீர் பரப்பளவு	56,000 ஹெக்டேர்
உள்நாட்டு மீனவ மக்கட்தொகை	2.36 இலட்சம்
உள்நாட்டு மீன்வள கட்டமைப்புகள்	
மீன்குஞ்சு உற்பத்தி மையங்கள்	
1. அரசு மீன் பண்ணைகள்	10
2. தமிழ்நாடு மீன்வளர்ச்சிக் கழகம்	1
3. தனியார் மீன் பண்ணைகள்	49
மீன்குஞ்சு வளர்ப்பு மையங்கள்	
1. அரசு மீன் பண்ணைகள்	38
2. தமிழ்நாடு மீன்0வளர்ச்சிக் கழக மீன்குஞ்சு வளர்ப்பு நிலையங்கள்	5
3. தனியார் மீன் பண்ணைகள்	267
2020-21 ஆம் ஆண்டு உள்நாட்டு மீன் உற்பத்தி	1.75 இலட்சம் டன்

தமிழ்நாடு அரசு உள்நாட்டு மீன் உற்பத்தியை அதிகரித்திட முனைப்புடன் செயல்பட்டு வருகிறது. உள்நாட்டு நீர்நிலைகளில் மீன் உற்பத்தியை அதிகரித்திட தரமான மீன் குஞ்சுகளை நீர்த்தேக்கங்களில் இருப்பு செய்தல், பொதுப்பணித் துறைக்கு சொந்தமான விழுப்புரம், கள்ளக்குறிச்சி, கடலூர், மதுரை மற்றும் தேனி ஆகிய 5 மாவட்டங்களில் உள்ள தீவிர உள்நாட்டு மீன்வளர்ப்பு குளங்களை குத்தகைக்கு விடுதல், பாசன குளங்களில் மாவட்ட மீன்வளர்ப்போர் மேம்பாட்டு முகமைகள் மூலம் மீன்வளர்ப்பு செய்தல், மேலும், குளங்களின் பல்வேறு உரிமையாளர்களாகிய சம்பந்தப்பட்ட துறைகளின் கட்டுப்பாட்டிலுள்ள குளங்களை அந்தந்த துறைகளின் மூலம் குத்தகைக்கு விட்டு மீன்வளர்ச்சியை மேற்கொண்டிட நடவடிக்கை மேற்கொள்ளப்பட்டு வருகிறது.

கடலோர நீர்வாழ் உயிரின வளர்ப்பு மற்றும் உவர்நீர் மீன்வளம்

கடலோர நீர்வாழ் உயிரின வளர்ப்பு தொழில்நுட்பம் கிராமப்புறங்களில் வேலைவாய்ப்பை உருவாக்குவதில் முக்கியப் பங்கினை வகிக்கிறது. மேலும், இவ்வகையான மீன்வளர்ப்பு நமது பெருகிவரும் மக்கட்தொகையின் உணவுப் பாதுகாப்பு மற்றும் ஊட்டச்சத்து தேவைகளைப் பூர்த்தி செய்வதற்கான முக்கிய ஆதாரமாகவும் திகழ்கிறது. தமிழகத்தில் 3836.77 ஹெக்டேர் பரப்பளவிலான 1,956 இறால் பண்ணைகள் கடலோர நீர்வாழ் உயிரின வளர்ப்பு ஆணையத்தின் மூலம் பதிவு செய்யப்பட்டுள்ளன. தமிழகத்தில் இயங்கி வரும் 68 இறால் குஞ்சு பொறிப்பகங்கள் தமிழகம் மற்றும் அண்டை மாநிலத்திற்குத் தேவையான இறால் குஞ்சுகளை உற்பத்தி செய்து வழங்கி வருகின்றன.

மீனவர்கள் புதிய சூரைமீன்பிடி தூண்டில் மற்றும் செவுள்வலை விசைப்படகுகளை (New Tuna Long Liner-cum-Gill netter Boats) வாங்கிட 50 விழுக்காடு மானியம் வழங்குதல்

கடலோர மீன்வளங்களை பாதுகாப்பதன் மூலம் நிலையான மீன்வளத்தைப் பெருக்கவும் அதிகம் பிடிக்கப்படாத, ஆழ்கடல் மீன்வளங்களான சூரை மீன் மற்றும் அதுபோன்ற மீன் இனங்களை மீனவர்கள் பிடிப்பதை ஊக்கப்படுத்திடவும், "தூண்டில் மற்றும் செவுள்வலையுடன் கூடிய புதிய சூரை மீன்பிடி படகுகள் கட்டிட 50 விழுக்காடு" மானியம் வழங்கும் திட்டம் செயல்படுத்தப்படுகிறது. இத்திட்டத்தின் கீழ், ஒரு படகு கட்டுவதற்கு உத்தேசிக்கப்பட்ட மதிப்பான ரூ.60 இலட்சத்தில் 50 விழுக்காடு அல்லது அதிகபட்சமாக ரூ.30 இலட்சம் வரை மானியமாக வழங்கப்படுகிறது.

பாரம்பரிய மீன்பிடி கலன்களை இயந்திரமயமாக்குதல்

மீனவர்கள் தங்களது பாரம்பரிய மீன்பிடி கலன்களில் பொருத்துவதற்கான வெளிப்பொருத்தும் இயந்திரம் / உட்பொருத்தும் இயந்திரம் வாங்குவதற்கு இயந்திரத்தின் அலகு விலையில் 40 விழுக்காடு அல்லது ரூ.48,000/- இதில் எது குறைவோ அது மானியமாக வழங்கப்படுகிறது.

இத்திட்டத்தின் கீழ் 2020-21 ஆம் நிதியாண்டில் தமிழக அரசு மாநில அரசு திட்டத்தின் கீழ் ரூ.4.80 கோடி மானிய உதவியுடன் மீனவர்களுக்கு 1,000 இயந்திரங்கள் வழங்கப்பட்டுள்ளது. எதிர்வரும் ஆண்டுகளில் இத்திட்டம் தொடர்ந்து செயல்படுத்தப்படும்.

பாக் வளைகுடா மாவட்டங்களில் இழுவலைப் படகுகளை ஆழ்கடல் மீன்பிடிப் படகுகளாக மாற்றுவதற்கு மானியம் வழங்குதல்

பாக் வளைகுடா பகுதியில் உள்ள இழுவலைப் படகுகளுக்கு மாற்றாக ஆழ்கடல் சூரை மீன்பிடி படகுகளைக் கட்டுவதற்கு, ஒன்றிய மற்றும் தமிழக அரசு 70 விழுக்காடு மானிய உதவி வழங்கி செயல்படுத்தி வருகிறது. ஒரு படகின் விலையான ரூ.80 இலட்சத்தில், 50 விழுக்காடு ஒன்றிய அரசும், 20 விழுக்காடு தமிழ்நாடு அரசும், 10 விழுக்காடு பயனாளியின் பங்களிப்பும், மீதமுள்ள 20 விழுக்காடு வங்கி கடனாகவும் வாங்கப்பட்டு இத்திட்டம் செயல்படுத்தப்படுகிறது.

பாரம்பரிய நாட்டுப்படகுகளுக்கு மாற்றாக 10மீ. வரை மொத்த நீளம் கொண்ட கண்ணாடி நாரிழைப்படகு, இயந்திரம், வலைகள் மற்றும் குளிர்காப்புப் பெட்டிகள் வாங்க மானியம் வழங்குதல்

பாரம்பரிய மீனவர்களின் மீன்பிடித்திறனை மேம்படுத்திடும் பொருட்டு மரப்படகுகளுக்கு மாற்றாக, வலைகள், வெளிப்பொருத்தும் இயந்திரங்கள் மற்றும் குளிர்காப்புப் பெட்டிகளுடன் கூடிய கண்ணாடி நாரிழைப் படகுகள் வாங்குவதற்கு 40% மானிய உதவி வழங்கப்படுகிறது.

இத்திட்டத்தின் கீழ், ஒரு அலகின் மொத்த மதிப்பான ரூ.4.20 இலட்சத்தில், 40 விழுக்காடு அல்லது அதிகபட்சம் ரூ.1.70 இலட்சம் மானிய உதவி வழங்கப்படுகிறது. 2019-20 ஆம் ஆண்டில், இயந்திரம், வலைகள் மற்றும் குளிர்காப்பு பெட்டிகளுடன் கூடிய 100 படகுகளுக்கு ரூ.1.70 கோடி மானிய உதவி வழங்கப்பட்டுள்ளது.

மேலும், 2021-22 ஆம் ஆண்டில் இத்திட்டத்தின் கீழ், இயந்திரம், வலைகள் மற்றும் குளிர்காப்பு பெட்டிகளுடன் 100 கண்ணாடி நாரிழைப் படகுகள் 40 விழுக்காடு மானியத்தில் வழங்கப்படும்.

"கஜா" புயல் மறுகட்டமைப்பு, மறுவாழ்வு மற்றும் புனரமைப்பு திட்டப் பணிகள்

கஜா புயலினால் பாதிப்புக்குள்ளான மாவட்டங்களைச் சார்ந்த மீனவர்களின் வாழ்வாதாரத்தினை புனரமைத்திடும் பொருட்டு, பாதிக்கப்பட்ட மாவட்டங்களில் கீழ்க்காணும் திட்டங்களை செயல்படுத்திட ரூ.31.15 கோடி ஒப்பளிப்பு வழங்கியுள்ளது.

இத்திட்டம் கீழ்க்காணும் 7 உபதிட்டங்களாக செயல்படுத்தப்படுகிறது.

மீன்வளத் தொழில்களுக்குப் பயன்படும் ஐந்து முக்கிய செயலிகள்

1. Matsya Setu App :

CIFA, **புவனேஸ்வர் நிறுவனத்தால் உருவாக்கப்பட்டது.**

பயன்கள் : கெண்டை மீன்கள், நன்னீர் இறால், விரால் மற்றும் முத்துச் சிப்பி வளர்ப்பு பற்றிய தகவல்கள் கிடைக்கும்.

2. CIBA Shrimp App :

சென்னை நிறுவனத்தால் உருவாக்கப்பட்டது.

பயன்கள் : பண்ணைக்குத் தேவைப்படும், தீவனம் போன்ற இடு பொருட்களை கணக்கிட, நோய் பரிசோதனை மற்றும் சீரிய பண்ணை மேலாண்மை முறைகள்.

3. mKRISHi fisheries App :

CRFRI **கொச்சி மற்றும்** INCOIS **ஐதராபாத் நிறுவனத்தால் உருவாக்கப்பட்டது.**

பயன்கள் : கடலில் மீன்வளம் மிக்க பகுதிகளை அறிய, கடல்நீரின் வெப்பத்தைத் தெரிந்துகொண்டு அதற்கேற்றவாறு கடலில் மீன்பிடிக்கும் நாளை துல்லியமாகக் கணக்கிட்டு செயல்படவும் உதவும்.

4. CIFT Lab Test App :

CIFT, **கொச்சி நிறுவனத்தால் உருவாக்கப்பட்டது.**

பயன்கள் : மீன்கள் மற்றும் இவை சார்ந்த உணவுப் பொருட்களை பரிசோதிக்கவும் மற்றும் இதர பரிசோதனைகள் மேற்கொள்ள.

5. Sagara App for the Fishermen :

கேரள மீன்வளத்துறை மற்றும் NIC **கேரளா நிறுவனத்தால் உருவாக்கப்பட்டது.**

பயன்கள் : மீன்பிடி படகுகளின் இயக்கத்தை கண்காணிக்கவும், கடலில் மீன்பிடிக்கும்போது, அரசுடன் தொடர்பு கொள்ளவும் பேருதவியாக இருக்கும்.

அட்டவணை

ரூபாய் (லட்சங்களில்)

வ. எண்	திட்டத்தின் பெயர்	அரசு பங்களிப்பு (75%)	பணியாளர் பங்களிப்பு (25%)	மொத்தம்
1.	சூரிய ஒளியில் செயல்படும் மீன்உலர் கூடங்கள் அமைத்தல்	272.28 (100%)	00.00	272.28
2.	மீன்வளர் சூழலை மீண்டும் ஏற்படுத்திட செயற்கை உறைவிடங்கள் அமைத்தல்	1850.00 (100%)	0.00	1850.00
3.	கடல்/உவர்நீர் மீன்குஞ்சு வங்கி அமைத்தல்	593.45	197.82	791.28
4.	ஒருங்கிணைந்த கடல் மீன்வளர்ப்பு அலகுகள் அமைத்தல்	156.45	52.15	208.60
5.	மீனவ மக்களின் மாற்று வாழ்வாதாரத் திட்டமாக மெல்லுடலிகள் வளர்த்தல்	48.24	16.08	64.32
6.	மீனவ இளைஞர்களுக்கு நடமாடும் மீன்விற்பனை நிலையங்கள் அமைத்தல்	180.00	60.00	240.00
7.	கடற்பாசி வளர்ப்பினை ஊக்குவித்தல்	15.00	4.50	19.50
	மொத்தம்	3115.43	330.55	3445.98

நாகப்பட்டினம், தஞ்சாவூர், புதுக்கோட்டை, கடலூர் மற்றும் இராமநாதபுரம் மாவட்டங்களில் 8 சுகாதார மீன் உலர் தளங்கள் மற்றும் சூரிய உலர்த்திகள் அமைக்கும் பணிகள் முடிவடைந்துள்ளது.

கஜா புயலால் பாதிக்கப்பட்ட கடலூர், புதுக்கோட்டை, ராமநாதபுரம், தஞ்சாவூர், திருவாரூர் மற்றும் நாகப்பட்டினம் ஆகிய மாவட்டங்களின் 60 இடங்களில் செயற்கை பவளப் பாறைகள் நிறுவும் பணிகள் நடைபெற்று வருகின்றன.

மீனவர்களின் வாழ்வாதாரத்தை மேம்படுத்தும் பொருட்டு, ஒருங்கிணைந்த செயல்பாடுகளான கடலில் கூண்டுகளில் மீன் வளர்ப்பு, ஒருங்கிணைந்த கடல் மீன்வளர்ப்பு மையங்கள் மற்றும் சுகாதாரமான சில்லரை மீன் விற்பனை நிலையங்கள் ஆகிய திட்டங்கள், 15 உறுப்பினர்களைக் கொண்ட ஒரு குழுவிற்கு வழங்கப்படுகிறது. இதுபோன்று கஜா புயலால் பாதிக்கப்பட்ட கடலூர், புதுக்கோட்டை, இராமநாதபுரம், தஞ்சாவூர் மற்றும் நாகப்பட்டினம் ஆகிய 5 மாவட்டங்களில் 27 அலகுகள் உருவாக்கும் பணிகள் நடைபெறுகின்றன.

மாற்று வாழ்வாதார நடவடிக்கையாக கடற்பாசி வளர்ப்பிற்காக 1,200 மிதவைகள், 72 பெண்கள் குழுக்களுக்கு வழங்கப்படும்.

புதுக்கோட்டை மற்றும் கடலூர் மாவட்டங்களைச் சேர்ந்த 6 பெண்கள் குழுக்களுக்கு ஒட்டுடலிகள் வளர்ப்பிற்காக 144 மிதவைகள் வழங்கப்படும்.

கடலோர நீர்வாழ் உயிரின வளர்ப்பு மற்றும் கடல்வாழ் உயிரின வளர்ப்பு

கடலோர இறால் வளர்ப்பு

தமிழ்நாட்டில் 3,836.77 ஹெக்டேர் பரப்பில் அமைந்துள்ள 1,956 இறால் பண்ணைகள் கடலோர நீர்வாழ் உயிரின வளர்ப்பு ஆணையத்தின் மூலம் பதிவு செய்யப்பட்டுள்ளது. நமது மாநிலத்தில் இயங்கி வரும் 68 இறால் குஞ்சு பொரிப்பகங்கள் தமிழகம் மற்றும் அண்டை மாநிலத்திற்கு தேவையான இறால் குஞ்சுகளை உற்பத்தி செய்து வழங்கி வருகின்றன.

தற்போது தமிழகத்தில் 'பினேயஸ் வன்னாமி' (Penaeus vannamei) என்ற வெள்ளை இறால் பெருமளவில் வளர்க்கப்படுகிறது. அதற்கான பிரத்தியேக அனுமதியினை மாவட்ட அளவிலான குழுவின் பரிந்துரையின்படி கடலோர நீர்வாழ் உயிரின வளர்ப்பு ஆணையம் வழங்குகிறது.

இறால் வளர்ப்பினை ஊக்குவிப்பதற்காக அரசு கட்டுப்பாட்டின் கீழ் உள்ள கடலோர தரிசு நிலங்களில் சுற்றுச்சூழலுக்கு உகந்த இறால் வளர்ப்பு மேற்கொள்ள நில குத்தகைக் கொள்கையை உருவாக்க நடவடிக்கை மேற்கொள்ளப்பட்டு வருகிறது.

உவர்நீர் மீன்வளர்ச்சியினை ஊக்குவிக்க விவசாயத்திற்கு பயன்படாத தரிசு நிலங்களில் பெரிய அளவிலான நிலப்பரப்புகளை ஒருங்கிணைத்து பிரத்தியேக உவர்நீர் மீன்வளர்ப்பு மண்டலங்கள் ஏற்படுத்த ஊக்குவிக்கப்படும். சினை இறால்கள் பராமரிப்பு மையம், குறிப்பிட்ட நோய்க்கிருமியற்ற இறால் குஞ்சு பொரிப்பகங்கள், தேர்வு செய்யப்பட்ட மீன் இனங்களுக்கான மீன்குஞ்சு உற்பத்தி நிலையம் மற்றும் உள்நாட்டு மூலப்பொருட்களைப் பயன்படுத்தி தீவனம் தயாரிக்கும் ஆலைகள் ஆகியவற்றை நிறுவ தனியார் துறை ஊக்குவிக்கப்படும்.

தமிழகத்தில் உவர்நீர் மீன் மற்றும் இறால் வளர்ப்பினை மேம்படுத்தும் நோக்கத்துடன் கடலூர், விழுப்புரம், தஞ்சாவூர், திருவாரூர், புதுக்கோட்டை மற்றும் தூத்துக்குடி ஆகிய 6 மாவட்டங்களில் உவர்நீர் வளர்ப்பிற்கு உகந்த இடங்களைக் கண்டறிந்து வரைபடம் தயாரிக்கும் பணிகளை (Resource mapping) மத்திய உவர்நீர்வாழ் உயிரின வளர்ப்பு ஆராய்ச்சி நிலையம் (CIBA) மூலம் ரூ.50 இலட்சம் செலவில் மேற்கொள்ளப்பட்டுள்ளது.

கடலோர மாவட்டங்களில் உவர்நீர்வாழ் உயிரின வளர்ப்பு பூங்காக்களை உருவாக்குவதற்கான சாத்தியக் கூறுகளை ரூ.20 இலட்சம் செலவில் ஆய்வு செய்திட நடவடிக்கை மேற்கொண்டுள்ளது. இந்த ஆய்வு உபயோகமற்ற, பயன்படுத்தப்படாத நிலையில் உள்ள நிலங்களில் உவர்நீர் மீன் உற்பத்தியை மேற்கொள்ளவும், இவற்றில் தொழில் முனைவோரை ஊக்கப்படுத்தி ஈடுபடுத்திடவும் ஒரு சிறந்த வழிகாட்டுதலாக அமையும்.

கடல்நீரில் மீன்வளர்ப்பு

"கடல் நீரில் மீன்வளர்ப்பு" தொழில்நுட்பம் இயற்கை மீன்வளத்தை பாதுகாத்திடவும் மற்றும் மீன் உற்பத்தியை மேம்படுத்தவும் உதவுகிறது. மேலும், இம்மீன்வளர்ப்பு முறையானது, மீனவர்களை மீன்பிடித்தல் தொழிலிலிருந்து மாற்றி மீன் வளர்த்தல் என்ற புதிய தொழில்நுட்பத்திற்கு மாற்றிட வழி வகுக்கிறது.

ஒன்றிய அரசின் பரிசீலனையில் உள்ள "தேசிய கடல்நீரில் மீன்வளர்ப்பு" கொள்கைக்கு இணங்க, இயற்கை வளங்களை நிலையான முறையில் பயன்படுத்துவதன் மூலம் கடல்சார் மீன்வளர்ப்பு முறையை அரசு ஊக்குவித்து வருகிறது.

கடல்சார் மீன்வளர்ப்பினை மேம்படுத்த மாநில அரசு மேற்கொண்டுள்ள நடவடிக்கைகள்

கடலோர மாவட்டங்களில் வாழும் மீனவர்களின் சமூக பொருளாதார நிலையை மேம்படுத்தும் வகையில் கடல்நீர் பரப்பில் உகந்த பகுதிகளைக் கண்டறிந்து அப்பரப்பில் கடல்மீன் வளர்ப்பை உரிய மீன்வள அறிவியல் தொழில் நுட்பத்தின் மூலம் செயல்படுத்துதல் மற்றும் அதற்குரிய உட்கட்டமைப்பு வசதிகளை மேம்படுத்தும் பணிகளை மேற்கொள்ள உத்தேசிக்கப்பட்டுள்ளது.

கடற்பாசி வளர்ப்பு

தமிழ்நாட்டில் கடற்பாசி உற்பத்தியானது கடல்பாசி வளர்ப்பின் மூலம் 400 டன்னாகவும் இயற்கை சேகரணம் மூலமாக 37,000 டன் எனவும் கணக்கிடப்பட்டுள்ளது. கடற்பாசி வளர்ப்பில் 2,044 மீனவர்கள் ஈடுபட்டுள்ளார்கள். கடற்பாசி வளர்ப்பு மேற்கொள்ள ஒன்றிய, மாநில அரசின் பல்வேறு மீன்வளத் திட்டங்கள் மூலம் ரூ.99 லட்சத்தில் 6,000 எண்ணிக்கையில் கடற்பாசி வளர்ப்பு மூங்கல் மிதவைகள் வழங்கப்பட்டு கடலோர மீனவ மகளிரால் கடற்பாசி வளர்க்கப்படுகிறது. இராமநாதபுரம் மாவட்டம், மண்டபத்தில் கடற்பாசியிலிருந்து சாறு எடுக்கும் அலகு (Sap Extraction Unit) ரூ.3.96 கோடி செலவில் நிலைத்த வாழ்வாதாரத்திற்கான திட்டத்தின் கீழ் நிறுவப்பட்டுள்ளது.

தமிழ்நாட்டில் கடலோர மாவட்டத்தில் பயன்படுத்தப்படாத கடற்பாசி வளங்களைக் கண்டறிந்து அறிவியல்பூர்வ மற்றும் பாரம்பரிய கடற்பாசி வளர்ப்பின் மூலம் கடற்பாசி உற்பத்தியை பெருக்கிட, பின்வரும் முக்கிய நடவடிக்கைகளை உள்ளடக்கிய ஒரு பல்நோக்கு கடற்பாசி பூங்காவை தமிழகத்தில் நிறுவ உத்தேசிக்கப்பட்டுள்ளது.

1. கடற்பாசி வளத்தினை கண்டறிதல்
2. கடற்பாசி வளர்ப்பு மற்றும் அதன் மதிப்பு கூட்டிய பொருள்கள் தயாரிப்புக்குத் தேவையான ஆராய்ச்சி மற்றும் மேம்பாட்டு வசதிகளை உருவாக்குதல்
3. மனித வள மேம்பாடு மற்றும் திறன் மேம்பாட்டு பயிற்சி அளித்தல்
4. தரமான கடற்பாசி விதைகள் உற்பத்தி செய்தல்
5. கடற்பாசி வளர்ப்பினை அதிகரித்தல்
6. கடற்பாசி வளர்ப்பிற்கு தேவையான உட்கட்டமைப்பு வசதிகளை கரையோர பகுதிகளில் உருவாக்குதல்
7. கடற்பாசி பதப்படுத்துதல் மற்றும் மதிப்பு கூட்டிய பொருட்கள் தயாரிப்பதற்கான பிரத்தியேக கடற்பாசி தொழில்நுட்ப பூங்கா உருவாக்குதல்

8. பதப்படுத்தப்பட்ட கடற்பாசிகளை தரம் குன்றாமல் பாதுகாத்திட சேமிப்புக் கிடங்குகள் அமைத்தல் மற்றும் விற்பனைக் கூடங்களை கட்டமைத்தல்

- தீவிரமுறை மீன்வளர்ப்பு தொழில்நுட்பத்தினை அறிமுகம் செய்திட, திறன் மேம்பாட்டுப் பயிற்சிகள் வழங்கி மீன்வளர்ப்போரின் வருவாயினைப் பெருக்குதல்
- சுற்றுச்சூழலுக்குகந்த மீன்வளர்ப்பு முறைகளை பிரபலப்படுத்தி ஒருங்கிணைந்த முறையில் விவசாயம், தோட்டக்கலை மற்றும் கால்நடை வளர்ப்புடன் மீன்வளர்ப்பினையும் ஒருங்கிணைத்து மீன்வளர்ப்போரின் வருவாயினைப் பெருக்குதல்
- மீன்வளர்ப்பிற்கு உகந்த மாற்றுமுறை மீன்வளர்ப்பிற்கு தேவையான மீன் இனங்களான அமூர் கெண்டை, ஜெயந்தி ரோகு, மரபு வழி மேம்படுத்தப்பட்ட திலேபியா மற்றும் பங்காசியஸ் மீன்வளர்ப்பினை ஊக்குவித்தல்
- ஊரக பகுதி மக்களுக்கு வேலைவாய்ப்பு ஏற்படுத்திடும் பொருட்டு குழுக்கள் மூலம் மீன்வளர்ப்பு மற்றும் மீன்குஞ்சு வளர்ப்பு முறைகளை ஊக்குவித்தல்

அரசு மீன்குஞ்சு உற்பத்தி நிலையங்கள்

தமிழ்நாட்டில் மீன்வளத்துறையின் கீழ் 11 அரசு மீன்குஞ்சு உற்பத்தி நிலையங்கள் வெற்றிகரமாக செயல்பட்டு வருகின்றன.

அரசு மீன் பண்ணைகளின் உட்கட்டமைப்பு வசதிகளை திறம்பட மேம்படுத்திட தமிழ்நாடு அரசு ஒவ்வொரு ஆண்டும் பல்வேறு நடவடிக்கைகளை மேற்கொண்டு வருகிறது. 2020-21ஆம் ஆண்டில் அரசு மீன்குஞ்சு உற்பத்தி நிலையங்கள் மூலம் 60.32 கோடி நுண் மீன் குஞ்சுகள் உற்பத்தி செய்யப்பட்டு விநியோகிக்கப்பட்டுள்ளன. தமிழக அரசு, தனியார் மீன்குஞ்சு பொறிப்பகங்கள் அமைத்திட தனியார் பண்ணை யாளர்களை ஊக்குவித்து மானிய உதவிகள் வழங்கி வருகிறது.

அரசு மீன்குஞ்சு வளர்ப்பு நிலையங்கள்

தமிழ்நாட்டில் 38 அரசு மீன்குஞ்சு வளர்ப்பு நிலையங்கள் மீன்வளம் மற்றும் மீனவர் நலத்துறையின் மூலமும் 5 மீன்குஞ்சு வளர்ப்பு நிலையங்கள் தமிழ்நாடு மீன்வளர்ச்சி கழகத்தின் மூலமும் செயல்பட்டு வருகின்றன. 2020-21ஆம் ஆண்டில் மொத்தம் 8.73 கோடி தரமான பலதர மீன்விரலிகள் வளர்த்தெடுக்கப்பட்டு விநியோகிக்கப் பட்டுள்ளன. வளர்த்தெடுக்கப்பட்ட மீன்விரலிகள் நீர்த்தேக்கங்களிலும், பாசன குளங்களிலும் மற்றும் தனியார் மீன் பண்ணைகளிலும் இருப்பு செய்யப்பட்டு மாநிலத்தின் உள்நாட்டு மீன் உற்பத்தி அதிகரித்துள்ளது.

பிரதம மந்திரி மீன்வள மேம்பாட்டுத் திட்டம் (PMMSY)

ஒன்றிய அரசு 2020-21ஆம் ஆண்டில், 'பிரதம மந்திரி மீன்வள மேம்பாட்டுத் திட்டத்தின்' கீழ் பின்வரும் உள்நாட்டு மீன்வளத் திட்டங்களுக்கு ஒப்புதல் வழங்கியுள்ளது.

அட்டவணை

வ. எண்	திட்டங்கள்	அலகுகளின் எண்ணிக்கை	மொத்த திட்டமதிப்பு (ரூபாய் இலட்சத்தில்)
1.	புதிய நன்னீர் மீன்குஞ்சு பொரிப்பகம் அமைத்தல்	2 எண்ணம்	50.00
2.	புதிய மீன்குஞ்சு வளர்ப்பு தொட்டிகளை அமைத்தல்	10 ஹெக்டேர்	70.00
3.	மீன்வளர்ப்பு குளம் அமைத்தல்	100 ஹெக்டேர்	700.00
4.	மீன்வளர்ப்பிற்கான உள்ளீட்டு மானியம் வழங்குதல்	100 ஹெக்டேர்	400.00
5.	நன்னீர் பயோபிளாக் மீன்வளர்க்கும் தொட்டிகளை அமைத்து உள்ளீட்டு மானியம் வழங்குதல்	15 எண்ணம்	210.00
6.	நீர் மறுசுழற்சி முறையில் மீன்வளர்ப்புத் தொட்டிகள் அமைத்தல் - சிறிய அலகு (100 க.மீ. திறன்)	20 எண்ணம்	150.00
7.	நன்னீர் பயோபிளாக் மீன்வளர்ப்புத் தொட்டிகள் அமைத்தல் -சிறிய அலகு	10 எண்ணம்	75.00
8.	மீன்விதைப் பண்ணை அமைத்தல்	2 எண்ணம்	1,000.00
9.	ஒருங்கிணைந்த நீர்த்தேக்க மீன்வள மேம்பாடு (1000 ஹெக்டேருக்கு குறைவாக)	5 எண்ணம்	1,108.25

மீன் மற்றும் மீன் பொருட்களைச் சந்தைப்படுத்துதல்

உள்நாட்டு மீன் விற்பனையை மேம்படுத்துதல்

தமிழ்நாடு மீன்வளர்ச்சிக் கழகம் மற்றும் தமிழ்நாடு மாநிலத் தலைமை மீன்வள கூட்டுறவு இணையம் ஆகிய நிறுவனங்கள் உள்ளூரில் பொதுமக்களுக்கு தரமான மீன்களை குறைந்த விலையில் வழங்குவதற்காக, சில்லரை விற்பனை நிலையங்கள் மற்றும் நடமாடும் மீன் விற்பனை நிலையங்களை செயல்படுத்தி வருகிறது. மேலும், தமிழ்நாடு மீன்வளர்ச்சிக் கழகமானது முன்னோடித் திட்டமாக, சென்னை மாநகரில் இணையதளம் (www.meengal.com) வாயிலாக மீன் விற்பனையைத் தொடங்கியுள்ளது. இதுபோன்ற முன்னோடித் திட்டங்கள் நடப்பாண்டிலும் தொடர்ந்து செயல்படுத்தப்படும்.

மீன்விற்பனை சந்தைகள் அமைத்தல்/ நவீனப்படுத்துதல்

பொதுமக்களுக்கு தரமான மீன்களை நியாயமான விலையில் வழங்கிட ஏதுவாக தேசிய மீன்வள மேம்பாட்டு வாரியம் மற்றும் மாநில அரசின் நிதிஉதவியுடன் புதிதாக மீன் அங்காடிகள் அமைத்தல் மற்றும் ஏற்கனவே பயன்பாட்டிலுள்ள மீன் அங்காடிகளின் உட்கட்டமைப்பு வசதிகளை நவீனப்படுத்தும் திட்டங்கள் செயல்படுத்தப்பட்டு வருகிறது.

இத்திட்டத்தின் கீழ் தேசிய மீன்வள மேம்பாட்டு வாரியம் சார்பில் ரூ.6.33 கோடி மற்றும் மாநில அரசின் சார்பில் ரூ.5.08 கோடி நிதியுதவியானது சம்பந்தப்பட்ட உள்ளாட்சி / நகராட்சி / மீனவ கூட்டுறவு சங்கங்கள் ஆகிய அமைப்புகளுக்கு வழங்கப்பட்டுள்ளது. இதுவரை 17 நவீன மீன் அங்காடிகள் கட்டி முடிக்கப்பட்டு பயன்பாட்டில் உள்ளது. மேலும், 4 மீன் அங்காடிகளின் கட்டுமானப் பணிகள் நடைபெற்று வருகின்றன.

மீன் பொருட்களின் தரக்கட்டுப்பாட்டினை பராமரித்தல்

மீனவர்கள் தாங்கள் பிடிக்கும் மீன்களுக்கு நல்ல விலை கிடைத்திடவும், நுகர்வோர்கள் தரமான மீன்களைப் பெற்றிடுவதை உறுதி செய்திடவும், உட்கட்டமைப்பு வசதிகள் மற்றும் மதிப்பு கூட்டுதல் மற்றும் மீன் விற்பனை சந்தை தொடர்பான பல்வேறு நடவடிக்கைகளை அரசு மேற்கொண்டு வருகிறது.

மீன் மற்றும் மீன்பொருட்களுக்கான தரக்கட்டுப்பாடு மற்றும் அவற்றின் தரத்தினைக் கண்டறிந்து, சர்வதேச தரத்திற்கு இணையாக அதன் மதிப்பினை அதிகரித்திடவும், தேசிய மற்றும் சர்வதேச தர நிறுவனங்கள் நிர்ணயிக்கும் உணவுத்தரம்/குறியீடுகளை ஒருங்கிணைப்பதற்கான நடவடிக்கைகளையும் அரசு மேற்கொண்டு வருகிறது.

சுகாதாரமான முறையில் மீன்களைக் கையாளுதல், மீன்பிடிக் கலன்களை தூய்மையாகப் பராமரித்தல், மீன் இறங்குதளம் மற்றும் மீன் விற்பனை சந்தைகளைப் பராமரித்தல் மற்றும் இதர நடவடிக்கைகள் தொடர்பாக, விழிப்புணர்வு கூட்டங்கள் மீன்வளத்துறையால் தொடர்ந்து நடத்தப்பட்டு வருகின்றன.

மாநிலத்தில் மீன் நுகரும் முறை

2020-21ஆம் ஆண்டு மாநிலத்தின் மொத்த மீன் உற்பத்தி 7.23 இலட்சம் டன் ஆகும்.

தமிழ்நாட்டின் மொத்த உள்நாட்டு உற்பத்தியில் (2019-20) மீன்வளத்தின் பங்கு 0.64 விழுக்காடும், மாநிலத்தின் வேளாண் பொருட்கள் உற்பத்தியில் 5.4 விழுக்காடும் ஆகும்.

2020-21ஆம் ஆண்டிற்கான மாநிலத்தின் தனிநபர் மீன் நுகர்வு 9.3 கிலோகிராம் ஆகும். நவீன மயமாக்கப்பட்ட உயர்தரமான மீன்சந்தைகள், மீன் கடைகள், நடமாடும் வண்டிகள் மற்றும் இணைய சந்தைகளின் வழியாக மாநிலத்தின் மீன் நுகர்வு அதிகரித்துள்ளது.

மீன் மற்றும் மீன் உணவுப் பொருட்கள் ஏற்றுமதி

இந்தியாவில் மீன் மற்றும் மீன் உணவுப் பொருட்கள், வேளாண் பொருட்கள் ஏற்றுமதியில் பெரும் பங்கு வகிக்கிறது. இதன் வாயிலாக 11.50 இலட்சம் டன் ஏற்றுமதி செய்யப்பட்டு, ரூ.43,720.98 கோடி வருவாய் ஈட்டப்பட்டுள்ளது. உலகிலுள்ள 75 நாடுகளுக்கு 50 வகையான மீன் மற்றும் இறால் வகைகள் ஏற்றுமதி செய்யப்படுகிறது.

2020-21ஆம் ஆண்டில் மட்டும் தமிழகத்தில் 1.10 இலட்சம் டன்கள் அளவிற்கு கடல் பொருள் ஏற்றுமதி செய்யப்பட்டு, அந்நிய செலாவணியாக ரூ.5,565.46 கோடி ஈட்டப்பட்டுள்ளது. இவற்றில் கடல் உணவு பொருட்களான உறைந்த இறால், மீன்கள், கணவாய் மீன், கருவாடு, உலர்மீன், உயிர்மீன் மற்றும் குளிரூட்டப்பட்ட மீன்பொருட்கள் அடங்கும். அமெரிக்கா, ஜப்பான், சீனா, தென்கிழக்கு ஆசிய நாடுகள், ஐரோப்பிய கூட்டமைப்பு நாடுகள் மற்றும் மத்திய கிழக்கு நாடுகள் ஆகியவை இந்திய மீன் பொருட்களுக்கான பெரும் மீன் சந்தைகளாகும்.

தமிழகத்தில் அரசால் கட்டப்பட்டுள்ள 9 பெரிய மீன்பிடி துறைமுகங்கள், 3 நடுத்தர மீன்பிடி துறைமுகங்கள் மற்றும் 53 மீன் இறங்கு தளங்களின் மூலம் மீன் மற்றும் மீன் உணவுகளை ஏற்றுமதி செய்வதற்கான கட்டமைப்புகள் உலகத்தரத்திற்கு நிகராக ஏற்படுத்தப்பட்டு, இதன் வாயிலாக நுகர்வோருக்கு சுகாதாரமான முறையில் தரமான மீன்கள் வழங்கப்படுகிறது. சென்னை மற்றும்

தூத்துக்குடி ஆகிய நகரங்கள் மீன்களை பதப்படுத்தி ஏற்றுமதி செய்வதில் மாநிலத்தில் முதன்மையாகத் திகழ்கிறது. மாநிலத்தின் ஏற்றுமதியினை பெருக்குவதற்காக தமிழக அரசு ஆழ்கடல் மீன் வளத்தினை சரியான முறையில் பயன்படுத்திட, ஆழ்கடல் மீன் பிடிப்பிற்கான முயற்சியினை மேற்கொண்டு வருகிறது. மேலும், கடல் நீர்வாழ் உயிரின வளர்ப்பினை மேம்படுத்தி மீன் உணவின் ஏற்றுமதியினை விரிவுபடுத்துவதற்கு, தமிழக அரசால் புதிய கொள்கைகள் ஏற்படுத்திட நடவடிக்கை மேற்கொள்ளப்பட்டு வருகிறது.

திறன் மேம்பாட்டுப் பயிற்சிகள்

மீனவ இளைஞர்கள் கடற்சார் கல்வி பயில ஊக்குவித்தல்

மீனவ இளைஞர்களின் திறனை மேம்படுத்தவும், வேலை வாய்ப்பினை உருவாக்கிடவும், அரசால் அறிவிக்கப்பட்ட 6 கடற்சார் கல்வி பாடப்பிரிவுகளைப் பயின்றிட, மீனவ குடும்பத்தைச் சேர்ந்த இளைஞர்களுக்கு, நபர் ஒருவருக்கு ரூ.50,000 என்ற வீதத்தில் அரசு நிதியுதவி வழங்குகிறது. 2019-20 மற்றும் 2020-21 ஆம் ஆண்டில் 103 மீனவ இளைஞர்களுக்கு இத்திட்டத்தின் கீழ் ரூ.40.50 இலட்சம் விடுவிக்கப்பட்டுள்ளது.

2021-22ஆம் ஆண்டிலும் இத்திட்டம் தொடர்ந்து செயல்படுத்தப்படும்.

மீனவ இளைஞர்களுக்கு சான்றிதழ் படிப்புகள்

மீனவ இளைஞர்களுக்கு இந்திய கப்பற்படை மற்றும் இந்திய கடலோர காவல் படையில் வேலைவாய்ப்பினைப் பெற்றிட தேவையான சிறப்புப்பயிற்சி அளித்திட அரசு ரூ.1.04 கோடிக்கு நிதி ஒப்பளிப்பு வழங்கியதைத் தொடர்ந்து கடலோர காவல்படை குழுமத்துடன் ஒருங்கிணைந்து, மீனவ இளைஞர்களுக்கு பயிற்சிகள் வழங்கப்படுகின்றன.

இதுவரை 145 மீனவ இளைஞர்களுக்கு சிறப்புப் பயிற்சிகள் அளிக்கப்பட்டுள்ளது. 2021-22ஆம் ஆண்டிலும், 155 மீனவ இளைஞர்கள் பயன்பெறும் வகையில் இப்பயிற்சி திட்டம் செயல்படுத்தப்படுத்திட நடவடிக்கை மேற்கொள்ளப்பட்டுள்ளது.

அகில இந்திய குடிமைப்பணியில் சேர்வதற்கு மீனவ இளைஞர்களுக்கு சிறப்புப் பயிற்சி அளித்தல்

இந்திய குடிமைப்பணி போட்டித் தேர்வுகளை, திறனுடன் எதிர்கொள்ள ஏதுவாக, ஆண்டுதோறும் 20 மீனவ இளைஞர்களுக்கு 6 மாதகால பிரத்தியேகப் பயிற்சி அரசு செலவில் வழங்கப்பட்டு வருகிறது.

இப்பயிற்சி அண்ணா மேலாண்மை நிலையத்தின் மூலம் (அகில இந்திய குடிமைப்பணிகளுக்கான பயிற்சி நிலையம்) 2017 ஆம் ஆண்டு முதல் வழங்கப்பட்டு வருகிறது. இதுவரை 4 அணிகளுக்கு பயிற்சிகள் வழங்கப்பட்டுள்ளன. இத்திட்டத்தின் கீழ் இதுவரை ரூ.9.56 இலட்சம் செலவினம் மேற்கொள்ளப்பட்டு 75 மீனவ மாணவர்கள் பயனடைந்துள்ளனர். இப்பயிற்சிக்கான அனைத்து செலவினங்களும் தமிழ்நாடு மீன்வளர்ச்சிக் கழகத்தின் பெருநிறுவன சமூக பொறுப்பு நிதியிலிருந்து வழங்கப்படுகிறது. இத்திட்டம் 2021-22 ஆம் ஆண்டிலும் தொடர்ந்து செயல்படுத்தப்படும்.

தமிழக முதல்வரின் நான் முதல்வன் திட்டம்

அனைவரையும் உள்ளடக்கிய அனைத்துத்துறை வளர்ச்சி

இன்றைய இளைய தலைமுறை வளர்ச்சியடைய வேண்டும், எல்லோரும் எல்லாமும் பெறவேண்டும் என்ற சீரிய நோக்கில் மாண்புமிகு தமிழக முதலமைச்சர் மு.க.ஸ்டாலின் அவுர்கள் மாணவர்கள், இளைஞர்கள் ஏதாவது ஒரு திறனில் "நான் முதல்வன்" என்று பெருமைப்படும் அளவில், அவர்களுக்கு சிறப்பான திறன் மேம்பாட்டு பயிற்சிகளை அளிக்கும் திட்டத்தை மார்ச் 2022இல் தொடங்கியுள்ளார்.

ஆட்சிப் பொறுப்பை ஏற்ற உடனேயே '2030ஆம் ஆண்டுக்குள் தமிழகத்தில் 1 டிரில்லியன் டாலர், (ரூபாய் 78 லட்சம் கோடி) பொருளாதாரத்தை உயர்த்த வேண்டும் என்பதே தனது லட்சியம் என்று கூறினார். இந்த அளவு பொருளாதாரம் வளர வேண்டுமென்றால் 20 லட்சம் இளைஞர்கள் திறன் மேம்பாடு அடைய வேண்டும்.

நமது மாணவ மாணவிகள் நன்கு படித்திருந்தும் தொழிற்சாலைகள் எதிர்பார்க்கும் திறன் அவர்களிடம் இல்லை. ஆண்டுக்கு 10 லட்சம் இளைஞர்களை கல்வியில், அறிவில், சிந்தனையில், ஆற்றலில், தொழில் திறமையில், தனித்திறமை மட்டுமல்லாமல் நிறுவனங்களை நடத்தும் தொழில் முனைவோராகவும் மேம்படுத்தி நாட்டுக்கு வழங்குதல் ஆகும்.

3

விணைக்கண் விணைகெடல் ஓம்பல் விணைக்குறை
தீர்ந்தாரின் தீர்ந்தன் றுலகு. - குறள் : 612

கலைஞர் உரை

எந்தச் செயலில் ஈடுபட்டாலும் அதனை முழுமையாகச் செய்து முடிக்க வேண்டும், இல்லையேல் அரைக்கிணறு தாண்டிய கதையாகி விடும்.

ஒன்றிய அரசின் வேளாண் / வேளாண்சார் தொழில்களுக்கு நிதி ஒதுக்கீடு (2022 - 23)

கிசான் டிரோன் திட்டம்

மொத்த ஒதுக்கீடு - 1.35 லட்சம் கோடி

இது வேளாண்மை, கால்நடைப் பராமரிப்பு மற்றும் மீன்வளத் தொழில்களை உள்ளடக்கியது. இந்த ஒதுக்கீடு கடந்த ஆண்டை விட குறைவு.

சிறிய வகை பறக்கும் டிரோன் திட்டத்தில்

1. விவசாய நிலங்களை கணினி மயமாக்கல்

2. பூச்சி மருந்து, உரங்களைத் தெளிக்க

இவ்வகை ட்ரோன்களை தயாரிக்கும் உற்பத்தி நிறுவனங்களுக்கும், விவசாயிகளிடம் கொண்டு சேர்க்கும் சேவை நிறுவனங்களுக்கும் சலுகைகள் வழங்கப்பட்டுள்ளன.

இத்திட்டத்திற்கு மட்டும் ரூ.60 கோடி ஒதுக்கப்பட்டுள்ளது.

இயற்கை விவசாயம்

கடந்த ஆண்டு (2021-22) இத்திட்டத்திற்கு ரூ.450 கோடி ஒதுக்கப்பட்டது. இது வேறு ஒரு திட்டத்தின் கீழ் சேர்க்கப்பட்டதால், இயற்கை விவசாயம் செய்ய 2022-23ஆம் ஆண்டுக்கு எவ்வளவு ஒதுக்கப்பட்டது என்ற குறிப்புகள் காணப்படவில்லை.

எண்ணெய் வித்துக்கள்

சமையல் எண்ணெய் இந்தியா இறக்குமதி செய்கிறது. இந்த செலவை குறைக்கும் பொருட்டு எண்ணெய் பனை (Oil Palm) மற்றும் இதர எண்ணெய் வித்துக்களைப் பயிரிட ரூ.1500 கோடி ஒதுக்கப்பட்டுள்ளது.

புதிதாய் தொடங்கிய நிறுவனங்கள் (START UPs)

நிதி சார்ந்த நிறுவனங்களை உருவாக்கவும், ஊரக தொழில்களை ஊக்குவிக்கவும் 'நபார்டு' வங்கி இதற்கான நிதி ஒதுக்கீடு செய்து வேளாண் விளை பொருட்களுக்கு மதிப்பூட்டம் செய்து, விற்பனை செய்ய வழி வகுக்கும்.

மேலும் விவசாய உற்பத்தியாளர் சங்கத்தை ஆதரிக்கவும், பண்ணை இயந்திரங்களை விவசாயிகளுக்கு குறைந்த விலையில் வாடகைக்கு விடவும் வழி செய்யும்.

இத்திட்டத்திற்கு நடப்பு நிதியாண்டில் ரூ.500 கோடி ஒதுக்கப் பட்டுள்ளது. இது கடந்த ஆண்டை விட ரூ.200 கோடி குறைவு.

உரமானியம்

உரங்கள் மற்றும் உணவுப் பொருட்களுக்கான மானியத் தொகை 25% குறைக்கப்பட்டுள்ளது.

மகாத்மா காந்தி ஊரக வேலை வாய்ப்புத் திட்டம் (MGNREGS)

நடப்பு நிதி நிலை அறிக்கையில் இத்திட்டத்திற்கு ரூ.73000 கோடி மட்டுமே ஒதுக்கப்பட்டுள்ளது. இது கடந்த ஆண்டை விட ரூ.25000 கோடி குறைவாகும். இது ஊரக வேலை வாய்ப்பில் பெருமளவு தாக்கத்தை ஏற்படுத்தும்.

தேசிய ஊரக குடிநீர்த்திட்டம் (National Rural Drinking Water Mission)

நடப்பு நிதி நிலை அறிக்கையில் 3.80 கோடி ஊரக வாழ் குடியிருப்புகளுக்கு, குடிநீர் இணைப்பு வழங்க ரூ.60,000 கோடி ஒதுக்கீடு செய்யப்பட்டுள்ளது. இது கடந்த ஆண்டை விட ரூ.15,000 கோடி அதிகம். கடந்த 2 ஆண்டுகளில் 5.50 கோடி கிராம மக்களுக்கு குடிநீர் இணைப்பு தரப்பட்டுள்ளது.

கூட்டுறவு சங்கங்கள்

கூட்டுறவு சங்கங்களுக்கான வரி 18.5 விழுக்காட்டிலிருந்து 15 விழுக்காடாகக் குறைக்கப்பட்டுள்ளது. மேலும், ஆண்டுக்கு ரூ.1 கோடி முதல் ரூ.10 கோடி வரை லாபம் ஈட்டும் சிறிய வகை கூட்டுறவு

சங்கங்களுக்கு விதிக்கப்படும் கூடுதல் வரி 12 விழுக்காட்டிலிருந்து 7 விழுக்காடாகக் குறைக்கப்பட்டுள்ளது. இது கூட்டுறவு சங்கங்கள் வலுவாக இருக்கும் மகாராஷ்டிரா, குஜராத், தமிழ்நாடு போன்ற மாநிலங்களுக்கு உதவியாக இருக்கும்.

இறால் வளர்ப்புக்கு தேவைப்படும் இடுபொருட்கள் இறக்குமதிக்கு சுங்கவரி நீக்கம்

இறால் குஞ்சு பொரிப்பகங்களில் இனவிருத்திக்குத் தேவைப்படும் தாய் இறால்கள், ஆர்டீமியா (உயிருடன்/உறைநிலை), கணவாய், முத்துச்சிப்பிகள் (Oysters), கிரில் போன்ற பொடி கூனிகளுக்கு வரி நீக்கம் செய்யப்பட்டுள்ளது.

இறால் வளர்ப்புக்கு தேவைப்படும் தீவனங்கள் மற்றும் தீவன மூலப்பொருட்களுக்கும் சுங்கவரி நீக்கப்பட்டுள்ளது.

நதிகள் இணைப்புத் திட்டம்

நதிகளை இணைக்கும் தேசிய முன்னோக்குத் திட்டத்தின் கீழ் யமுனை நதியின் துணை நதிகளான கென்-பட்வா நதிகள் ரூ.44 ஆயிரத்து 605 கோடியில் இணைக்கப்படும்.

இதன் மூலம் 9.08 லட்சம் ஹெக்டேர் நிலங்கள் பாசன வசதி பெறும். 62 லட்சம் மக்களுக்கு குடிநீர் வசதி கிடைக்கும். 103 மெகாவாட் மின்சக்தியும், 27 மெகாவாட் சூரிய மின்சக்தியும் உற்பத்தி செய்ய முடியும்.

தமன்கங்கா-பிஞ்சல், பர்-தபிநர்மதா, கோதாவரி- கிருஷ்ணா, கிருஷ்ணா-பெண்ணாறு, பெண்ணாறு-காவிரி ஆகிய நதிகள் இணைப்புக்காக விரிவான திட்ட வரைவு அறிக்கைகள் இறுதி செய்யப்பட்டுள்ளன.

ட்ரோன்களுக்கான மானியம்

வேளாண் நிறுவனங்கள் ட்ரோன்கள் வாங்க ரூ.10 லட்சம் மானியம் அறிவித்துள்ளது, மத்திய வேளாண்துறை அமைச்சகம்.

இந்தியாவில் விவசாயத்தை ஊக்குவிக்க, விவசாயத் துறையைச் சேர்ந்தவர்களுக்கு ட்ரோன் தொழில்நுட்பம் மலிவான கட்டணத்தில் கிடைப்பதற்கான வழிகாட்டுதல்களை மத்திய வேளாண்துறை அமைச்சகம் வெளியிட்டுள்ளது. இதற்காக வேளாண் இயந்திரமயமாக்கல் துணைத் திட்டத்தில் திருத்தங்கள் செய்யப்பட்டுள்ளன. இதன் மூலம் வேளாண் இயந்திரப் பயிற்சி மையங்கள், வேளாண் ஆராய்ச்சி மையங்கள், வேளாண் விஞ்ஞான மையங்கள், வேளாண் பல்கலைக்

கழகங்கள் வாங்கும் ட்ரோன்களுக்கு 100 சதவீத மானியம் அல்லது ரூ.10 லட்சம் வழங்கப்படும். அதேபோல் வேளாண் உற்பத்தியாளர் சங்கங்கள், ட்ரோன்கள் வாங்க 75 சதவீத மானியம் வழங்கப்படும்.

ட்ரோன்களை வாங்காமல் வாடகைக்கு எடுத்து விவசாய தேவைகளுக்குப் பயன்படுத்தும் ஏஜன்சிகளுக்கு ஹெக்டேருக்கு ரூ.6000 வழங்கப்படும். ட்ரோன்களை வாங்கிப் பயன்படுத்தினால் ஹெக்டேருக்கு ரூ.3000 வழங்கப்படும்.

ட்ரோன் பயன்பாட்டின் மூலம் விவசாய சேவைகள் வழங்க, ட்ரோன் மற்றும் இணைப்பு பாகங்கள் வாங்கும் செலவில் 40 சதவீதம் அல்லது ரூ.4 லட்சம், விவசாய கூட்டுறவு சங்கங்கள் மற்றும் ஊரக தொழில்முனைவோர்கள் அமைக்கும் ட்ரோன் வாடகை. ட்ரோன் வாடகை மையங்கள் அமைக்கும் வேளாண் பட்டதாரிகள் ட்ரோன்கள் மூலம் ரூ.5 லட்சம் மானிய உதவியாகப் பெறலாம்.

வாடகை மையங்கள், ஹைடெக் மையங்களுக்கான மானிய விலை ட்ரோன்கள், குறைந்த செலவில் ட்ரோன் பயன்பாட்டை அதிகரிக்கும், உள்நாட்டில் ட்ரோன் உற்பத்தியையும் ஊக்குவிக்கும்.

ட்ரோன் செயல்பாடுகள் விமான போக்குவரத்து அமைச்சகம், மற்றும் விமான போக்குவரத்து தலைமை இயக்குனர் அனுமதிக்கும் வழித்தடங்களில் அனுமதிக்கப்படுகிறது. இந்தியாவின் ட்ரோன் பயன்பாட்டை ஒழுங்குமுறைப்படுத்த 'ட்ரோன் விதிமுறைகள் 2021' ஐ விமான போக்குவரத்துத் துறை அமைச்சகம் வெளியிட்டுள்ளது. விவசாயம் மற்றும் வனப்பகுதியில் பூச்சி மருந்து மற்றும் ஊட்டச்சத்துத் தெளிப்புக்கு ட்ரோன்களை பயன்படுத்துவதற்கான நிலையான செயல்பாட்டு விதிமுறைகளை வேளாண்துறை கொண்டு வந்துள்ளது. இந்த விதிமுறைகளை, விவசாய ட்ரோன்களை பயன்படுத்தும் நிறுவனங்கள் பின்பற்ற வேண்டும் என்று தெரிவிக்கப்பட்டுள்ளது.

4

திறனறிந்து சொல்லுக சொல்லை அறனும்
பொருளும் அதனினூங்கு இல்.　　　- குறள் : 644

கலைஞர் உரை

காரணத்தைத் தெளிவாக அறிந்து ஒன்றைச் சொல்ல வேண்டும். அந்தச் சொல் வன்மையைப் போன்ற அறமும், உண்மைப் பொருளும் வேறெதுவும் இல்லை

கூட்டின முறையில் கெண்டை மீன்கள் வளர்ப்பு

கட்லா CATLA

ரோகு - Rohu

மிர்கால் - MRIGAL

வெள்ளிக் கெண்டை - SILVER CARP

புல்கெண்டை - GRASS CARP

சாதா கெண்டை - COMMON CARP

இந்திய கெண்டை இனங்களான கட்லா, ரோகு மற்றும் மிருகால் ஆகியன நன்னீர் குட்டைகளில் கூட்டின முறையில் வளர்க்கப் படுகின்றன. இத்துடன் அயல்நாட்டு இனங்களான வெள்ளிக் கெண்டை, புல்கெண்டை மற்றும் சாதா கெண்டை ஆகியவையும் சேர்த்து வளர்க்கப்படுகின்றன. இவற்றில் கட்லாவும் வெள்ளிக் கெண்டையும் மேற்பரப்பு உண்பிகள். கட்லா மீன்கள் விலங்கின மிதவை நுண்ணியிரிகளை உட்கொள்ளும். வெள்ளிக் கெண்டை தாவர நுண்ணுயிர்களை உட்கொள்ளும். புல்கெண்டை மீன்கள், தாவர மிதவை நுண்ணுயிர்களை உட்கொள்ளும். ரோகு நடுப்பரப்பில் வாழ்ந்து சகல உணவையும் ஏற்கும். மிர்கால் மற்றும் சாதா கெண்டைகள் குளத்தின் அடியில் உள்ள அனைத்து வகை நுண்ணுயிரி வகைகளை உட்கொள்ளும். ரோகுவும் தாவர வகை நுண்ணுயிரி வகைகளை உட்கொள்ளும். அயல்நாட்டு இனங்களை ஒப்பிடும்போது, இந்திய கெண்டை இனங்கள் மெதுவாக வளரக் கூடியவை. ஆயினும் நம்நாட்டு மக்கள் இந்திய கெண்டை இனங்களையே விரும்பி உண்ணுகின்றனர்.

மீன்வளர்ப்பு குளம்

கட்லா   வெள்ளிக் கெண்டை
ரோகு   புல்கெண்டை
மிர்கால்   சாதா கெண்டை

கெண்டை மீன் வகைகள் இயற்கையாக உருவாக்கப்படும் மண் தரையையும் மண் கரைகளையும் அடிப்படையாகக் கொண்ட குளங்களில் வளர்க்கப்படுகின்றன. இவ்வாறு குளத்திற்கான இடங்களைத் தேர்வு செய்யும்போது கீழ்க்கண்ட முறைகளை கையாள வேண்டும்.

1. மண் பரிசோதனை

மண்ணின் அமில கார நிலை 7 முதல் 9 வரை இருத்தல் வேண்டும். அவ்வாறு இல்லையெனில் அதாவது 7க்கு சற்று குறைவாக இருப்பின், சுண்ணாம்பு போட்டு சரி செய்யலாம்.

2. நீரின் தன்மை

மீன் வளர்ப்புக்கு பயன்படுத்தும் நீரின் அமில கார நிலை 7 முதல் 9 வரை இருத்தல் நல்லது. உப்புத் தண்ணீரில் கெண்டை மீன்களை வளர்க்க இயலாது.

3. குளத்தின் அமைப்பு

மீன்கள் வளர்க்கும் குளம் செவ்வக வடிவில், கிழக்கு மேற்காக குறைந்த பட்சம் ஒரு ஹெக்டேர் (2.5 ஏக்கர்) அளவு நிலம் இருத்தல் நல்லது. இது 6 அடி ஆழம் இருக்க வேண்டும். அவ்வாறு இருந்தால் தான் 5 அடி தண்ணீர் தேக்க முடியும். இதன்மூலம் கெண்டை இனங்களின் வளர்ச்சியை உறுதி செய்யமுடியும். மீன் வளர்ப்புக் காலம் 8-10 மாதங்கள் தேவைப்படுவதால் அதற்குண்டான நீரின் தேவையை கணக்கிட்டு, நீர்நிலை ஆதாரங்கள் உறுதி செய்ய வேண்டும். அவை கீழ்க்கண்ட வகைகளில் பெறலாம்.

1. ஆற்று நீர்
2. கால்வாய் பாசனம்
3. திறந்தவெளி கிணறு
4. ஆழ்குழாய் கிணறு

திறந்தவெளி கிணறு, மற்றும் ஆழ்குழாய் கிணற்றிலிருந்து நீர் இறைக்க தேவையான மின்சார/டீசல் பம்பு செட் அமைக்கப்பட வேண்டும்.

குளத்தை தயார் செய்யும் முறைகள்

களைகளை நீக்குதல்

பொதுவாக, சற்று பெரிய குளங்களில் களைகள் (Weeds) அதிகமாக வளர்ந்திருக்கும். ஆண்டு முழுவதும் நீர் உள்ள குளங்களிலும் இவற்றை அதிக அளவில் காணலாம். இத்தகைய குளங்களில் உள்ள களைகள் வேரூன்றி வளர்பவையாகவோ, நீரின் மேல் மட்டத்தில் மிதப்பவையாகவோ அல்லது நீரின் மேல் மட்டத்திற்குக் கீழ் அமிழ்ந்து இருப்பவையாகவோ இருக்கலாம். இவற்றுள் எந்த வகையானதாகிலும் குளத்தில் இருந்தால், நுண்ணுயிர் மிதவைகளின் வளர்ச்சிக்காக

இடப்படும் உரத்தின் சாரத்தை எடுத்துக் கொள்ளும். மீன்களின் நடமாட்டத்திற்கு இடையூறாக அமையும். இவை நீரிலுள்ள உயிர்வளியை இரவு நேரங்களில் குறைத்து விடுவதால், மீன்களுக்கு உயிர்வளிப் பற்றாக்குறை ஏற்படும்.

களை மீன்களையும் பகை மீன்களையும் நீக்குதல்

ஆண்டு முழுவதும் நீர் தேங்கி நிற்கும் குளங்களில் களை மீன்களின் பிரச்சினை ஏற்படுகின்றது. மீன் குஞ்சுகளை இருப்பு செய்யும்முன் எவ்வகை பகை மீன்களும் குளத்தில் இருக்காவண்ணம் கவனித்தல் அவசியம்.

தேவையற்ற களை மீன்களையும் (Weed Fish), பகை மீன்களையும் (Predatory Fish), குளத்தில் இருந்து எவ்வாறு அகற்றுவது என்பதைக் காண்போம். வலைபோடும் அளவிற்கு சிறிய குளமாக இருந்தால் மீண்டும், மீண்டும் வலைபோட்டு, களை மற்றும் பகை மீன்களை முழுவதுமாக அகற்றிவிட முடியும். ஆனால், பெரிய குளங்களில் வலைபோட்டு, களை மற்றும் பகை மீன்களை அகற்ற முடிவதில்லை. எனவே, இலுப்பைப் பிண்ணாக்கை பொடி செய்து குளத்தின் நீர்ப்பரப்பு முழுவதும் பரவலாகத் தூவ வேண்டும். இப்படிச் செய்வதினால், குளத்தில் ஒருவித நச்சு பரவும். இருப்பினும், இது நீண்ட நாட்களுக்கு நிலைப்பதில்லை. இத்தகைய நச்சுத் தன்மையால் களை மீன்களும், பகை மீன்களும் ஒன்றுவிடாமல் மாண்டு விடும். இலுப்பை பிண்ணாக்கை, ஹெக்டேருக்கு 2500 கிலோ அளவில் அதாவது ஒரு சதுர மீட்டருக்கு 1/4 கிலோ என்ற கணக்கில் பொடி செய்து நீரில் கரைத்து தெளிக்க வேண்டும். சிறிது காலத்திற்குப் பின்னர் நீரில் கரைக்கப்பட்ட இலுப்பை பிண்ணாக்கு இடப்பட்ட குளங்களில் முதன் முறையாக இட வேண்டிய பசுஞ்சாணத்தை தவிர்க்கலாம். இலுப்பை பிண்ணாக்கு இடப்பட்ட குளங்களில், குஞ்சுகளை விடும் முன்னர் நச்சுத்தன்மை மறைந்துவிட்டதா என்பதை உறுதி செய்திட வேண்டும். பொதுவாக, நச்சுத் தன்மை 15 முதல் 25 நாட்களில் மறைந்து விடும்.

சுண்ணாம்பிடுதல்

குளங்களில் அமிலத்தன்மையை மாற்ற சுண்ணாம்பு (Lime) இடுதல் அவசியம். தேவைக்கேற்ற அளவு சுண்ணாம்பிடுதல், குளங்களுக்கு இடப்படும் உரங்களை தூண்டி செயலாற்றி, அவற்றின் ஊட்டச்சத்துக்கள் உயிரினங்களுக்கு சிறப்பான முறையில் கிடைக்க வகை செய்கின்றன. ஒரு ஹெக்டேருக்கு 250 கிலோ என்ற அளவில் கிளிஞ்சல் சுண்ணாம்பு அல்லது கல் சுண்ணாம்பு இடலாம்.

உரமிடுதல்

குளங்களுக்கு உரமிடுதல் மூலமாக மீன்களின் வளர்ச்சிக்கு தேவைப்படும் தன்னூட்ட உயிரினங்களையும் (Autotrophic) மற்றும் கலப்புணவு (Heterotrophic) எனப்படும் சாறுண்ணிகளையும் உற்பத்தி செய்ய முடியும். சாதாரணமாக மீன் குளங்களில் இயற்கை உரங்களையும் மற்றும் செயற்கை உரங்களையும் பயன்படுத்துவது வழக்கம். மாட்டு எருவையும் கோழி எருவையும் சாதாரணமாக மீன் வளர்ப்போர் பயன்படுத்துவார்கள்.

மாட்டு எருவை ஹெக்டேர் ஒன்றுக்கு ஆண்டு ஒன்றுக்கு 10 டன் முதல் 20 டன் வரை குளத்தில் இடலாம். கோழி எருவாயின் 4 டன் முதல் 8 டன் வரை தனியாகவோ, செயற்கை உரங்களுடன் கலந்தோ போடலாம்.

யூரியா - 100 கிலோ/1 ஹெக்டேர்

சூப்பர் பாஸ்பேட் - 50 கிலோ / 1 ஹெக்டேர்

இயற்கை உரங்களை இடும்போது, மூன்றில் ஒரு பங்கு உரத்தை, மீன்குஞ்சுகளை குளங்களில் விடுவதற்கு 15 நாட்களுக்கு முன்னர் அடியுரமாக இட வேண்டும். மீதியுள்ள உரங்களை சராசரியாக பிரித்து 15 நாட்களுக்கு ஒருமுறை இடவேண்டும். மாடு/கோழி உரங்கள் கிடைக்காத இடங்களில், பன்றி மற்றும் வாத்து உரங்களையும் தேவைக்கேற்பப் பயன்படுத்தலாம்.

உயிரி உரங்கள் (Bio Fertilizers)

இவை மட்டுமின்றி, நைட்ரஜனை உருவாக்கும் அசோல்லா போன்ற, அதிக புரதச்சத்து (15-17%) கொண்டவற்றை, ஹெக்டேர் ஒன்றுக்கு ஆண்டு ஒன்றுக்கு 40 டன் வரை தீவிர மீன் வளர்ப்புக் குளங்களில் இடலாம். இந்த எண்ணிக்கையில் இடும்போது, கெண்டை இனங்களின் வளர்ச்சிக்கு தேவையான, 100 கிலோ நைட்ரஜன், 25 கிலோ பாஸ்பரஸ், 90 கிலோ பொட்டாஷியம் மற்றும் 1500 கிலோ அங்கக உரங்கள் கிடைக்கும்.

மீன் குஞ்சுகளை இருப்பு செய்தல்

மீன் குஞ்சுகளை இருப்பு செய்யுமுன், குளத்தின் மண்ணின் தன்மை, நீரின் தன்மை மற்றும் அளவு மற்றும் தாங்கும் தன்மை இவற்றை கருத்தில் கொள்ள வேண்டும். மேலும் சந்தை நிலவரத்தை அனுசரித்து தேவைக்கேற்ப இருப்பு செய்ய வேண்டும். இந்தியாவில் குறிப்பாக தமிழ்நாட்டில் கட்லா, ரோகு, மிர்கால் போன்ற இந்திய பெருங் கெண்டைகளுக்கு மிகுந்த தேவை இருப்பதால் இவை மூன்று மட்டுமே இருப்பு செய்தால் போதுமானது.

ஹெக்டேர் ஒன்றுக்கு 5000 முதல் 10000 வரை மீன் குஞ்சுகளை இருப்பு செய்யலாம். இவ்வாறு செய்யும்போது, 8-10 மாதங்களில் 4-5 டன் வரை அறுவடை செய்யலாம். இருப்பு செய்யும் மீன் குஞ்சுகளை அரசு அல்லது தனியார் நிறுவனங்களின் மீன்குஞ்சு பொரிப்பகங்களில் இருந்து கொள்முதல் செய்யலாம். 10 மாத இறுதியில் மீன் ஒன்று சராசரியாக 800 கிராம் முதல் ஒரு கிலோ வரை எடை இருக்கும்.

இணை உணவு அளித்தல்

இளம் மீன் குஞ்சுகள், உண்ண ஆரம்பித்த முதல் இரண்டு நாட்களுக்குப் பின்னர், மற்ற உணவை உண்ண ஆரம்பிக்கின்றன. பொதுவாக, நன்கு அரைத்த பிண்ணாக்கும், அரிசித் தவிடும் கலந்து இணை உணவாக (Supplementary feed) கொடுக்கப்படுகின்றது. இவ்வாறு கொடுக்கப்படும் இணை உணவின் அளவு, இருப்பு செய்யப்பட்ட இளங்குஞ்சுகளின் எடையைப் பொறுத்து மாறுபடும். மீன் குஞ்சுகளின் மொத்த எடையில் 5 விழுக்காடு என்ற விகிதத்தில் இக்கலவையினை அளிக்கலாம். இவ்வாறு அளிக்கப்படும் இணை உணவை தண்ணீரில் தூவலாம் அல்லது களி போன்று பிசைந்து நீரினுள் வைத்து விடலாம். இளம் மீன் குஞ்சுகளுக்கு உணவை காலை வேலைகளில் கொடுத்தல் மிக முக்கியமானதொன்றாகும்.

மேற்கூறியவாறு, நாற்றங்காலில் சுமார் இருபது நாட்கள் பராமரிக்கப்பட்ட மீன் குஞ்சுகளை வளர்ப்பு குளங்களில் சுமார் நாற்பத்தைந்து முதல் அறுபது நாட்கள் வரை வளர்த்த பின்னரே, உற்பத்தி குளங்களில் இருப்பு செய்வதற்கேற்ற விரலளவு குஞ்சுகளை நாம் பெற இயலும். விரலிகளை கொள்முதல் செய்தால், நாற்றங்கால் குளம் தேவை இல்லை. நேரிடையாக வளர்ப்புக் குளத்தில் இருப்பு செய்யலாம்.

குளத்து மண்ணின் தன்மை மற்றும் நீரின் தன்மையைப் பேணுதல்

மண்ணின் கார அமில நிலை, அங்ககத் தன்மை ஆகியவற்றைப் பொறுத்து மீன்களின் வளர்ச்சித் தன்மை பாதிப்புக்குள்ளாவது உண்டு. ஒரு அறுவடை முடிந்ததும், நீரை முழுவதுமாக வெளியேற்றி குளத்தடி மண்ணை சூரிய வெளிச்சத்தில் காயப்போடுவது, பாதகம் செய்யும் நுண்ணுயிரிகளை அழித்து விடும். குளத்து மண் காரநிலை கொண்ட சல்பேட் மண்ணாக இருப்பின் 10 டன் முதல் 15 டன் வரை இயற்கை உரங்களை இட்டு சரி செய்யலாம்.

நீரின் தன்மை

கெண்டை இனங்கள் நன்கு வளர்ச்சி பெற நீரின் தன்மை கீழ்க்கண்டவாறு இருத்தல் அவசியம்.

அமில கார நிலை (pH)	-	7.5 முதல் 8.3 வரை வெப்பம்- 27-32°C வரை
கரையும் உயிர்வளி (ஆக்சிஜன்)	-	4 மில்லி கிராம் / 1 லிட்டருக்கு; இதற்கும் அதிகமாக இருத்தல் வேண்டும்.
சாஷே டிஸ்க் மூலம் பார்க்க	-	25-30 செ.மீ. வரை தண்ணீர் தெளிவுடன் தெரியவேண்டும்.
மொத்த காரநிலை (Alkalinity)	-	80-120 மி.கி. கால்சியம் கார்பனேட் / 1 லிட்டருக்கு

மேலே குறிப்பிட்ட அளவுகளில் மாறுபாடு தெரியுமானால், அவ்வப்போது உரிய செயல் திட்டத்துடன் சரி செய்யவேண்டும்.

அமில கார நிலை 7க்கு குறையும்போது, தேவையான அளவு சுண்ணாம்பு இடவேண்டும். இவ்வாறு செய்தால், கார நிலை மேம்பட்டு, நீரின் கடினத்தன்மை குறைந்து, ஹைட்ரஜன் சல்பைடு, அளவு குறைந்து நீரின் தன்மை மீன்களின் வளர்ச்சிக்கு ஏதுவாக இருக்கும். டோலோமைட் இடுவதன் மூலம் மிதவை நுண்ணுயிர்களின் எண்ணிக்கை பெருகும். காரநிலை 8.5க்கு மேலே போனால் விவசாய ஜிப்சம் போட்டு சரிபடுத்தலாம்.

அதி தீவிர முறையில் மீன் வளர்ப்போர் ஏரேட்டர்களை பயன்படுத்துவர். இதன் மூலம் நீரில் உயிர்வளியைப் பெருக்க முடியும். சாதாரண முறையில் மீன் வளர்ப்போர் வாரம் ஒருமுறையாவது குளத்தடி நீரை சற்றே வெளியேற்றி, புதிய நீரை குளத்தில் நிறைத்தால் உயிர்வளி பெருகும். குளத்து நீர் கலங்கலாக மாறிவிட்டால், அதை நேர் செய்ய ஹெக்டேர் ஒன்றுக்கு 500 - 1000 கிலோ மாட்டு எருவையும், ஜிப்சம் 250-500 கிலோவையும் இடவேண்டும்.

மீன்களை தாக்கும் நோய்கள் தடுக்கும் முறைகள், மற்றும் சிகிச்சை முறைகள்

மீன்கள் குளிர்ந்த வகையைச் சேர்ந்தவை. எனவே, சூழல் மாறுபாடு காரணமாக நோய்களுக்கு ஆளாக வாய்ப்புண்டு. நோய்வாய்ப்பட்ட மீன்களுக்கு, கால்நடைகளைப் போல தனிப்பட்ட முறையில் சிகிச்சை அளிக்க இயலாது. மேலும் தீவனக் குறைபாடுகள் காரணமாகவும் இவைகள் நோய்க்கு இலக்காவது உண்டு.

நோய்களும், சிகிச்சை முறைகளும்

அரிமானப் புண் (ULCER)

காரணி : ஏரோமோனஸ் - சூடோமோனஸ் - பாக்டீரியா

அறிகுறிகள்: தோலின் மேல் வெண்ணிற திட்டுக்கள் காணப்படும். இவற்றைச் சுற்றி செந்நிற வளையங்கள், இரத்தக் கசிவுடன் காணப்படும்.

சிகிச்சை : மோசமாக பாதிக்கப்பட்ட மீன்களை அகற்றிட வேண்டும்.

- குளத்தை 0.5 பிபிஎம் (PPM) அளவில் பொட்டாஷியம் பர்மாங்கனேட் கொண்டு தொற்று நீக்கம் செய்ய வேண்டும்.

  1 கிலோ தீவனத்திற்கு 100 மில்லிகிராம் என்ற அளவில் கலந்து, குளத்தில் தெளிக்க வேண்டும். இவ்வாறு 10-12 நாட்களுக்கு செய்ய வேண்டும்.

நீர்க்கோவை நோய் (Dropsy)

காரணி : ஏரோமோனஸ் பாக்டீரியா

அறிகுறிகள்: மீனின் செதில்கள் இரத்தக் கசிவுடன் துறுத்திக் காணப்படும். வயிற்றுக்குள்ளே நீர்கோர்த்து இருக்கும்.

சிகிச்சை : 1 பிபிஎம் பொட்டாஷியம் பர்மாங்கனேட் கரைசலைக் கொண்டு குளத்து நீரை தொற்று நீக்கம் செய்ய வேண்டும்.

ஒட்டுண்ணி தாக்கம் (Argulosis)

காரணி : ஆர்குலஸ்

அறிகுறிகள்: செதில்கள் மற்றும் துடுப்புகள் (Fins) மீது ஒட்டிக் கொண்டு இருப்பதைக் கண்கூடாகப் பார்க்க முடியும். சிலவற்றில் செம்புள்ளிகள் தோன்றும்.

சிகிச்சை : நோய்த் தாக்கம் குறைவாக இருப்பின் பொட்டாக்ஷியம் பர்மாங்கனேட் கரைசலை 5 பிபிஎம் அளவில் கலந்து குளத்து நீரை தொற்று நீக்கம் செய்யலாம். பெருமளவு மீன்கள் பாதிக்கப் பட்டால், குளத்து நீரை முழுவதுமாக வெளியேற்றி, தரையை சூரிய ஒளியில் காயவிட வேண்டும்.

இவை மட்டுமின்றி மேலும் சில நோய்கள் மீன்களைத் தாக்கக் கூடும். இதற்கு மீன்வளத் துறை அலுவலர்களை தொடர்பு கொண்டு ஆலோசனை பெறலாம்.

அறுவடையும் விற்பனையும்

8-10 மாதங்களில் சராசரியாக ஒவ்வொரு மீனும் 800 கிராம் முதல் ஒரு கிலோ எடையுடன் இருக்கும். அறுவடை செய்த மீன்களுக்கு உள்ளூரிலேயே நல்ல சந்தை விலை கிடைக்கும். மீன்களை உயிருடன் விற்றால் மேலும் நல்ல விலை கிடைக்கும்.

கூட்டின முறையில் கெண்டை மீன்கள் வளர்ப்பு
மாதிரி வங்கித் திட்டம்

அ. முதலீட்டுச் செலவுகள் குளத்தின் பரப்பளவு : 1 ஹெக்டேர் (2.5 ஏக்கர்)

வ.எண்	விவரங்கள்	ரூபாய்
1.	நிலத்தை தயார் செய்ய	15,000
2.	குளம் வெட்டி, கரைகள் அமைக்க, வலுப்படுத்த	1,20,000
3.	தண்ணீர் உட்புகும் குழாய்கள், கதவணைகள் பொருத்த	60,000
4.	நீரேற்றுக் குழாய்கள் பொருத்த	35,000
5.	போர்வெல் அமைக்க	80,000
6.	மோட்டார் கொட்டகை (20 ச.அடி X ரூ.500)	10,000
7.	தீவனக்கிடங்கு, அலுவல் அறை 100 ச.அ. X ரூ.550	55,000
8.	மின்சாரம், இதர செலவுகள்	25,000
9.	7.5 குதிரை சக்தி பம்பு செட்	65,000
10.	உபகரணங்கள்	25,000
	மொத்த மூலதனச் செலவுகள்	4,90,000

திட்டத்தின் குறிப்புகள்

		ஹெக்டேருக்கு
வளர்ப்புக் காலம்	-	10 மாதங்கள்
ஆண்டு ஒன்றுக்கு	-	1 வளர்ப்பு
கெண்டை குஞ்சுகள் இருப்பு	-	10000
தீவன மாற்று விகிதம்	-	1:1:4

திட்ட மதிப்பீடு

விவரங்கள்		தொகை (ரூபாய்)
முதலீட்டுச் செலவுகள்	-	4,90,000
நடைமுறைச் செலவுகள்	-	5,51,000
மொத்தச் செலவுகள்	-	**10,41,000**
விவசாயியின் வரம்புத் தொகை (25%)	-	2,61,000
நிகர வங்கிக் கடன்	-	7,80,000
வட்டி விகிதம்	-	12% ஆண்டு ஒன்றுக்கு
தவணைக் காலம்	-	6 ஆண்டுகள்

நடைமுறைச் செலவுகள் (ரூபாய்களில்)

	ஆண்டுகள்					
செலவினங்கள்	1	2	3	4	5	6
1. குளம் தயார்படுத்த	12,000	12,000	12,000	12,000	12,000	12,000
2. சுண்ணாம்பு (500x ரூ.6 வீதம்) 3,000	3,000	3,000	3,000	3,000	3,000	3,000
3. மாட்டு எரு (3 டன் ரூ.1200 வீதம்)	3,600	3,600	3,600	3,600	3,600	3,600
4. உரங்கள் :யூரியா 100 கி.சூப்பர் பாஸ்பேட் 200கி. பொட்டாஷ் 50கி ரூ.கிலோவுக்கு ரூ.6, ரூ.10, ரூ.17வீதம்	3,400	3,400	3,400	3,400	3,400	3,400
5. மீன் குஞ்சுகள் - 10000 எண்ணிக்கை	12,000	12,000	12,000	12,000	12,000	12,000
6. மிதவைத் தீவனம் 9000 கிலோ ரூ.40/கிலோ ஒன்றுக்கு	3,60,000	3,60,000	3,60,000	3,60,000	3,60,000	3,60,000
7. மருந்துகள் / வேதியல் பொருட்கள்	12,000	12,000	12,000	12,000	12,000	12,000
8. பண்ணையாள் கூலி (மாதம் ரூ.10,000 (10 மாதங்கள்)	10,000	10,000	10,000	10,000	10,000	10,000
9. மின்சார / டீசல் செலவுகள்	25,000	25,000	25,000	25,000	25,000	25,000
10. அறுவடை/ விற்பனைச் செலவுகள்	10,000	10,000	10,000	10,000	10,000	10,000
11. இதர செலவுகள் (பழுது பார்த்தல்)	10,000	10,000	10,000	10,000	10,000	10,000
மொத்தச் செலவுகள்	**5,51,000**	**5,51,000**	**5,51,000**	**5,51,000**	**5,51,000**	**5,51,000**

இலாபங்கள்

வ.எண்.	வரவினங்கள்	1	2	3	4	5	6
		வளர்ப்புக்காலம் - 10 மாதங்கள் (தொகை ரூபாய்களில்)					
		ஆண்டுகள்					
1.	மீன் குஞ்சுகள் இருப்பு எண்ணிக்கை (ஒரு ஹெக்டேருக்கு)	10,000	10,000	10,000	10,000	10,000	10,000
2.	பிழைப்புத்திறன் (80%)	8,000	8,000	8,000	8,000	8,000	8,000
3.	சராசரி எடை (கிராமில்)	800	800	800	800	800	800
4.	ஒரு வளர்ப்பில் கிடைக்கும் மீன்களின் எடை (கிலோவில்)	6,400	6,400	6,400	6,400	6,400	6,400
5.	தீவன மாற்று விகிதம் (FCR)	1.40	1.40	1.40	1.40	1.40	1.40
6.	கிலோ ஒன்றுக்கு கிடைக்கும் விலை	150	150	150	150	150	150
7.	ஒரு வளர்ப்பில் கிடைக்கும் வருவாய்	9,60,000	9,60,000	9,60,000	9,60,000	9,60,000	9,60,000
8.	ஆண்டு ஒன்றுக்கு எத்தனை வளர்ப்புகள்	1	1	1	1	1	1
9.	மொத்த வருவாய் ஆண்டு ஒன்றுக்கு	9,60,000	9,60,000	9,60,000	9,60,000	9,60,000	9,60,000
	செலவினங்கள்	5,51,000	5,51,000	5,51,000	5,51,000	5,51,000	5,51,000
	நிகர வருவாய்	**4,09,000**	**4,09,000**	**4,09,000**	**4,09,000**	**4,09,000**	**4,09,000**

தேய்மான விவரங்கள்

ஆண்டுகள் **ரூபாய்கள் (லட்சங்களில்)**

விவரங்கள்	மொத்த அளவு	தேய்மான தொகை	1	2	3	4	5	6	தேய்மானத்தின் இறுதி ஆண்டு மதிப்பீடு
கட்டுமானப் பணிகள்	4.00	10%	4.00	3.60	3.34	3.00	2.70	2.43	
10% தேய்மானம்			0.40	0.36	0.34	0.30	0.27	0.23	
நிகர மதிப்பு			3.60	3.34	3.00	2.70	2.43	2.20	2.20
உபகரணங்கள், மோட்டார் சாதனங்கள்	0.90	15%	0.90	0.76	0.65	0.56	0.48	0.41	
15% தேய்மானம்			0.14	0.11	0.09	0.08	0.07	0.06	
நிகர மதிப்பு			0.76	0.65	0.56	0.48	0.41	0.35	0.35
ஆக மொத்தம்			**0.54**	**0.47**	**0.43**	**0.38**	**0.34**	**0.29**	**2.55**

வங்கிக் கடனைத் திருப்பிக் கட்டுதல்

விவரங்கள்	ஆண்டுகள்			(ரூபாய் லட்சங்களில்)		
	1	2	3	4	5	6
நிலுவையில் இருக்கும் அசல்	7.80	6.50	5.20	3.90	2.60	1.30
நிகர இலாபம்	4.09	4.09	4.09	4.09	4.09	4.09
வட்டி விகிதம் 12%	0.93	0.78	0.62	0.47	0.31	0.16
தேய்மானம்	0.54	0.47	0.43	0.38	0.34	0.29
வரி செலுத்தும் முன் இலாபம் (PBT)	2.62	2.84	3.04	3.24	3.44	3.64
வரி 10%	0.26	0.28	0.30	0.32	0.34	0.36
வரிக்கு பிந்திய இலாபம் (PAT)	2.36	2.56	2.74	2.92	3.10	3.28
நிகர பணவரவு (வட்டி+தேய்மானம்+ வரிக்கு பிந்திய லாபம்)	3.83	3.81	3.79	3.77	3.75	3.73
கடனை திருப்பிக் கட்டுதல்						
அசல்	1.30	1.30	1.30	1.30	1.30	1.30
வட்டி	0.93	0.78	0.62	0.47	0.31	0.16
மொத்தம் (அசல் + வட்டி)	2.23	2.08	1.92	1.77	1.61	1.46
கடன் சேவை வருவாய் விகிதம்	1.72	1.83	1.97	2.13	2.33	2.55
சராசரி கடன் சேவை வருவாய் விகிதம்	2.08					

தள்ளுபடிக் காரணி (DF) அடிப்படையில் நிகர தற்போதைய லாபத்தைக் கணக்கிடுதல்

(ரூபாய் லட்சங்களில்)

விவரங்கள்	ஆண்டுகள்	
	1	2-6
1. முதலீட்டுச் செலவுகள்	4.90	
2. நடைமுறைச் செலவுகள்	5.51	5.51
3. மொத்தச் செலவுகள்	10.41	5.51
4. மொத்த வருவாய்	9.60	9.60
5. நிகர லாபம்	4.09	4.09

தள்ளுபடிக் காரணி (DISCOUNT FACTOR) அடிப்படையில் நிகர லாபம்

(ரூபாய் லட்சங்களில்)

1. தள்ளுபடிக் காரணி 15% என இருக்கையில் செலவுகளின் தற்போதைய மதிப்பு (PWC-Present worth of Costs) — 19.23

2. தள்ளுபடிக் காரணி 15% எனில் வரவுகளின் தற்போதைய மதிப்பு (Present worth of Benefits) — 24.90

3. நிகர வருவாயின் தற்போதைய மதிப்பு 15%ல் (வருவாயின் தற்போதைய மதிப்பு - செலவுகளின் தற்போதைய மதிப்பு) (PWB - PWC) — 5.60

$$\frac{\text{வருவாயின் தற்போதைய மதிப்பு}}{\text{செலவுகளின் தற்போதைய மதிப்பு}} = \frac{24.90}{19.23} = 1.29$$

4. வருவாய் செலவு விகிதம் (BCR) Benefit Cost Ratio : — 1.29

5. உள்வருவாய் விகிதம் 15%ல் IRR - (Internal Rate of Return) — 66.02%

குறிப்பு : உள் வருவாய் விகிதம் 66% என்று இருப்பதால், இது ஒரு மிகச் சிறந்த திட்டம்.

5

வெள்ளத் தனைய இடும்பை அறிவுடையான்
உள்ளத்தின் உள்ளக் கெடும்.   - குறள் எண் : 622

கலைஞர் உரை

வெள்ளம்போல் துன்பம் வந்தாலும் அதனை வெல்லும் வழி யாது என்பதை அறிவுடையவர்கள் நினைத்த மாத்திரத்திலேயே அத்துன்பம் விலகி ஓடி விடும்.

தீவிர முறையில் கெண்டை மீன்கள் வளர்ப்பு
(Intensive Fish Culture)

முன்னுரை

இதற்கு முந்தைய தலைப்பில் கூட்டின முறையில் கட்லா, ரோகு, மிர்கால் மற்றும் வெளிநாட்டு இனங்களான புல்கெண்டை, வெள்ளிக் கெண்டை, சாதா கெண்டை வளர்ப்பதைப் பற்றி விரிவாக விளக்கப்பட்டு அதற்கான மாதிரி வங்கித் திட்டமும் தரப்பட்டுள்ளது. இதற்கும் ஒருபடி மேலே சென்று, தீவிர முறையில் கெண்டை மீன்கள் உற்பத்தி செய்வது எப்படி என்று இந்தத் தலைப்பில் காணப்போகிறோம்.

சாதாரணமாக கூட்டு முறை வளர்ப்பில் விடப்படும் விரலளவு மீன் குஞ்சுகள் சராசரியாக 50-100 கிராம் எடை இருக்கும். ஆனால் தீவிர முறையில் வளர்க்கையில், ஒரு விரல் அளவு மீன் குஞ்சுகளின் எடை 200-250 கிராம் இருக்கும். பெரும்பாலும் கட்லா, ரோகு இனங்களையே, தீவிர வளர்ப்பில் பயன்படுத்துவர். ஆறுமாதம் கழித்து அறுவடை செய்யும்போது, இவற்றின் சராசரி எடை 1.0-1.25 கிலோ எடை இருக்கும். இவ்வாறு 6 மாதங்களில், எடை பெற, குளத்தின் பண்படுத்தும் முறையும், தீவன மேலாண்மையும் மாறுபடும்.

கடலை பிண்ணாக்கு, அரிசித்தவிடு, பருத்திக்கொட்டை பிண்ணாக்கு ஆகியவற்றை, முறையே 80%, 10%, 10% என்ற விகிதத்தில் கலந்து, மீன்களின் எடைக்கு ஏற்றவாறு கலந்து கொடுக்க வேண்டும். நீர் மேலாண்மை சரிவரச் செய்தால், குறைந்தது 80% பிழைப்புத் திறன் பெற முடியும்.

சாதகமான சூழ்நிலை

நன்னீரில் மீன் வளர்ப்பு செய்ய, நம் நாட்டில் குளங்கள், ஏரிகள், கண்மாய்கள் என 3 மில்லியன் ஹெக்டேர் நீர்ப்பரப்பு உள்ளது. மேலும் விவசாயம் செய்ய பயன்படாத நீர் நிலைகள் 0.78 மில்லியன் ஹெக்டேர் நீர்நிலைகள் உள்ளன. அறிவியல் பூர்வமாக நன்னீர் மீன்வளர்ப்பு 4.56 மில்லியன் ஹெக்டேர் நீர்ப்பரப்பில் மட்டுமே செய்யப்படுகிறது. மீன் வளர்ப்பு செய்ய தகுதியான நீர்ப்பரப்பில இது 20% மட்டுமே. எனவே உள்நாட்டில் நன்னீரில் மீன் உற்பத்தி செய்ய இன்னும் ஏராளமான வாய்ப்புகள் உள்ளன.

இந்தியாவின் மீன் உற்பத்தியில், செயற்கை முறையில் குளங்கள் வெட்டி, நீரைத் தேக்கி விஞ்ஞான முறையில் மீன்வளர்ப்பு என்பது 60 விழுக்காடாக உள்ளது. இவற்றின் சராசரி உற்பத்தி, ஹெக்டேருக்கு ஆண்டு ஒன்றுக்கு 2160 கிலோ என்ற அளவில் மட்டுமே உள்ளது. உலக அளவில், ஆசிய அளவில் ஒப்பிடும்போது இது மிகக் குறைவே. தமிழ்நாட்டிலும், ஆந்திராவிலும் மீன் உற்பத்தி செய்ய விவசாயிகள் ஆர்வம் காட்டுகிறார்கள். தேசிய மீன் வளர்ச்சிக் கழகம் (NFDB) மீன் இனம் சார்ந்த அனைத்து தொழில்களுக்கும் கட்டுமானப் பணிகளுக்கும் மானியம் வழங்குகிறது. இதுபற்றி நாம் வேறு ஒரு தலைப்பில் காணலாம்.

இடம் தேர்வு செய்தல்

இது பற்றி நாம் கூட்டின முறையில் மீன் வளர்ப்பு தலைப்பில் பார்த்து விட்டோம்.

குளம் தயார் செய்து பண்படுத்துதல்

- குளத்துக்கான இடம் தயார் செய்த பின்னர், 6 மாத வளர்ப்புக் காலத்திற்கு தேவைப்படும் நீர் ஆதாரங்கள் உள்ளனவா என்று முதலில் உறுதி செய்யவேண்டும்.
- ஆற்று நீர், ஏரி, கண்மாய், கிணறு என எவ்வாறாக இருப்பினும், நீர்பரிசோதனை செய்து உறுதி செய்து கொள்ளவேண்டும்.
- கைவிடப்பட்ட நீர்நிலைகள், தாழ்வான சதுப்பு நிலங்கள் ஆகியவற்றை மண்வாரி சீர் செய்து உபயோகிக்கலாம்.
- ஏற்கனவே மீன்வளர்ப்பு செய்த குளங்களை, வண்டல் மண்ணை நீக்கி, சமன்படுத்தி பயன்பெறலாம்.
- புதியதாக மீன்வளர்ப்புக் குளங்களை அகழ்ந்து தயார் செய்யலாம்.

- கரைகளை வலுப்படுத்தி, நீர் உட்புகும் குழாய், நீர் வெளியேற்றும் கதவணைகள் பொருத்தப்பட வேண்டும்.
- மேலும் தீவன சேமிப்பு அறை, சிறிய வகை அலுவலகம், வலைகள், சிறிய படகுகள், டீசல்/மின்சார மோட்டார், அதற்குண்டான இணைப்புகள், எடை எந்திரம் மற்றும் தேவைப்படும் இதர உபகரணங்களையும் வாங்கி வைக்க வேண்டும்.

குஞ்சுகள் இருப்பு செய்யும்முன் தேவைப்படும் செயல்பாடுகள்

- களைகளை அகற்றுதல்
- பகை மீன்களை அழித்தல்: இதற்கு இலுப்பம் பிண்ணாக்கை ஹெக்டேருக்கு 2500 கிலோ இட வேண்டும்.
- இதன்பிறகு குளத்து மண்ணை 15 நாட்கள் வெயிலில் காயவிட வேண்டும்.
- குளத்தின் கார அமிலநிலை 7.85 இருத்தல் நல்லது.
- இவ்வாறு இல்லாமல், எண்ணிக்கை 7க்கு கீழே போனால் சுண்ணாம்பு இட்டு சரி செய்யலாம்.
- இவ்வாறு செய்தால் ஒட்டுண்ணிகளை எதிர்க்கும் சக்தி மண்ணுக்குக் கிடைக்கும்.
- மேலும் சுண்ணாம்பானது, அங்ககப் பொருட்களை சிதைத்து மீன்களின் வளர்ச்சியை துரிதப்படுத்தும்.
- எவ்வளவு சுண்ணாம்பு இட வேண்டும்.

மண்ணின் அமில கார நிலை	ஹெக்டேருக்கு இடவேண்டிய சுண்ணாம்பு (கிலோ)
4.5 - 5.0	2000
5.1-6.5	1000
6.6-7.5	500
7.6-8.5	200
8.6-9.5	தேவையில்லை

உரமிடுதல்

• தீவிர முறையில் கெண்டை இனங்களை உற்பத்தி செய்ய முற்படும்போது, குளத்திற்கு உரமிடுவது ஒரு முக்கியக் பணியாகும். இயற்கை மற்றும் செயற்கை உரங்களை கலந்து பயன்படுத்துதல் சாலச் சிறந்தது.

- சுண்ணாம்பு இட்ட 3 நாட்கள் கழித்து இயற்கை உரங்களை பயன்படுத்தலாம்.
- பசுஞ்சாணம் ஹெக்டேருக்கு 5000 கிலோ இட வேண்டும். இது கிடைக்கவில்லை எனில், கோழி உரம் மற்றும் இதர பண்ணை விலங்குகளின் உரத்தையும் தேவைக்கேற்ப பயன்படுத்தலாம்.
- இயற்கை உரங்கள் போட்ட 15 நாட்கள் கழித்து இரசாயன உரங்களை உபயோகிக்கலாம்.
- தேவைக்கேற்ப, நைட்ரஜன்/பாஸ்பரஸ் உரங்களை கீழ்க் குறிப்பிட்டபடி பயன்படுத்தலாம்.

மண்ணின் தன்மை	**அம்மோனியம் சல்பேட்**	**யூரியா**
நைட்ரஜன் 100 கிராம் மண்ணில்/மில்லிகிராம்	70	30
அதிகம் (51-75)	90	40
இடைநிலை (26-50)	140	60
குறைவு (25 வரை)	-	-

பாஸ்பரஸ் (100 கிராம் மண்ணில் எவ்வளவு மி.கி.)	**சிங்கிள் சூப்பர் பாஸ்பேட்**	**டிரிப்பிள் சூப்பர் பாஸ்பேட்**
அதிகம் (6-12)	40	15
இடைநிலை (4-6)	50	20
குறைவு (3 வரை)	70	30

குஞ்சுகளை இருப்பு செய்தல்

உரமிட்டு 15 நாட்கள் கழித்து, கட்லா மற்றும் ரோகு கெண்டைகளின் பெரிய அளவு குஞ்சுகளை குளத்தில் இட வேண்டும். இவற்றின் சராசரி எடை 250 கிராம் இருத்தல் அவசியம். ஹெக்டேர் ஒன்றுக்கு 6250 குஞ்சுகளை விடலாம்.

கட்லா - 500

ரோகு - 5750

இதே போன்று சந்தை நிலவரத்துக்கு ஏற்றவாறு அயலின கெண்டைகளையும் அடர்ந்த இருப்பு செய்து வளர்க்கலாம்.

தீவன மேலாண்மை

- கட்லா - இது விலங்கின மிதவை நுண்ணுயிர்களை உண்டு வாழும். நீரின் மேல்பரப்பில் வசிக்கும்.
- ரோகு - இது சகலவிதமான மிதவை நுண்ணுயிர்களை உண்டு வாழும். நீரின் இடைப்பரப்பில் வசிக்கும்.

செயற்கை மேலுணவை மீன்களுக்கு அளித்தல்

கீழே குறிப்பிட்ட கலவையில் தீவனம் தயாரித்து, மூங்கில் தீவனத்தட்டில் வைத்து குளத்தடியில் இறக்கி விட வேண்டும். இல்லையெனில் குளத்து கரையைச் சுற்றிலும் தூவி விடலாம்.

தீவனம்	%	கிலோ
அரிசித் தவிடு	80	9600
கடலைப் பிண்ணாக்கு	10	1200
பருத்திக் கொட்டைப் பிண்ணாக்கு	10	1200
மொத்தம்	100	12,000

மேலுரம் இடுதல்

- இயற்கை உரத்தை மாதம் ஒருமுறை ஹெக்டேருக்கு 1000 கிலோ இடவேண்டும்.
- செயற்கை உரங்களையும் மாதம் ஒருமுறை இடைவெளி விட்டு இட வேண்டும்.

நீர் மேலாண்மை

1. வாரம் ஒருமுறை அல்லது இருமுறை நீரின் தன்மையை பரிசோதிக்க வேண்டும்.
2. இவற்றுக்கென, கார அமில நிலை மீட்டர், சலைனோ மீட்டர், டிஓ மீட்டர் (DO) ஆகியவற்றை வாங்கி உபயோகித்து பதிவேடுகளில் தரவுகளைப் பதிவு செய்ய வேண்டும்.
3. வாரம் ஒருமுறை மாதிரி மீன்பிடிப்பு (Trial Netting) செய்து, மீன்களின் வளர்ச்சியை கண்காணித்து எடைக்கேற்றவாறு தீவனம் அளிக்க வேண்டும்.
4. மீன்களுக்கு நோய்கள் உருவானால் அதற்கான தடுப்பு வழிமுறைகள் ஏற்கனவே விரிவாகக் கூறப்பட்டுள்ளன.

அறுவடையும் சந்தைப்படுத்துதலும்

6 மாதம் கழித்து மீன்களை அறுவடை செய்யலாம். அப்போது சராசரியாக 1.0 முதல் 1.25 கிலோ எடை இருக்கும். ஒரு ஆண்டில் ஹெக்டேருக்கு 5-6 டன் மீன்களை அறுவடை செய்யலாம். உயிருடன் மீன்களை விற்க ஏற்பாடு செய்தால், பண்ணை விலை அதிகரிக்கும்.

உற்பத்தியும் இலாபமும்

1.	பிழைப்புத் திறன்	80%
2.	அறுவடையின் போது சராசரி எடை	1.0 கிலோ
3.	மொத்த உற்பத்தி	5000 கிலோ
4.	பண்ணை விற்பனை விலை	ரூ.100/1கிலோ
5.	ஆண்டுக்கு எத்தனை அறுவடை	முதல் ஆண்டு - 1 2 - 10 ஆண்டு - 2
6.	முதல் ஆண்டு வருவாய்	ரூ.5,00,000
7.	2ஆம் ஆண்டிலிருந்து, ஆண்டொன்றுக்கு கிடைக்கும் வருவாய்	ரூ.10,00,000

தீவிர முறையில் கெண்டை மீன்கள் (கட்லா, ரோகு) வளர்ப்பு
1 ஹெக்டேர் நீர்ப்பரப்பு

அ. முதலீட்டுச் செலவுகள்

ரூபாய்களில்

வ.எண்.	விவரங்கள்	செலவு
1.	நிலத்தை சுத்தம் செய்ய, பண்படுத்த	15,000
2.	குளம் வெட்ட, கரைகள் அமைக்க, வலுப்படுத்த, இதர செலவுகள்	1,20,000
3.	டீசல் பம்புசெட் (7.5 குதிரை சக்தி + கொட்டகை)	1,00,000
4.	தண்ணீர் நுழைவாயில், நீர் வெளியேற்றும் கதவணைகள் அமைக்க	60,000
5.	தீவனக்கிடங்கு, அலுவலக அறை 100 ச.அடி X ரூ.600 வீதம்	60,000
6.	வலைகள், தீவனத்தட்டுகள்	10,000
7.	இதர செலவுகள்	10,000
	மொத்த முதலீட்டுச் செலவுகள் (அ)	**3,75,000**

ஆ. நடைமுறைச் செலவுகள்

(ஒரு வளர்ப்பு - 6 மாதம்)

வ.எ	விவரங்கள்	ரூபாய்களில்
1.	வண்டல் மண் அகற்ற, காயவைக்க, உழுது, நீர் பாய்ச்ச	12000
2.	சுண்ணாம்பு - 500 கிலோ - ரூ.6 வீதம்	3,000
3.	சிங்கிள், சூப்பர் பாஸ்பேட் 250கி ரூ.10 வீதம்	2,500
4.	யூரியா 125 கிலோ ரூ.6 வீதம்	750
5.	கோழி உரம் 5 டன் ரூ.1000 வீதம்	5000
6.	மீன் குஞ்சுகள் (200 - 250 கிராம் எடை) கட்லா- 750, ரோகு -5500 ரூ.15 வீதம் 6250 X ரூ.15	93750
7.	மீன் தீவனம்	
	கடலைப் பிண்ணாக்கு 80% - 9600 கி	96,000
	அரிசித் தவிடு -10% -1200 கி	12000
	பருத்திக்கொட்டை பிண்ணாக்கு - 10% - 1200 கி- முறையே கிலோவுக்கு	12000
	விலை ரூ.10, ரூ.25, ரூ.10 வீதம்	
8.	வேலையாள் கூலி மாதம் ரூ.15000, 6 மாதங்கள்	90,000
9.	அறுவடை கூலி	8000
10.	இதரச் செலவுகள்	15000
	மொத்த நடைமுறைச் செலவுகள் (ஆ)	3,50,000
	மொத்த முதலீட்டுச் செலவுகள் (அ)	3,75,000
	ஆக மொத்தச் செலவுகள் (அ+ஆ)	**7,25,000**

வரவு செலவு கணக்கீடுகளும் ரூபாயின் தள்ளுபடிக் காரணி (DF) அடிப்படையில் இலாபம்

(ரூபாய் இலட்சங்களில்)

ஆண்டுகள்		1	2-8	9	10
விவரங்கள்					
1.	முதலீட்டுச் செலவுகள்	3.75	-	0.75	0.00
2.	நடைமுறைச் செலவுகள்	3.50	7.00	7.00	7.00
3.	மொத்தச் செலவுகள்	7.25	7.00	7.75	7.00
4.	மொத்த வருவாய்	5.00	10.00	10.00	10.00
5.	நிகர இலாபம் (2-3)	1.48	3.00	2.25	3.00

தள்ளுபடி காரணி 15% (DF15%) என்ற அடிப்படையில்

செலவுகளின் தற்போதைய மதிப்பீடு @ 15% (TPWC)	22.86
வரவுகளின் தற்போதைய மதிப்பு @15% (TPWB)	29.12
நிகர லாபத்தின் தற்போதைய மதிப்பு (PW Benefit - PW Cost)	6.26
இலாப வருவாய் விகிதம் (BCR) (PW Benefits / PW Costs)	1:1:27
உள்வருவாய் விகிதம் (IRR)	**102%**

திட்டத்தின் மொத்த மதிப்பீடும் வங்கிக் கடனுதவியும்

	ரூபாய்
திட்டத்தின் மொத்தச் செலவுகள் -	7,25,000
விவசாயியின் வரம்புத் தொகை (25%) -	1,85,000
நிகர வங்கிக் கடனுதவி -	5,40,000

வட்டி விகிதம் - 12% ஆண்டு ஒன்றுக்கு

தவணை முறை - முதலாண்டு -1 தவணை

முதல் 6 மாதங்கள் விடுமுறைக் காலங்கள்

2 முதல் 10 ஆண்டு வரை - ஆண்டுக்கு 2 தவணைகள்

திட்ட மதிப்பும், வங்கிக் கடனுதவியும்
1. திட்டத்தில் மொத்தச் செலவுகள்
 (முதலீட்டுச் செலவு + ந.மு. செலவு)
 (8,50,00 + 4,50,00)   13,00,00

2. விவசாயியின் வரம்புத் தொகை (25%)   3,25,000

3. நிகர வங்கிக் கடன்   9,75,000

4. வட்டி விகிதம் 12% ஆண்டுக்கு

வங்கிக் கடனை திருப்பிக் காட்டும் முறை

ரூபாய் இலட்சங்களில்

ஆண்டு	நிகர வருவாய்	வட்டி 12%	அசல்	மொத்தம் அசல் + வட்டி	நிலுவையில் உள்ள வங்கிக் கடன்	நிகர இலாபம்	கடன் சேவை வருவாய் விகிதம்
1	1.48	0.65	-	0.65	5.40	-	2.20
2	3.00	0.67	0.60	1.27	4.80	1.73	2.36
3	3.00	0.57	0.60	1.10	4.20	1.83	2.56
4	3.00	0.50	0.60	1.10	3.60	1.90	2.72
5	3.00	0.43	0.60	1.03	3.00	1.97	2.91
6	3.00	0.36	0.60	0.96	2.40	2.04	3.12
7	3.00	0.29	0.60	0.89	1.80	2.11	3.37
8	3.00	0.22	0.60	0.82	1.20	2.18	3.65
9	2.25	0.15	0.60	0.75	0.60	1.50	3.00
10	3.00	0.07	0.60	0.67	0.00	2.33	4.47

சராசரி கடன் சேவை வருவாய் விகிதம் - **1: 2.55**

எனவே இது ஒரு சிறந்த திட்டம் ஆகும்.

6

கற்றார்முன் கற்ற செலச்சொல்லித் தாங்கற்ற
மிக்காருள் மிக்க கொளல்.   - குறள் : 724

கலைஞர் உரை

அறிஞர்களின் அவையில் நாம் கற்றவைகளை அவர்கள் ஏற்றுக் கொள்ளும் அளவுக்கு எடுத்துச் சொல்லி, நம்மைவிட அதிகம் கற்றவரிடமிருந்து மேலும் பலவற்றை நாம் அறிந்து கொள்ள வேண்டும்.

நன்னீர் இறால்களுடன் திலேபியா, கெண்டைமீன் கூட்டுமுறையில் வளர்ப்பு
(Scampi Culture)

முன்னுரை

உள்நாட்டு நீர் நிலைகளில் நன்னீர் இறால் வளர்ப்பது, சமீபகாலமாக பெருகி வருகிறது. இவற்றை தனியாகவோ, திலேபியா, கட்லா, ரோகு போன்ற இதர நன்னீர் மீன்களுடனோ சேர்த்து வளர்க்க முடியும். நம் நாட்டில், 2.6 மில்லியன் ஹெக்டேர் அளவுக்கு கழிமுகங்கள், நதிமுகத்துவாரங்கள் இருந்தாலும் 1.4 மில்லியன் ஹெக்டேரில் மட்டுமே இறால்கள் வளர்க்கப்படுகின்றன. இவற்றில் கூட நன்னீர் இறால் வளர்ப்பு மிகக் குறைவாக செய்யப்படுகிறது.

நன்னீர் இறால் வளர்ப்பு, உவர்நீர் இறால் வளர்ப்பிலிருந்து சற்றே வேறுபட்டது. நன்னீர் இறாலில் 2 பெருவகைகள் காணப்படுகின்றன.

1. மேக்ரோபிராக்கியம் ரோசன்பர்கி
2. மேக்ரோபிராக்கியம் மால்கம்சோனி

ஆயினும் இதில் மேக்ரோபிராக்கியம் ரோசன்பர்கி என்ற இனம் மட்டுமே நம்நாட்டில் அதிக அளவு வளர்ப்பு செய்யப்படுகிறது. இதன் உற்பத்தியில் சீனா முதலிடமும் இந்தியா 2வது இடமும் வகிக்கின்றன.

தேர்வு செய்யப்படும் நீரின் தன்மைகள் கீழ்க்கண்டவாறு இருத்தல் அவசியம்

1.	நீரின் வெப்ப அளவு	25-32^{0}C
2.	கார அமில நிலை	7.5 - 8.5
3.	உயிர்வளி	5-7 ppm
4.	ஒளி ஊடுருவும் தன்மை	30-40 செ.மீ
5.	நீரின் கடினத் தன்மை (கால்சியம் கார்பனேட்)	30-150 ppm
6.	நீரின் காரத் தன்மை	20-50 ppm

இடத்தை தேர்வு செய்தல்

கூட்டின முறையில் மீன்வளர்ப்பு என்ற தலைப்பில் இடத்தை தேர்வு செய்யும் முறை விளக்கப்பட்டுள்ளது. அதனுடைய அம்சங்கள் இவற்றுக்கும் பொருந்தும்; இதற்காக நீரினையும் மண்ணையும் பரிசோதித்து, ஏற்ற வகையில் இருந்தால் மட்டுமே குளத்தை தயார் செய்ய வேண்டும்.

குளத்தை தயார் செய்தல்

குளத்தின் அமைப்பு செவ்வக வடிவில் இருப்பது நல்லது. அதனுடைய நீள அகல கரைகளை காற்று வீசும் திசையில் அமைக்க வேண்டும். அப்போது தான் காற்றில் உள்ள உயிர்வளி (ஆக்சிஜன்) தண்ணீரில் இறங்கி, நீரில் கரையும் உயிர்வளியை உருவாக்கும். இதனால் நன்னீர் இறால்களின் வளர்ச்சி நன்கு அமையும்.

குளத்தின் பரப்பளவு குறைந்தது 0.5 ஏக்கரிலிருந்து 1 ஹெக்டேர் வரைக்கும் இருக்கலாம். ஒரு ஹெக்டேர் 10,000 சதுர மீட்டர் ஆகும். இதனை 200 மீட்டர் நீளம், 50 மீட்டர் அகலம் என்ற கணக்கில், குளத்தை வடிவமைக்கலாம். குளத்தின் ஆழம் 1.20 மீட்டர் இருத்தல் வேண்டும். கரைக்கும், கரையின் சரிவுக்கும் உள்ள விகிதம் 2:10 என அளவில் கரையை அமைக்கலாம்.

நீர் நுழையும் இடத்திலிருந்து, நீர் வெளியேறும் கதவணை வரை 20% என்ற அளவிற்கு இறங்குமுகமாக அமைக்க வேண்டும். இவ்வாறு அமைக்காவிட்டால், இறால் அறுவடை செய்யும்போது, குழிகளில் சில இறால்கள் தங்கி இறந்துவிடக் கூடும்.

குளத்தை பண்படுத்துதல்

நன்னீர் இறால்களுக்கு தேவைப்படும் மிதவை நுண்ணுயிர் பெருக்கத்திற்கு குளத்தில் உரமிடுதல் அவசியம். முதலில் குளத்திற்கு தேவைப்படும் சுண்ணாம்பைப் போட்டு, பின்னர் உரங்களை இட வேண்டும்.

மாட்டுத் தொழுவம் (அ) கோழிப்பண்ணையிலிருந்து கிடைக்கும் சாணத்தை அடியுரமாகப் போட வேண்டும்.

இதேபோல், யூரியா, சூப்பர் பாஸ்பேட் மற்றும் பொட்டாஷ் போன்ற உரங்களையும் தேவைக்கேற்ப போட வேண்டும்.

நன்னீர் இறால் வளர்ப்பினை மூன்று வகையாக செயல்படுத்தலாம்

1. விரிவான முறையில் இறால் வளர்ப்பு
   (Extensive Prawn Culture)

2. மித தீவிர முறையில் இறால் வளர்ப்பு
   (Semi-Intensive Culture)

3. தீவிர முறையில் இறால் வளர்ப்பு
   (Intensive Culture)

1. விரிவான முறையில் நன்னீர் இறால் வளர்ப்பு

நீர்த்தேக்கங்கள், பாசனக் கால்வாய், நெல் வயல்கள் மற்றும் சிறியவகை குளங்களில், இயற்கையான முறையில் இறால் வளர்ப்பது: - பெரும்பாலும் நீர் நிலைகளில் அகப்படும், இறால் குஞ்சுகளைப் பிடித்து இந்நீர் நிலைகளில் விட்டு வளர்ப்பது. ஒரு சதுர மீட்டருக்கு 4 இறால் குஞ்சுகளை விட்டு வளர்ப்பர். இவற்றுக்கு செயற்கைத் தீவனம் அளிக்கப்படுவது இல்லை. பண்ணை மேலாண்மை கிடையாது. சராசரியாக ஹெக்டேர் ஒன்றுக்கு ஆண்டுக்கு 500 கிலோ இறால்களை அறுவடை செய்யலாம்.

2. மித தீவிர முறையில் நன்னீர் இறால் வளர்ப்பு

இறால் குஞ்சு பொரிப்பகங்களிடமிருந்து பெறப்படும் குஞ்சுகளை சதுர மீட்டருக்கு 4-20 என்ற எண்ணிக்கையில் இருப்பு செய்வர். இவை இதற்கென தயாரிக்கப்பட்ட குளங்களில் வளர்க்கப்படுவதால்,

தேவைப்படும் உரங்களை இட்டு மண்ணை வளப்படுத்தி, நீர் மேலாண்மை செய்து, செயற்கைத் தீவனங்கள் அளிப்பர். இதன் மூலம் ஹெக்டேர் ஒன்றுக்கு ஆண்டுக்கு 1000 கிலோ வரை இறால்கள் கிடைக்கும்.

3. தீவிர முறையில் நன்னீர் இறால் வளர்ப்பு

இந்த முறையில் இறால் பண்ணைகள் 1 ஹெக்டேர் முதல் 10 ஹெக்டேரும் அதற்கு மேலும் இருக்கக் கூடும். சீரிய பண்ணை மேலாண்மையுடன், செயற்கைத் தீவனம் அளிக்கப்படும். சதுர மீட்டருக்கு 20 இறால்களுக்கு மேல் இருப்பு செய்வர். தரமான இறால் குஞ்சு பொரிப்பகங்களிடமிருந்து, இவ்வகை பண்ணைகள் நோயற்ற இறால் குஞ்சுகளை வாங்கி இருப்பு செய்வர். ஹெக்டேர் ஒன்றுக்கு, ஆண்டு ஒன்றுக்கு 5 டன் வரை அறுவடை இருக்கும்.

ஒரு வளர்ப்புக்கும் அடுத்த வளர்ப்புக்கும் இடையே எவ்வளவு சுண்ணாம்பு இட வேண்டும்.

மெட்ரிக் டன் / ஹெ.

மண்ணின் அமில கார நிலை	களிமண் நிலம்	களிமண் சார்ந்த மணல் நிலம்	மணற்பாங்கான நிலம்
4.00 க்கும் குறைவாக	14.32	7.16	4.48
4.0-4.5	10.74	5.37	4.48
4.6-5.0	8.95	4.48	3.58
5.1-5.5	5.37	3.58	1.79
5.6-6.0	3.58	1.79	0.90
6.1-6.5	1.79	1.79	தேவை இல்லை
6.5 க்கும் மேலாக	தேவை இல்லை	தேவை இல்லை	தேவை இல்லை

நீர் மேலாண்மை

1. ஆறு, வாய்க்காலிலிருந்து பெறப்படும் சுத்தமான நீரையே உபயோகிக்க வேண்டும். கலங்கலான நீரை பயன்படுத்தலாகாது.

2. பெறப்படும் நீர் கருமையாகவோ பழுப்பு நிறமாகவோ காணப்படும், அதனை சுண்ணாம்பு கொண்டு, சமன் செய்துதான் பயன்படுத்த வேண்டும்.

3. நீரின் கடினத்தன்மை 50-100 மில்லி கிராம்/லிட்டர் என்ற அளவுக்குள் இருத்தல் வேண்டும். நீரின் தன்மை மென்மையாக இருப்பின், ஒரு லிட்டருக்கு 2 மில்லி கிராம் ஜிப்சம் இட்டால், அது சற்றே கடினத்தன்மை பெற்று, இறால் வளர்ப்புக்கு ஏதுவாகிவிடும்.

4. சுண்ணாம்பு போட்டு 15 நாட்களுக்கு நல்ல தண்ணீரை குளத்தில் செலுத்த வேண்டும். இறால் குஞ்சுகளை குளத்தில் இடுவதற்கு முன்னர், தண்ணீரின் அமில கார நிலை, உயிர்வளி, உப்புத்தன்மை ஆகியவற்றை பரிசோதிக்க வேண்டும். நீரின் உப்பின் அளவு 5 பிபிடி-க்கு மிகாமல் இருத்தல் அவசியம்.

5. குளத்தில் நீரை நிரப்பி, 7 நாட்கள் கழித்து இறால் குஞ்சுகளை 7-15 நாள் வயதுடையனவாகவும், ஓடுரிக்கும் நிலையில் இல்லாமல், இருக்க வேண்டும்.

6. கிணற்று நீரில் உயிர்வளி குறைவாக இருக்குமாதலால் நீர் உள்புறம் குழாயை சற்று உயரமாகப் பொருத்தினால், நீர் குளத்தில் விழும் வேகத்தில் உயிர்வளி அதிகரிக்கும்.

7. மித தீவிர முறை மற்றும் தீவிர முறையில் இறால் வளர்ப்பு செய்யும் போது, ஏரேட்டர்கள் பயன்படுத்தி நீரின் உயிர்வளியை (DO) அதிகரிக்கச் செய்யவேண்டும்.

   ஹெக்டேருக்கு 8-9 ஏரேட்டர்களைப் பயன்படுத்தலாம்.

8. குளத்தில் இருப்பு செய்யும் முன் குஞ்சு பொரிப்பகத்தில் இருந்து பெறப்பட்ட குஞ்சுகள் அடங்கிய பிளாஸ்டிக் பையை 15 நிமிடம் குளத்து நீரில் வைத்து, இணக்கம் (ACCLIMATISATION) செய்ய வேண்டும். இவ்வாறு இவற்றை வெப்பத் தாக்குதலில் இருந்து காப்பாற்றலாம்.

கூட்டின முறையில் நன்னீர் இறால் வளர்ப்பு முறைகள்

நன்னீர் இறால்களுடன் கூட்டு முறையில், திலேபியா இந்திய கெண்டைகள், சீனா கெண்டைகள், மடவை போன்ற மீன்களையும் சேர்த்து வளர்க்கலாம். இதனால்,

1. நீரின் உயிர்வளி நிலையாக இருக்கும்.
2. பகை மீன்கள் அழிக்கப்படும்
3. இறால்கள் குளத்தடியில் வாழ்வதால், மீன்களின் எச்சத்தை உண்டு வாழும்.
4. வளர்ப்புக் குளத்தின் உற்பத்தி பெருகும்.
5. சந்தை மதிப்புமிக்க மீன்களை சேர்த்து வளர்க்கும்போது, வருவாய் அதிகமாகும்.

ஆயினும் இவ்வாறு கூட்டு முறையில் வளர்க்கும்போது, அறுவடையின் போது சில சிக்கல்கள் உண்டாகும். பெரிய வகை மீன்களை அறுவடை செய்யும்போது முழுவளர்ச்சி அடையாத இறால்களும் வலையில் சிக்கிக் கொள்ளும். எனவே, இவற்றை தொகுப்பு (Batch) முறையில் அறுவடை செய்ய வேண்டும். எனவே மீன்களை வளர்த்து லாபம் பெறும்போது, கடைசியில் இறால்களை அறுவடை செய்யும் வருவாய் ஒரு ஊக்கத் தொகை என்றே கொள்ள வேண்டும்.

இறால்களுடன் மீன்களை சேர்த்து வளர்க்கும் போது, இலாபம் குறைவதில்லை. மாறாக வருவாய் அதிகரிக்கும் என்றே கூற முடியும். ஆயினும் திலேபியா மீன்களை இம் முறையில் வளர்க்கையில் கவனத்துடன் செயல்பட வேண்டும். இவை பகை மீன்களாதலால் மற்ற மீன்களை உண்டுவிடும். எனவே பாலினம் மாற்றப்பட்ட (Sex reversed) திலேபியா மீன்களை இம்முறையில் வளர்ப்பது அவசியம்.

கூட்டு முறையில் நன்னீர் இறால் வளர்ப்பு

தீவன மேலாண்மை

விரிவான முறையில் நன்னீர் இறால் வளர்ப்பவர்கள் உள்ளூரில் கிடைக்கும் விலை குறைந்த மூலப் பொருட்களான அரிசித் தவிடு, பிண்ணாக்கு வகைகளைக் கலந்து, குறைந்த விலையில் தீவனத்தை தயார் செய்வர்.

இனங்கள்	ஒரு ஹெக்டேருக்கு இருப்பு	அறுவடை
நன்னீர் இறால்கள்	40,000 (40 கிராம் எடை)	1600 கிலோ
திலேபியா வகைகள்	5000 (800 கிராம் எடை)	4500 கிலோ
கெண்டை இனங்கள்	2000 (1 கிலோ எடை)	2000 கிலோ

ஆயினும் இறால்களுக்கென்று பிரத்யேகமாகத் தயாரிக்கப்படும் கலப்புத் தீவனங்கள் சந்தையில் எளிதாகக் கிடைக்கின்றன. இவற்றின் விலை, தரத்தைப் பொருத்து, நிறுவனத்தைப் பொருத்து, கிலோ ரூ.70 முதல் 75 வரை கிடைக்கப் பெறுகின்றன.

நன்னீர் இறால் வளர்ப்பு மேலாண்மையில் ஏற்படும் பிரச்சினைகள்

பண்ணையில் மேலாண்மை குறை இருந்தால் இறால்களின் ஓடு உரிக்கும் திறன் பாதிக்கப்பட்டு வளர்ச்சி குன்றிவிடும். சில நேரங்களில் இவற்றின் உடல்மீது பூஞ்சாணம் (Fungus) காணப்படும். இவற்றுக்கு முக்கிய காரணம் நீரின் மாசுபாடே. வெளியிலிருந்து பெறப்படும் நீரில் பூச்சி மருந்துகள் கலந்திருந்தாலும், இவ்வாறு ஏற்பட வாய்ப்புண்டு. மேலும் தன் இனம் உண்ணும் (Cannibalism) பழக்கம் இறால்களுக்கு உண்டு. சூரிய அஸ்தமனத்திற்குப் பிறகு, ஏற்படும் ஆக்சிஜன் குறைபாட்டால் மிதவை தாவர நுண்ணுயிர் பெருக்கம் அளவுக்கு மீறிக் காணப்படும்.

பகல் நேரத்தில் பெருமளவு இறால்கள் கரைப்பக்கம் ஒதுங்கினால், குளத்தில் உயிர்வளி குறைந்துவிட்டது என்று பொருள். எனவே அவ்வப்போது சிறிதளவு நீரை வெளியேற்றி, புதிய நீரை பாய்ச்ச வேண்டும். அப்போது நீரில் ஆக்சிஜன் அளவு பெருகும்.

மிதவைத் தாவர நுண்ணுயிர்கள் பெருமளவு பெருகினால், நீரின் அமில கார நிலை உயர்ந்து, இறால்களின் இறப்புக்கு வழிவகுக்கும். அவ்வப்போது, நீரின் நிலையைப் பரிசோதித்து சமன் செய்ய வேண்டும்.

பகை மீன்களும் கட்டுப்படுத்தும் வழிகளும்

நீர்வாழ் பூச்சிகள், தவளைகள், பாம்புகள் மற்றும் இதர பகை மீன்கள் இறால்களின் வளர்ச்சியைப் பாதிக்கும். குளத்தில் குறைந்த எண்ணிக்கையுடைய கொசு மீன்களை (Mosquito Fish) வளர்த்தால் அவை நீர்ப்பூச்சிகளை உண்டுவிடும்.

தேயிலை விதை பிண்ணாக்கு (Tea Seed Cake) இரண்டு வளர்ப்புகளுக்கிடையில் குளத்து மண்ணில் இட்டால் பகை மீன்கள் உள்ளே வரா.

நன்னீர் இறால் வளர்ப்பு தனியாகவோ, கூட்டு முறையிலோ வளர்க்க தேவைப்படும் தீவன கலவைப் பொருட்கள்

தாவர வகைகள்	விலங்கின வகைகள்	எச்சரிக்கையுடன் சேர்க்க வேண்டிய இதர பொருட்கள்
சோயா தூள் பருத்திக் கொட்டை கடலைப் பிண்ணாக்கு ஈஸ்ட் தூள் அரிசி அரிசித் தவிடு மக்காச் சோளம் கோதுமைத் தவிடு மரவள்ளி	மீன் தூள் இறால் ஓட்டுத் தூள் மெல்லுடலிகளின் இறைச்சி கழிவு மீன் கணவாய் தூள் இறைச்சித் தூள் மாட்டு ஈரல்	மீன் பதனிடும் தொழிற்சாலை யிலிருந்து பெறப்படும் இறால் கழிவுகள் இறைச்சி/மாட்டு எலும்புத்தூள் கோழி கலப்புத் தீவனம்

மித தீவிர முறையில் வளர்க்கப்படும் நன்னீரில் இறால் வளர்ப்புக் குளங்களில் (Grow Out Ponds) தேவைப்படும் தீவனச் சத்துக்கள்

ஊட்டச் சத்துக்கள்	%அளவு	குறிப்புகள்
1. புரதம்	35%	இறால் குஞ்சுகளுக்கு முதல் 2 மாதங்களுக்கு
	30	3 மாதம் முதல் அறுவடை வரை
2. கொழுப்பு	5	
3. செறிவற்ற கொழுப்பு அமிலங்கள் (unsaturated Fatty Acids)	7:0:8	
4. மொத்த கொலஸ்டிரால்	0.6	
5. பாஸ்போலிபிட்ஸ்	-	இவை தீவனப் பொருட்களில் கலந்துள்ளன. வளர்ச்சி கால இறுதி நிலையில் சோயா லெசிதின் சேர்க்கலாம்.
6. மாவுச் சத்து		தேவைக்கேற்ப
7. கால்சியம்	2-3	நீரில் உள்ள கால்சிய அளவைப் பொருத்து
8. பாஸ்பரஸ்	-	கீழே குறிப்பிடப்பட்ட கால்சியம் பாஸ்பரஸ் விகிதத்தை கடைப்பிடிக்க வேண்டும்.
9. கால்சியம், பாஸ்பரஸ் விகிதம்	1.5-2.0	-
10. வைட்டமின் சி	100iu	-
11. இதரவகை வைட்டமின்கள்	-	பெருமளவு தேவைப்படுவதில்லை
12. சிங்க் (Zinc) மிகி/கிலோ	90	

தீவன மேலாண்மை

1. கலப்புத் தீவனத்தை ஒரு நாளைக்கு 3-4 முறை குளத்தில் போடலாம். கரையைச் சுற்றி நடந்து சென்று உணவிடுவது நேரம் விரையமாகும். மேலும், குளத்தில் சரியான விகிதத்தில் சேர்க்க முடியாது. ஒரு சிறிய அளவு படகினை இதற்கென பயன்படுத்தினால் இறால்களுக்கு சரிவிகித உணவை அளிக்க இயலும்.

2. இறால் குஞ்சுகளுக்கு அதன் உடல் எடையில் 20-10% வரை தீவனமளிக்கலாம்.

3. இவை வளர, வளர, தீவனத்தின் அளவை இவற்றின் உடல் எடையில் 2% கொடுத்தால் போதுமானது.

4. கரையின் அருகே தீவனம் இடுவது சிறப்பானது. ஏனெனில் இறால்கள் கரைப்பக்கம் ஒதுங்குவதால் தீவனத்தை சரியாக உட்கொள்ளும்.

5. அறுவடை முடிந்ததும், தீவன மாற்று விகிதத்தை கணக்கிட்டால்தான், இவ்வளவு எடை தீவனத்திற்கு, இவ்வளவு எடை கொண்ட இறால்கள் அறுவடை செய்யப்பட்டன என்று கணக்கீடு செய்ய முடியும்.

6. பண்ணைக்கு பண்ணை இது மாறுபட்டாலும் சராசரியாக தீவன மாற்று விகிதம் 1:1.5 என்று இருக்க வேண்டும். அவ்வாறாயின் 1 கிலோ எடையுள்ள இறால்களைப் பெற, நாம் 1.5 கிலோ தீவனத்தை செலவழித்திருக்கிறோம் என்று தெரியும். இதன் மூலம் இறால் வளர்ப்பின் இலாபத்தைக் கணக்கிட முடியும்.

7. தீவன அளவினை ஒவ்வொரு நாளும் தீவனத் தட்டுகள் மூலம் அறிய முடியும். குளத்தில் 4-5 இடங்களில் இவற்றைப் பொருத்தி சராசரி அளவு தீவனத்தை இதில் இட வேண்டும். சிறிது நேரம் கழித்து பார்க்கும் போது, தீவனத் தட்டுக்கள் காலியாக இருப்பின், இறால்களுக்கு தீவனம் போதவில்லை என்று பொருள். எனவே, தீவன அளவை அதிகரிக்க வேண்டும். மாறாக தீவனத் தட்டுக்களில் தீவனம் மீதியிருப்பின், தீவன அளவை குறைக்க வேண்டும்.

8. மற்றபடி, மீன்/இறால் குளங்களில் செய்வது போல, தினமும் அமில கார நிலை, உயிர்வளி, உப்பின் அளவு இவற்றை பரிசோதித்து நீர் மேலாண்மை செய்ய வேண்டும்.

9. இறால்கள்/மீன்கள் வளர்ப்புக் காலம் 5-6 மாதங்கள். இதன் பின்னர் இவற்றை அறுவடை செய்து சந்தைப் படுத்தலாம்.

10. பண்ணைப் பதிவேடுகள் பராமரிப்பு மிகவும் அவசியம்.

அறுவடையும் சந்தைப்படுத்துதலும்

5-7 மாத வளர்ப்புக் காலம் முடிந்ததும் இறால்களை 2 வகையாக அறுவடை செய்யலாம். நன்கு வளர்ந்த ஆண் இறால்களை பகுதி பகுதியாக (Partial Harvesting) அறுவடை செய்யலாம். அல்லது வளர்ப்புக் காலம் முடிந்ததும் மொத்தமாகவும் அறுவடை செய்யலாம். நன்கு வளர்ந்த இறால்களை சந்தை நிலவரத்திற்கு ஏற்ப அறுவடை செய்து ஐஸ் பெட்டிகளில் அடைத்து விற்பனை செய்ய வேண்டும்.

நன்னீர் இறால்களை தாக்கும் நோய்களும் சிகிச்சை முறைகளும்

அ. வைரஸ் நோய்கள்

நோயின் பெயர்	அறிகுறிகள்	சிகிச்சை/தடுப்பு வழிகள்
1. நன்னீர் இறால் ஈரல் கணைய நோய் (Machrolactic virus)	தற்போது வரை தாக்கம் இல்லை	சிகிச்சை இல்லை; நோயற்ற தரமான குஞ்சுகளை இருப்பு செய்தல் அவசியம்
2. நன்னீர் இறால், தசை நோய் Machrobrachium Muscle virus)	தசைப்பகுதிகள் தடித்து சிவப்பாகிவிடும் இருப்பு செய்த 10 நாளில் உண்டாகும். இந்நோய் 50% இழப்பை ஏற்படுத்தும்	சிகிச்சை இல்லை
3. வெண்புள்ளி வைரஸ் நோய் (White spot syndrome baculo virus)	தோல், செவுள், வயிறு, ஈரல், கணையப் பகுதிகளை தாக்கும்.	சிகிச்சை இல்லை
4. நோடா வைரஸ் (MRNV)	வயிற்றுப்பகுதி வெண்ணிறமாக மாறி அதிக அளவு இறப்புண்டாகும்.	சிகிச்சை இல்லை

ஆ.பாக்டீரியா நோய்கள்

நோயின் பெயர்	அறிகுறிகள்	சிகிச்சை/தடுப்பு முறைகள்
1. கரும்புள்ளி நோய் (Black Spot)	இது பழுப்பு நிறப்புள்ளி (அ) ஓடு நோய் என்றும் அழைக்கப்படும்.பெரும்பாலும் தோன்றி மறைந்து விடும். சில சமயங்களில் ஆறாத கரும்புள்ளிகளை ஏற்படுத்தும்.	அதிக அளவு இருப்பு செய்தல், குறைவான தீவனம், நீர் மேலாண்மை சரியின்மை; பாதிக்கப்பட்ட இறால்களை 10 பிபிஎம் ஆக்சாலிக் திரவத்தில் 1 மணி நேரம் விட்ட பின், குளத்தில் இடவும்.
2. இணை உறுப்புகள் நோய் (Appendage Necrosis)	இறால் குஞ்சுகளின் இணை/துணை உறுப்புகளை தாக்கும். நீலம் பூத்து தீவனம் ஏற்காது.	மேலே கூறப்பட்ட காரணிகளில் பாதிக்கப்பட்ட இறால்களை 0.65 முதல் 1 பிபிஎம் எரித்ரோமைசின் திரவத்தில் விட்டு, சிறிது நேரம் கழித்து குளத்தில் இருத்திவிடவும்.
3. உடல் உட்புற நோய் (Internal Infection)	விப்ரியோ, ஏரோமோனஸ் பாக்டீரியாவால் உண்டாகிறது. உடல் மங்கிய வெண்ணிறமாகும். தீவனம் ஏற்காது.	2பிபிஎம் குளோராம்பினிகால் + 2பிபிஎம் ஃபூயராசாலிடோன் திரவத்தில் 5-7 நாட்கள் வைக்க வேண்டும்.

இ. பூஞ்சாண நோய்கள்

நோயின் பெயர்	அறிகுறிகள்	சிகிச்சை/தடுப்பு வழிகள்
1. ஃபூசாரியம் மற்றும் சாப்ரோலெக்னா (Fusarium and Saprolegna)	இது ஒரு அழுகல் நோய், உடல் கருமையாக மாறி, இதர உறுப்புகள் பாதிக்கப்படும்.	சிகிச்சை இல்லை. இறால்களை கையால் எடுத்து பரிசோதிக்கும்போது கவனமாகக் கையாள வேண்டும். பண்ணை மேலாண்மை சிறப்பாக இருக்க வேண்டும்.
2. ஈஸ்ட் நோய் (Yeast Infections)	தசைகள் மஞ்சள், நீல அல்லது கருவெண்மை நிறமாகி விடும். இறப்பு விகிதம் மிக அதிகம். வெப்பநிலை குறைந்தாலோ அங்ககப் பொருட்கள் அதிக அளவில் குளத்தடியில் தங்கி விட்டாலோ இந்நோய் தாக்கும்.	வெப்பநிலை குறைந்தாலோ, குளத்தடியில் அங்ககப் பொருட்கள் அதிகரித்தாலோ இந்நோய் உருவாகும். ஏரேட்டர்களை உபயோகப்டுத்தி தீவன அளவை குறைக்க வேண்டும். சிகிச்சை இல்லை.

கூட்டு முறையில் நன்னீர் இறால், திலேபியா, கெண்டை மீன்கள் வளர்ப்பு
மாதிரி வங்கித் திட்டம்

கூட்டின முறையில் கெண்டை மீன் வளர்ப்புத் திட்டத்தின் முதலீட்டுச் செலவினங்கள் (அதைப் போலவே)

அ. முதலீட்டுச் செலவுகள் குளத்தின் பரப்பளவு : ஹெக்டேர் (2.5 ஏக்கர்)

வ.எண்	விவரங்கள்	ரூபாய்
1.	நிலத்தை தயார் செய்ய	15,000
2.	குளம் வெட்டி, கரைகள் அமைக்க, வலுப்படுத்த	1,20,000
3.	தண்ணீர் உட்புகு குழாய்கள், கதவணைகள் பொருத்த	60,000
4.	நீரேற்றுக் குழாய்கள் பொருத்த	35,000
5.	போர்வெல் அமைக்க	80,000
6.	மோட்டார் கொட்டகை (20 ச.அடி X ரூ.500)	10,000
7.	தீவனக்கிடங்கு, அலுவல் அறை 100 ச.அ. X ரூ.550	55,000
8.	மின்சாரம், இதர செலவுகள்	25,000
9.	7.5 குதிரை சக்தி பம்பு செட்	65,000
10.	உபகரணங்கள்	25,000
	மொத்த மூலதனச் செலவுகள்	4,90,000

ஆ. நடைமுறைச் செலவுகள்

இச்செலவுகள் எவ்வாறு கணக்கிடப்படுகின்றன என்பதற்கான குறிப்புகள்

குஞ்சுகள் செலவு		ரூ.
1)	நன்னீர் இறால் குஞ்சுகள் 40,000 X ரூ.1 வீதம்	40,000
2)	திலேபியா குஞ்சுகள் 5000 X ரூ.3 வீதம்	15,000
3)	கெண்டை குஞ்சுகள் 5000 X ரூ.1.20 வீதம்	6,000
	ஆக மொத்தம்	61,000

தீவனச் செலவுகள்

தீவன மாற்று விகிதம் - 1:1:5 சராசரி அடிப்படையில்

1)	இறால் தீவனம் - 2400 கிலோ X ரூ.40=	96,000
2)	திலேபியா தீவனம் - 6750 கி X ரூ.30 =	2,02,500
3)	கெண்டை தீவனம் - 3000 கி X ரூ.30 =	90,000
	மொத்த தீவனச் செலவுகள் =	3,88,500
	மொத்த ந.மு.செலவுகள்	**4,49,500**

திட்டத்தின் மதிப்பீடு 4,50,00

1. முதலீட்டுச் செலவுகள்	4,90,000
2. நடைமுறைச் செலவுகள்	4,50,000
3. மொத்தச் செலவுகள்	9,40,000
4. விவசாயியின் வரம்புத் தொகை (25%)	2,40,000
5. நிகர வங்கிக் கடன்	7,00,000
6. வட்டி விகிதம்	12%
7. திருப்பிக் கட்டும் காலம்	7 ஆண்டுகள்
8. தவணை முறை	ஆண்டுக்கு ஒருமுறை

* பண்ணையில் தயாரிக்கப்படும் தீவனம், எனவே விலை குறைவு

கூட்டு முறையில், நன்னீர் இறால், திலேபியா, கெண்டை மீன்கள் வளர்ப்புத் திட்டம் (1ஹெக்டேர் பரப்பளவு)

ஆ. நடைமுறைச் செலவுகள்

ஆண்டுகள் (தொகை ரூபாய்களில்)

வ.எ	விவரங்கள்	1	2	3	4	5	6	7
1.	குளம் தயார்ப்படுத்த	12,000						
2.	சுண்ணாம்பு	3,000						
3.	மாட்டு எரு	3,600						
4.	செயற்கை உரங்கள்	3,400						
5.	இறால்/மீன் குஞ்சுகள்	61,000						
6.	தீவனச் செலவுகள்	3,88,500						
7.	மருந்துகள், இரசாயனப் பொருட்கள்	8,000						
8.	பண்ணையாள் கூலி	1,20,000						
9.	மின்சாரம் / டீசல்	1,20,000						
10.	அறுவடை, விற்பனைச் செலவு	16,000						
11.	இதரச் செலவுகள்	10,000						
	மொத்தச் செலவுகள்	7,45.500	7,46,000	7,46,000	7,46,000	7,46,000	7,46,000	7,46,000
	முழுமையாக	**7,46,000**						

இறால்கள் மற்றும் மீன்கள் உற்பத்தியும் அறுவடையும் (1 ஹெக்டேர்)

வருவாய் (ரூபாய் லட்சங்களில்)

மீன்களின் அறுவடை (கிலோவில்)	1 கிலோ விலை	மொத்த வருவாய்
1. நன்னீர் இறால்கள் 1600 கி	350	5,60,000
2. திலேபியா 4500 கி	100	4,50,000
3. கெண்டைகள் 2000 கி	150	3,00,000
மொத்த வருவாய்		13,10,000

குறிப்பு : ஆண்டு 1 வளர்ப்பு / அறுவடை மட்டுமே

திட்டத்தின் இலாப மதிப்பீடுகள்

(ரூபாய் லட்சங்களில்)

விவரங்கள்	ஆண்டுகள்	
	1	2 - 7 ஆண்டு ஒன்றுக்கு
1. முதலீட்டுச் செலவுகள்	4.90	
2. நடைமுறைச் செலவுகள்	7.46	7.46
3. மொத்தச் செலவுகள்	12.36	7.46
4. மொத்த வருவாய்	13.10	13.10
5. நிகர லாபம்	0.74	5.64

குறிப்பு : நன்னீர் இறால் வளர்ப்பு ஆண்டுக்கு 2 முறை செய்தால் லாபம் கூடுதலாகும்.

தள்ளுபடிக் காரணி (DF) 15% என்று இருக்கையில் திட்டத்தின் லாபங்கள்

தள்ளுபடிக் காரணி 15% என இருக்கையில் செலவுகளின் தற்போதைய மதிப்பு (TPWC)	24.50
தள்ளுபடிக் காரணி 15% என இருக்கையில் வரவுகளின் தற்போதைய மதிப்பு (TPWB)	41.48
தள்ளுபடிக் காரணி 15% என இருக்கையில் நிகர வருவாயின் மதிப்பு (TPWB - TPWC)	16.98
வருவாய் செலவு விகிதம் (BCR) இலாபத்தின் தற்போதைய மதிப்பு / செலவுகளின் தற்போதைய மதிப்பு	1:1:7
உள் வருவாய் விகிதம் (IRR)	139%

குறிப்பு : உள்வருவாய் விகிதம் 139% என்று இருப்பதால் இது ஒரு சிறந்த திட்டமாகும்.

வங்கிக் கடனை திருப்பிக் கட்டும் முறை

ரூபாய் லட்சங்களில்

ஆண்டுகள்	நிகர வருவாய்	வட்டி 12%	அசல்	மொத்தம் (அ+வ)	நிலுவையில் உள்ள கடன்	நிகர லாபம்	கடன் சேவை வருவாய் விகிதம் (DSCR)
1	0.74	0.84	-	-	7.00	-	-
2	5.64	0.84 + 0.84 = 1.68	1.17	2.85	7.00	2.79	-0.9
3.	5.64	0.70	1.17	1.87	5.83	3.77	2.01
4.	5.64	0.56	1.17	1.73	4.66	3.91	2.26
5.	5.64	0.42	1.17	1.59	3.49	4.05	2.55
6.	5.64	0.27	1.17	1.44	2.32	4.20	2.92
7.	5.64	0.14	1.17	1.31	1.15	4.33	3.30

Average DSCR - 1:2.6

சராசரி கடன் சேவை வருவாய் விகிதம் 1:2.6

7

பிணியின்மை செல்வம் விளைவின்பம் ஏமம்
அணியென்ப நாட்டிற்கிவ் வைந்து.   - குறள் : 738

கலைஞர் உரை

மக்களுக்கு நோயற்ற வாழ்வு, விளைச்சல் மிகுதி, பொருளாதார வளம், இன்ப நிலை, உரிய பாதுகாப்பு ஆகிய ஐந்தும் ஒரு நாட்டுக்கு அழகு எனக் கூறப்படுபவைகளாகும்.

நன்னீர் கெளுத்தி மீன் வளர்ப்புத் திட்டம்
(Pangasius Fish Culture)

கெளுத்தி
Pangasius

பங்காசியஸ் என்ற அறிவியல் பெயருடன் அழைக்கப்படும் நன்னீர் கெளுத்தி மீன்கள் இந்தியாவின் பெரும்பாலான நீர் நிலைகளில் விரவிக் கிடக்கின்றன. இது கழிமுகப் பகுதிகளில் இருந்து ஆற்றின் மேல் நோக்கிச் சென்று வாழத் தகுதி கொண்டது. உயிரியலாளர்கள், இதன்கீழ் 2 வகை குறு இனங்களை அடையாளப்படுத்தியுள்ளனர்.

1. பங்காசியஸ் கோதாவரி
2. பங்காசியஸ் உபியென்சிஸ்

வரைமுறையற்ற மீன்பிடித்ததன் மூலம், இயற்கை நீர்நிலைகளில் இதன் எண்ணிக்கை குறைந்துவிட்டது. இம்மீன்கள் உறுதியான உடலமைப்பைக் கொண்டிருப்பதால், வெப்பம், உப்புத்தன்மை, கலங்கிய நீர் என, எவ்வகை மாறுபாடுகள் காணப்பட்டாலும், அவற்றுக்கேற்ப வாழும் ஆற்றல் கொண்டவை. இவை தவளைகள், நீர்ப்பூச்சிகள், மிதவை தாவரங்கள் மற்றும் இதர குறுவகை உயிரினங்களை உட்கொண்டு வாழும். எனவே சமீபகாலமாக கெளுத்தி மீன் வளர்ப்பு, மீனவர்கள், விவசாயிகளிடம் பெரும் வரவேற்பைப் பெற்றுள்ளது. அயலினமான பங்காசியஸ் ஹைபோதலாமஸ் 1997 ஆம் ஆண்டு, தாய்லாந்தில் இருந்து இறக்குமதி செய்யப்பட்டு மேற்கு வங்காளம் மற்றும் ஆந்திராவில் வளர்ப்பு செய்யப்பட்டு பின்னர் இதர மாநிலங்களிலும் அறிமுகப்படுத்தப்பட்டது.

கெளுத்தி மீன்கள் குறிப்பிட்ட பருவத்தில் மட்டுமே சினைப்படும். ஜூன் முதல் ஆகஸ்டு வரை இவற்றின் சினைப்பருவம். வெள்ள நீரிலும், தேங்கிய குட்டைகளிலும் இனவிருத்தி செய்யவல்லவை.

விரலிகளும், மீன்குஞ்சுகளும், நதி முகத்துவாரம் வரை சென்று அங்கு சில ஆண்டுகள் வாழ்ந்து, வளர்ந்து பின்னர் ஆற்றின் நன்னீர் திசையில் பின்னோக்கிச் சென்று மீண்டும் சினையுற்று, சினைக் குஞ்சுகளை வெளியிடும். இது ஒரு தொடர்ச்சியாக மீண்டும் மீண்டும் நடைபெற்றுக் கொண்டே இருக்கும்.

செயற்கை முறையில் சினைவுறச் செய்தல்

தற்போது, மீன்குஞ்சு பொரிப்பகங்களில் தூண்டு முறையில் (Hypophysation) இனப் பெருக்கம் செய்யப்பட்டு, மீன்குஞ்சுகள் விற்பனை ஆகின்றன. இதற்காக 2-3 ஆண்டுகள் ஆன ஆண் கெளுத்தி மீன்களும், நன்கு வளர்ச்சி அடைந்த பெண் கெளுத்தி மீன்களும் உபயோகிக்கப்படுகின்றன.

ஆண் மீன்கள் விந்து நீரை மெதுவாக கசிய விடும். பெண் மீன்களுக்கு வயிற்றுப் பகுதி பெரியதாகவும் இனப்பெருக்கக் குழி சற்று விரிந்தும் காணப்படும். பிட்யூட்டரி ஹார்மோன் ஊசி மருந்துகளை ஒரு கிலோ எடை கொண்ட பெண் மீன்களுக்கு 5 மில்லி கிராம் முதல் ஊசியும், 2வது ஊசி 6 மணி நேரம் கழித்து, ஒரு கிலோ எடை கொண்ட மீனுக்கு 10 மில்லி கிராம் செலுத்த வேண்டும். ஆனால் ஆண் மீனுக்கு, ஒரு கிலோ எடை மீனுக்கு 3 மில்லிகிராம் அளவு ஊசிமருந்து ஒருமுறை மட்டுமே செலுத்த வேண்டும்.

மார்கெட்டில் கிடைக்கும் செயற்கை ஹார்மோன்களான, ஒவாடைட் (அ) ஒவாபிரைம் ஆகியவற்றை 1 கிலோ எடையுள்ள பெண் மீன்களுக்கு 1-1.5 எம்எல் (ml) ஊசியை ஒரு டோசாகவோ அல்லது 2 டோசாகவோ செலுத்தலாம். சினையுறுதல் 55-80 விழுக்காடும், குஞ்சு பொரித்தல் 19% முதல் 74% இருக்கும். வெளிப்படும் முட்டைகள் 22 மணி நேரத்தில் பொரிக்கும்; 3-4 நாட்களில் லார்வாக்களின் உடலில் உள்ள மஞ்சள் கரு மறைந்துவிடும். இவை 15-20 நாளில் 15-21 மிமீ அளவு வளர்ந்துவிடும். பின்னர் இவை விரலிகளாக 30 நாளில் வளர்ந்து 4.5 முதல் 6.5 செ.மீ. வரை நீளமாகக் காணப்படும்.

லார்வா நிலையில் உள்ளவற்றை குறைந்தபட்சம் 15-20 நாள் பொரிப்பகத்தின் உட்பகுதியிலேயே வளர்ந்து பின்னர் தான் நர்சரி குளங்களுக்கு மாற்ற வேண்டும். விரலிகளில் 30% பிழைப்புத்திறன் இருக்கும். நர்சரி குளங்களில் முதல் இரண்டு மாதங்களில் 25-35 கிராம் வளர்ச்சி பெற்று விற்பனைக்கு தயாராகிவிடும்.

கெளுத்தி மீன்கள் சுற்றுச் சூழலுக்கேற்றவாறு தம்மை தகவமைத்துக் கொள்ளும். கழிவு நீர்க்குளங்களிலும் மற்ற ஆக்சிஜன் குறைவான நீர்நிலைகளிலும் தாக்குப் பிடித்து நன்கு வளரக்கூடியவை. குறைந்த அளவில் இருப்பு செய்தால் கூட்டின முறையில் கெண்டைகளுடன் வளர்ப்பு செய்யலாம். இயற்கையில் கிடைக்கும் தாவர மிதவைகளை உட்கொள்வதோடு கலப்புத் தீவனமான குருணைத் தீவனத்தையும் பயன்படுத்தினால் மிக வேகமாக வளரும். 2 ஆம் ஆண்டில் 1 முதல் 1.3 கிலோ எடையும், 3ஆம் ஆண்டில் 3-4 கிலோ எடையும் இருக்கும். தனிப்பட்ட முறையில் வளர்க்கும் போது ஆண்டுக்கு ஹெக்டேருக்கு 10 முதல் 15 டன் வரை மகசூல் கிடைக்கும்.

கெளுத்தி மீன் குளங்களில் வளர்ப்பு

1. இடத்தை தேர்வு செய்தல்

வெள்ள நீர் ஏற்படும் இடங்களை தவிர்க்க வேண்டும். அருகில் விவசாய நிலங்கள் இருந்தால், கசிவுநீர்க் குட்டைகள்/கால்வாய் இருத்தல் வேண்டும். நீர் உட்புகும் குழாய்களிலும், நீர் வெளிச்செல்லும் குழாய்களிலும், சிறுதுவாரங்கள் கொண்ட தடுப்பு வலைகளைப் பொருத்த வேண்டும்.

- வளர்ப்புக் காலம் முடியும் வரை நீர் கிடைக்குமாறு பார்த்துக் கொள்ள வேண்டும்.
- தேவைப்படும் மின்சார வசதி
- மண்ணின் தன்மை பற்றி முன்பே விரிவாகக் கூறப்பட்டுள்ளது.

2. குளத்தின் அமைப்பு
- குறைந்தது 1.25 ஹெக்டேர் நிலப்பரப்பு தேவை
- இதில் நீரின் பரப்பளவு 1.00 ஹெக்டேர் (Water Spread Area)
- நீரின் ஆழம் 1.5 - 2.0 மீட்டர் வரை

3. குளத்தை தயார்ப்படுத்தல்

கூட்டின முறை மீன்வளர்ப்பு தலைப்பின் கீழ் எழுதப்பட்டதைப் போன்றே அமைக்க வேண்டும்.

4. நீர் மேலாண்மை

ஏற்கனவே குறிப்பிடப்பட்டுள்ளது.

5. நீர் வெளியேற்றம்

ஏற்கனவே மீன்வளர்ப்பு செய்திருந்தால், அறுவடைக்குப் பின்னர் அனைத்து நீரையும் வெளியேற்றி, குளத்தடி மண்ணை காயப்போட வேண்டும். பகை மீன்களை முழுவதுமாக வெளியேற்றி, குளத்தை தயார்ப்படுத்த வேண்டும்.

6. சுண்ணாம்பு இடுதல்

இதன்மூலம் மண்ணின் அமில கார நிலையை சமன் செய்ய முடியும்.

7. குளத்தில் 1.5 முதல் 2.0 மீட்டர் உயரம் வரை நீரை நிரப்ப வேண்டும்.

வளர்ப்பு முறைகள்

1. கெளுத்தி மீன்களை தனி இன மீன் வளர்ப்பாகவோ (Monoculture) கூட்டின முறையிலோ (Polyculture) வளர்க்கலாம்.
2. தனி இன வளர்ப்பாயின் 15-20 கிராம் எடை கொண்ட மீன்களை ஹெக்டேருக்கு 20,000 குஞ்சுகளை இருப்பு செய்யலாம். இவ்வாறாயின் ஹெக்டேருக்கு விளைச்சல் 20-25 டன் வரை கிடைக்கும்.
3. கூட்டின மீன் வளர்ப்பில் ஹெக்டேருக்கு 10,000 விரல் அளவு குஞ்சுகளை (Fingerlings) இருப்பு செய்தால், அறுவடையின் போது 12-14 டன் வரை கிடைக்கும்.
4. கெளுத்தியின் பிழைப்புத்திறன் 80-90% ஆக இருக்கும்.
5. மண்/நீர் தன்மை மற்றும் தீவன மேலாண்மையைப் பொறுத்து 12500 விரலி குஞ்சுகளைக் கூட இருப்பு செய்யலாம்.
6. காலை அல்லது மதிய நேரத்தில் குஞ்சுகளை இருப்பு செய்தல் வேண்டும்.

தீவன மேலாண்மை

அரிசித்தவிடு, பிண்ணாக்கு கலவையை பண்ணையிலேயே தயாரித்து, மீன் வளர்ப்புக் குளத்தில் இட வேண்டும். குருணைத் தீவனம் சரிவிகிதமாக இருப்பின் வளர்ச்சி கூடுதலாக இருக்கும். மீன்களின் சராசரி எடையில் 2.5 - 3.0% வரை தீவனம் இட வேண்டும். அவ்வப்போது மாதிரி அறுவடை செய்து, மீன்களின் வளர்ச்சிக்கேற்ப தீவனமிட வேண்டும்.

தீவன மாற்று விகிதம் சராசரியாக 1:2 என்ற அளவில் இருக்கும். கூட்டு முறையில் மீன்களை வளர்த்தால், பண்ணை தீவனத்தையும், குருணைத் தீவனத்தையும் சரியான விகிதத்தில் பயன்படுத்தினால் நிறைவான மகசூல் கிடைக்கும்.

நீர் மேலாண்மை

நல்ல மகசூலைப் பெற நீர் மேலாண்மை மிக அவசியம்.

அமில கார நிலை	: 6.5 முதல் 7.5 வரை
உயிர்வளி (DO)	: 0.1 மில்லிகிராம்/ 1லிட்டருக்கு
வெப்பம்	: 25-30^{0}C
உப்புத்தன்மை	: 2 பிபிடி - க்கும் கீழே
நீர்மட்டம்	: 1.5 - 2.0 மீட்டர்

கெளுத்தி, வெளிக்காற்றை சுவாசிக்கும் (Air Breathing) வகையைச் சார்ந்ததால், நீரில் கரையும் உயிர்வளி குறைவாக இருந்தாலும், நன்கு வளரக் கூடியவை.

கெளுத்தி மீன்கள் மிகவும் வேகமாக வளரக்கூடியவை. எனவே சோதனை மீன் பிடிப்பு (Sample Fishing) செய்ய வேண்டியது அவசியம். இதன் மூலம் மீன்களின் வளர்ச்சி விகிதம், தீவனம் உட்கொள்ளும் அளவு, இறப்பு விகிதம் ஆகியவற்றைக் கணக்கிட முடியும். தீவன மாற்று விகிதம், மீன்வளர்ப்பில் முக்கிய அளவுகோல், வளர்ப்புக் காலம் முதல் 8 முதல் 12 மாதங்கள் வரை, இந்தப் பருவத்தின் முடிவில் சராசரி எடை 1 முதல் 1.5 கிலோ வரை இருக்கும். கூண்டு முறையில் வளர்த்தால் 6 மாதங்களில் மகசூல் பெறலாம்.

சந்தைப்படுத்துதல்

கெளுத்தி மீன்கள் உள்ளூர் மீன்களைப் போன்றே நல்ல சந்தை விலையை பெறக்கூடியவை. இவற்றை உயிருடன் விற்றால் இலாபம் அதிகம் கிடைக்கும்.

உற்பத்தியும் அறுவடையும்

1.	இருப்படர்த்தி		20,000
2.	பிழைப்புத் திறன்		90%
3.	பிழைத்த மீன்களின் எண்ணிக்கை	:	18,000
4.	ஒரு கெளுத்தியின் எடை	:	1 கிலோ
5.	மொத்த மீன்களின் எடை	:	18,000 கிலோ
6.	கிலோ ஒன்றுக்கு பண்ணை விலை	:	ரூ.100
7.	ஆண்டுக்கு எத்தனை அறுவடை		- 1
8.	ஆண்டு வருவாய் (18000 X ரூ.100)		18,00,000
9.	இரண்டாம் ஆண்டிலிருந்து கிடைக்கும் வருவாய்		19,80,000

கெளுத்தி மீன்வளர்ப்பு
(பங்காசியஸ் ஹைபோதலாமஸ்)
மாதிரி வங்கி கடனுதவித் திட்டம்

அ. முதலீட்டுச் செலவுகள்

1 ஹெக்டேர் பரப்பு

வ.எ.	விவரங்கள்	ரூபாய்
1.	இடம் தயார் செய்து பண்படுத்த	12,000
2.	குளம் தோண்டி, கரைகள் அமைக்க மற்றும் சமன் செய்ய	1,20,000
3.	டீசல் பம்பு செட் வாங்க (7.5 குதிரை சக்தி)	65,000
4.	நீர் உட்புகும் குழாய் / மற்றும் வெளியேற்றும் கதவணை பொருத்த	60,000
5.	வலைகள், சிறிய படகு போன்றவை	12,000
6.	தீவனக்கிடங்கு, அலுவலக அறை	55,000
7.	இதர செலவுகள்	25,000
	மொத்தச் செலவுகள்	3,49,000
	முழுமையாகக் கொள்க	3,50,000

ஆ. நடைமுறைச் செலவுகள்

வ.எ.	விவரங்கள்	ரூபாய்
1.	குளத்தை காயப்போட்டு, உழுது பண்படுத்த	6,000
2.	சுண்ணாம்பு 5000 கிலோ ரூ.6 வீதம்	30,000
3.	கெளுத்தி மீன் குஞ்சுகள் 20,000 ரூ.3 வீதம்	60,000
4.	தீவனச் செலவுகள் (தீவன மாற்று விகிதம் 1:2 என்ற விகிதத்தில்) 6 டன் கடலைப் பிண்ணாக்கு 24 டன் அரிசித் தவிடு மொத்தம் 30 டன் x டன் ரூ.30,000 வீதம்	9,00,000
5.	நீரேற்றும் செலவுகள் (டீசல்/மின்சாரம்) மாதம் ரூ.12,000 வீதம், 12 மாதங்களுக்கு	1,44,000
6.	வேலையாள் கூலி ரூ.10,000 X12 மாதங்கள்	1,20,000
7.	புரோபயாடிக்ஸ், கனிமக் கலவைகள் 20,000 கிலோ ரூ.2.50 வீதம்	50,000
8.	அறுவடை மற்றும் இதர செலவுகள்	50,000
ஆ.	மொத்த நடைமுறைச் செலவுகள்	13,60,000

(ரூபாய் லட்சங்களில்)

விவரங்கள்	ஆண்டுகள்	
	1	2-8
1. முதலீட்டுச் செலவுகள்	3.50	0
2. நடைமுறைச் செலவுகள்	13.60	13.60
3. மொத்தச் செலவுகள்	17.10	13.60
4. மொத்த வருவாய்	18.00	19.80
நிகர லாபம்	0.90	6.20

தள்ளுபடிக் காரணி (DF) 15% என்று இருக்கையில் திட்டத்தின் லாபங்கள்

தள்ளுபடிக் காரணி 15% என இருக்கையில் செலவுகளின் தற்போதைய மதிப்பு (TPWC)	43.61
தள்ளுபடிக் காரணி 15% என இருக்கையில் வரவுகளின் தற்போதைய மதிப்பு (TPWB)	60.81
தள்ளுபடிக் காரணி 15% என இருக்கையில் நிகர வருவாயின் மதிப்பு (TPWB - TPWC)	17.20
வருவாய் செலவு விகிதம் (BCR) இலாபத்தின் தற்போதைய மதிப்பு / செலவுகளின் தற்போதைய மதிப்பு	1:1:40
உள் வருவாய் விகிதம் (IRR)	137%

குறிப்பு : உள்வருவாய் விகிதம் 137% என்று இருப்பதால், இது ஒரு சிறந்த திட்டமாகும்.

வங்கிக் கடனுதவியும் திருப்பிக் கட்டும் முறைகளும்

(ரூபாய் லட்சங்களில்)

திட்டத்தின் மொத்தச் செலவுகள் (3.50+13.60)	17.10
விவசாயியின் வரம்புத் தொகை 25%	4.30
நிகர வங்கிக் கடன்	12.80
வட்டி விகிதம்	12% ஆண்டு ஒன்றுக்கு
தவணை முறை	ஆண்டுக்கு ஒரு முறை

வங்கிக் கடனை திருப்பிக் கட்டும் முறை
ரூபாய் லட்சங்களில்

ஆண்டுகள்	நிகர வருவாய்	வட்டி	அசல்	அசல்+வட்டி மொத்தம்	நிலுவையில் உள்ள கடன்	நிகர லாபம்	கடன் சேவை வருவாய் விகிதம் (DSCR)
1.	0.90	1.53	0.00	1.53	12.80	(0.63)	(0.58)
2.	6.20	1.53	1.82	3.35	10.98	2.85	1.85
3.	6.20	1.31	1.82	3.13	9.16	3.07	1.98
4.	6.20	1.10	1.82	2.92	7.34	3.28	2.12
5.	6.20	0.88	1.82	2.70	5.49	3.50	2.30
6.	6.20	0.65	1.82	2.47	3.67	3.73	2.51
7.	6.20	0.45	1.82	2.27	1.85	3.93	2.73
8.	6.20	0.23	1.85	2.08	0.00	4.12	2.98

Average DSCR - 2.35

சராசரி கடன் சேவை வருவாய் விகிதம் 2.35 - எனவே இது ஒரு வருவாய் தரும் சிறந்த திட்டம்.

8

பொருளென்னும் பொய்யா விளக்கம் இருளறுக்கும்
எண்ணிய தேயத்துச் சென்று.   - குறள் : 753

கலைஞர் உரை

பொருள் என்னும் அணையா விளக்கு மட்டும் கையில் இருந்துவிட்டால் நினைத்த இடத்துக்குச் சென்று இருள் என்னும் துன்பத்தைத் துரத்தி விட முடிகிறது.

திலேபியா மீன் வளர்ப்புத் திட்டம்
(Tilapia)

உலக அளவில் மீன் வளர்ப்பில் திலேபியா 2ஆம் இடம் வகிக்கிறது. ஆனால், இந்தியாவில் இது போதிய முக்கியத்துவம் பெறவில்லை. சமீபகாலமாகத்தான் **கிஃப்ட் திலேபியா** எனப்படும் மரபணு மாற்றம் செய்யப்பட்ட திலேபியா வளர்ப்பில் விவசாயிகள் ஆர்வம் காட்டுகின்றனர்.

உலக அளவில் இதன் உற்பத்தி 4 மில்லியன் டன்னாக உள்ளது. வரும் 2030 ஆம் ஆண்டில் இதன் உற்பத்தி 7.3 மில்லியன் டன்னாக உயர வாய்ப்புள்ளது. சீனா, எகிப்து, பிலிப்பைன்ஸ், பிரேசில், தாய்லாந்து மற்றும் பங்களா தேசத்தில் பெருமளவு வளர்க்கப்பட்டு மக்களால் விரும்பி உண்ணப்படுகிறது. இதன் ருசி கோழி இறைச்சியின் ருசிபோல இருப்பதால் "நீர்க்கோழி" என்று அழைக்கப்படுகிறது.

திலேபியாவில் 70 இனங்கள் இருப்பினும் கீழே குறிப்பிடப்பட்டுள்ள 5 இனங்களே வளர்க்கப்படுகின்றன.

1. மொசாம்பிக் திலேபியா
2. நீல நிற திலேபியா
3. நைல் திலேபியா
4. சன்ஜிபார் திலேபியா
5. சிவப்பு திலேபியா

பண்ணை குளங்களில் வளர்க்க ஏதுவான தொழில் நுட்பம்

திலேபியா மீன்களில், பெண் மீன்களை விட ஆண்மீன்களே வேகமாக வளரும். இதன் பொருட்டே ஒருபாலின (Monosex) மீன் உற்பத்தி செய்யப்படுகிறது. ஹார்மோன் ஊசி மூலமாகவோ, அல்லது கண்ணால் உடல் உறுப்பைப் பார்த்து, கையால் ஆண்மீன்களை தனியாகப் பிரித்தெடுத்து வளர்ப்பர். மரபணு மாற்றம் செய்யப்பட்ட (Genetically improved farmed Tilapia) கிஃப்ட் திலேபியா தற்போது மீன் வளர்ப்போரிடையே பெரும் வரவேற்பு பெற்றுள்ளது.

திலேபியா வளர்ப்பு முறைகள்

1. சிறிய அளவில், குறைந்த முதலீட்டில், சுயதேவைக்காக வளர்க்கும் முறை
2. பெரிய அளவில், அதிக முதலீட்டுச் செலவில் அதிக எண்ணிக்கையுடன், வணிக ரீதியில் வளர்க்கும் முறை

குளத்து நீரில் திலேபியா வளர்ப்பு

கூட்டின முறையில் மீன் வளர்ப்புக்கு இடம் தேர்வு செய்வதையும், குளத்தைத் தோண்டி மண்ணை செப்பனிட்டு, தயார் செய்வதைப் பற்றியும் நாம் ஏற்கனவே விரிவாகக் கூறியுள்ளோம். அதே வழிமுறைகளை இங்கும் பின்பற்றலாம்.

செய்ய வேண்டிய முக்கியப் பணிகள்

1. குளத்தடியில் உள்ள வண்டலை அகற்ற வேண்டும்.
2. குளம் ஆழம் குறைவாக இருப்பின் 1.5 மீட்டர் ஆழம் உள்ளவாறு அமைக்க வேண்டும்.
3. தேவைப்படின் புதிய குளங்களை உருவாக்கலாம்.
4. கரைகளை வலுப்படுத்துதல்

5. நீர் உட்புகும் குழாய்கள், நீர் வெளிச்செல்லும் கதவணைகள் அமைத்தல்
6. தீவன அறை, அலுவலக அறை, உபகரணங்கள், வலைகள் மற்றும் இதர பண்ணை சாமான்கள்
7. பண்ணைப் பதிவேடுகள்

உயிரி பாதுகாப்பு (Bio - Security)

எப்பேர்ப்பட்ட நிலையிலும், வெள்ளம் ஏற்பட்டாலும், மீன்கள் குளத்திலிருந்து வெளியேறி இதர பண்ணைகளுக்கோ, மற்ற நீர்நிலைகளுக்கோ செல்லாதவாறு தடுப்பு நடவடிக்கைகள் அவசியம்.

கதவணையில் சல்லடை பொருத்தப்பட்டு நீர் மட்டுமே வெளியேறி, மீன்கள் வெளிச் செல்லாதவாறு பாதுகாக்கப்பட வேண்டும்.

குளத்தைச் சுற்றி வேலி அமைக்க வேண்டும்.

திலேபியா குஞ்சுகளை இருப்பு செய்தல்

* மரபணு மாற்றம் செய்யப்பட்ட திலேபியா குஞ்சுகளின் எடை 10 கிராம் எடைக்கு கூடுதலாக இருக்க வேண்டும்.
* சதுர மீட்டருக்கு 5 மீன் குஞ்சுகள் மட்டும் இருப்பு செய்ய வேண்டும்.

குறிப்பு : நீர் சுழற்சி (Recirculation) முறையில் அதிதீவிர வளர்ப்பு செய்ய விரும்புவோர், கனமீட்டருக்கு 150 குஞ்சுகளுக்கு மேல் இருப்பு செய்யலாகாது. இதற்கு மீன்வளத்துறையிடம் அனுமதி பெற வேண்டும்.

குளத்திற்கு உரமிடுதல்

1. **இயற்கை உரம்**

சுண்ணாம்பு இட்டபின் 3 நாட்கள் கழித்து மாட்டுத் தொழுவ உரத்தை ஹெக்டேருக்கு 5000 கிலோ இட வேண்டும்.

2. **செயற்கை உரம்**

* இயற்கை உரம் இட்ட 15 நாள் கழித்து இரசாயன உரங்களைப் போடலாம்.
* மண்ணின் தரத்தைப் பொறுத்து, யூரியா, சூப்பர் பாஸ்பேட் அளவு மாறுபடும்.

உரம் போட்டு 15 நாட்கள் கழித்து குஞ்சுகளை இருப்பு செய்யலாம்.

செயற்கை உரங்களின் தேவை

எண்	மண்ணின் தன்மை	அம்மோனியம் சல்பேட்	யூரியா
1.	நைட்ரஜன் (100 கிராம் மண்ணுக்கு/மிகி	70	30
அ.	அதிக அளவு (51-75)	90	40
ஆ.	நடுத்தரம்	140	60
இ.	குறைவு (25 வரை)	-	-
2.	பாஸ்பரஸ் (100 கிராம் மண்ணுக்கு /மிகி		
அ.	அதிக அளவு (7-12)	40	15
ஆ.	நடுத்தரம் (4-6)	50	20
இ.	குறைவு (3க்கும் கீழே)	70	30

உரம் போட்டு 15 நாட்கள் கழித்து குஞ்சுகளை இருப்பு செய்யலாம்.

நர்சரி குளங்கள்

1. பதிவு பெற்ற திலேபியா குஞ்சு பொரிப்பகங்களில் மட்டுமே குஞ்சுகளைப் பெற வேண்டும்.
2. அவ்வாறு பெறப்பட்ட குஞ்சுகளை முதலில் நர்சரி குளங்களில் 30 நாள் இட்டு வளர்க்க வேண்டும்.
3. குஞ்சுகளுக்கு உடல் எடைக்கு ஏற்ப, ஒருநாளில் 3-4 தடவை தீவனம் இட வேண்டும்.

ஹபாக்கள் முறையில் வளர்ப்பு செய்தால், வளர்ப்புக் குளங்களில் பொருத்தி, சதுர மீட்டருக்கு 50-75 குஞ்சுகளை வளர்க்கலாம்.

நர்சரி குளத்தில் வளர்த்தால் 1 மாதம் கழித்து வளர்ப்புக் குளத்துக்கு மாற்றி விட வேண்டும்.

மேலுணவு அளித்தல்

1. குளத்து நீரில் உள்ள மிதவை நுண்ணுயிர்த் தீவனத்தை மீன்கள் உட்கொள்ளும்.
2. ஆயினும் இவற்றுக்கு குருணைத் தீவனத்தை சரிவிகிதமாக தயார் செய்து, உடல் எடைக்கு ஏற்றவாறு அளிக்க வேண்டும்.

மேலுரம் இடுதல்

1. மாதம் ஒருமுறை ஹெக்டேர் ஒன்றுக்கு 1000 கிலோ, மாட்டு உரத்தைப் போட வேண்டும்.
2. செயற்கை உரங்களையும் மாதம் ஒருமுறை இட வேண்டும். இவ்விரு உரங்களுக்கிடையே காலவெளி அவசியம்.
3. தேவைக்கு மேல் இட்டால் குளத்து நீரின் தன்மையும் மண்ணின் தன்மையும் பாதிக்கப்படும்.
4. எனவே மீன்களின் எடைக்கேற்ப கணக்கிட்டுப் போட வேண்டும்.

மேலாண்மை

1. வாரம் ஒருமுறை/2 முறை, மாதிரி அறுவடை (Trial Netting) செய்து, மீன்களின் எடை, உடல்நலம் இவற்றை கண்காணிக்க வேண்டும்.

அறுவடை

1. ஆறாவது மாத முதலில், சராசரியாக மீன்களின் எடை 500 கிராம் இருக்கையில் அறுவடை செய்யலாம். ஒரு அறுவடையில் 8-10 டன் வரை கிடைக்கும். இவ்வாறு ஆண்டுக்கு இரண்டு முறை அறுவடை செய்யலாம்.
2. நீரை முழுமையாக வெளியேற்றியோ, அல்லது பகுதி நீரை வெளியேற்றியோ அறுவடை செய்யலாம்.
3. அறுவடை செய்த மீன்களை ஐஸ் கட்டிகளில் பதனிடம் செய்து விற்பனைக்கு அனுப்பலாம்.
4. உயிருடன் விற்றால் லாபம் கூடுதலாகும்.

திலேபியா வளர்ப்புக்கு ஒன்றிய அரசின் வழிகாட்டு முறைகள்

1. ஒன்றிய அரசு, திலேபியா வளர்ப்பை, ஒரு வழிகாட்டும் குழுமை (Steering Committee) உருவாக்கி, மாநில அரசு மீன்வளத்துறை மூலம் கண்காணிக்கும்.
2. ஒன்றிய அரசின் வேளாண்துறை, குஞ்சு பொரிப்பகங்கள், இனப்பெருக்க மீன்களின் இறக்குமதிக்கு வழிகாட்டு நெறிகளை உருவாக்கும்.
3. களத்திலிருந்து பெறப்படும் தகவல்களின் அடிப்படையில் மேலும் சில வழிமுறைகளை உருவாக்கும்.
4. மாநில அரசால் ஏற்படுத்தப்பட்ட குழுவானது, பொரிப்பகங்கள் மற்றும் நர்சரி/ வளர்ப்புக் குளங்களை கண்காணித்து தேவைப்படும் வழிமுறைகளை உருவாக்கும்.
5. மீன்வளர்ப்போர்/தொழில் முனைவோர் திலேபியா குஞ்சு பொரிப்பகங்கள் / வளர்ப்புக் குளங்களை ஏற்படுத்த விரும்பினால்,

மாநில மீன்வளத்துறைக்கு உரிய முறையில் விண்ணப்பித்து அனுமதி பெற வேண்டும்.

வளர்ப்பு முறைகளும் அனுமதி பெறும் வழிகளும்

1. திலேபியா மீன்கள் வளர்க்க விரும்புவோர், அதற்குரிய விண்ணப்பத்தை பூர்த்தி செய்து மாநில மீன்வளத்துறையிடம் சமர்ப்பிக்க வேண்டும்.
2. அமைக்கப்படவிருக்கும் பண்ணைகள், வெள்ளப் பெருக்கு ஏற்படும் இடங்களிலோ, இயற்கை சரணாலயத்தின் அருகிலோ அல்லது இதர நீர்நிலைகளுக்கு அருகிலோ இருத்தல் கூடாது.
3. ஆண் குஞ்சுகள் அல்லது மலட்டுத்தன்மை ஏற்படுத்தப்பட்ட மீன்குஞ்சுகளையே இருப்பு செய்ய வேண்டும்.
4. ஒரு குளத்தின் நீர்ப்பரப்பு 1 ஏக்கருக்கு மேல் இருக்கக் கூடாது. ஒரு பண்ணையில் 10 ஏக்கருக்கு மேல் திலேபியா வளர்ப்பு செய்யலாகாது.
5. கிஃப்ட் திலேபியா அல்லது நைல் திலேபியா போன்ற மேம்படுத்தப்பட்ட இனங்களை மட்டுமே வளர்ப்பு செய்யலாம்.

கிஃப்ட் திலேபியா மீன்வளர்ப்பு வங்கிக் கடனுதவி பெற மாதிரித் திட்டம்

அ. முதலீட்டுச் செலவுகள்

1ஹெக்டேர் பரப்பு

வ.எ.	விவரங்கள்	ரூபாய்
1.	நிலத்தை தயார் செய்ய	15,000
2.	குளம் வெட்ட, கரைகள் அமைக்க, பலப்படுத்த	1,20,000
3.	பம்புசெட் வாங்க (7.5 குதிரை சக்தி)	65,000
4.	தண்ணீர் உட்செலுத்தும் குழாய்கள் அமைக்க, வெளியேற்றும் கதவணைகள் பொருத்த	60,000
5.	தீவனக்கிடங்கு, அலுவலக அறை 400 ச.அடி X ரூ.300	1,20,000
6.	கரையைச் சுற்றி தடுப்பு வலைகள் அமைக்க	10,000
7.	மோட்டார் ஷெட் அமைக்க	10,000
8.	வலைகள், இதர உபகரணங்கள்	20,000
	மொத்த முதலீட்டுச் செலவுகள்	4,20,000

ஆ. நடைமுறைச் செலவுகள்

வ.எ.	விவரங்கள்	ரூபாய்
1.	குளத்தை காயப்போட்டு, வண்டலை அகற்றி, உழுது, நீர் பாய்ச்ச	15,000
2.	சுண்ணாம்பு 500 கிலோ ரூ.6 வீதம்	3,000
3.	சிங்கிள் சூப்பர் பாஸ்பேட் (250 கிலோ ரூ.10 வீதம்)	2,500
4.	யூரியா (125 கிலோ X ரூ.6)	750
5.	இயற்கை எரு (பசுஞ்சாணம் / கோழி எரு) 5 டன் X ரூ.1200)	6,000
6.	மீன் குஞ்சுகள் (25000 X ரூ.3)	75,000
7.	கலப்புத் தீவனம் (13125 கிலோ X ரூ.30)	3,93,750
8.	வேலையாள் கூலி (15000 X 6 மாதம்)	90,000
9.	அறுவடைச் செலவுகள்	10,000
10.	மின்சாரம், இதர செலவுகள்	10,000
ஆ.	மொத்த நடைமுறைச் செலவுகள்	6,06,000
முழுமையாகக் கொள்க		**6,00,000**

திட்டத்தின் மொத்தச் செலவுகள்

அ)	முதலீட்டுச் செலவுகள்	4,20,000
ஆ)	நடைமுறைச் செலவுகள் (6 மாதம்)	6,00,000
ஆக மொத்தச் செலவுகள்		**10,20,000**

வங்கித் திட்டம்

திட்டத்தின் மொத்த மதிப்பீடு	10,20,000
விவசாயியின் வரம்புத் தொகை (25%)	2,55,000
நிகர வங்கிக் கடன்	7,65,000
வட்டி விகிதம்	12%
	(ஆண்டொன்றுக்கு)

உற்பத்திக் குறியீடுகளும், வருவாயும்

1. திலேபியா குஞ்சுகளின் இருப்பு	25,000
2. பிழைப்பு விகிதம் (80%)	20,000
3. அறுவடையின் போது சராசரி எடை (கிராமில்)	500
4. மொத்த எடை (கிலோ)	10,000
5. பண்ணை விலை ரூ.90	9 லட்சம்
6. ஆண்டுக்கு எத்தனை வளர்ப்புகள்	2
7. முதல் ஆண்டு வருவாய்	9 லட்சம்
8. 2ஆம் ஆண்டு முதல் திட்டம் முடியும் வரை ஒவ்வொரு ஆண்டும் வருவாய்	ரூ.18 லட்சம்

(ரூபாய் லட்சங்களில்)

ஆண்டு	1ஆவது ஆண்டு	2-8 ஆண்டுகள் வரை
முதலீட்டுச் செலவுகள்	4.20	0
நடைமுறைச் செலவுகள்	6.00	12.00
மொத்தச் செலவுகள்	10.20	12.00
மொத்த வருவாய்	9.00	18.00
நிகர வருவாய்	-1.20	6.00

தள்ளுபடிக் காரணி (DF) *15%* என்று இருக்கையில் திட்டத்தின் லாபங்கள்

தள்ளுபடிக் காரணி 15% என இருக்கையில் செலவுகளின் தற்போதைய மதிப்பு (TPWC)	36.58
தள்ளுபடிக் காரணி 15% என இருக்கையில் வரவுகளின் தற்போதைய மதிப்பு (TPWB)	52.43
தள்ளுபடிக் காரணி 15% என இருக்கையில் நிகர வருவாயின் மதிப்பு (TPWB - TPWC)	15.85
வருவாய் செலவு விகிதம் (BCR) இலாபத்தின் தற்போதைய மதிப்பு / செலவுகளின் தற்போதைய மதிப்பு	1:1:43
உள் வருவாய் விகிதம் (IRR)	126%

குறிப்பு : உள் வருவாய் விகிதம் 126% என்று இருப்பதால் இது ஒரு சிறந்த திட்டமாகும்.

திட்டத்தின் லாபமும் வங்கிக் கடனை திருப்பிக் கட்டும் முறையும்

(ரூபாய் லட்சங்களில்)

ஆண்டுகள்	நிகர வருவாய்	வட்டி 12%	அசல்	மொத்தம் அசல் + வட்டி	நிலுவையில் உள்ள கடன்	நிகர லாபம்	கடன் சேவை வருவாய்விகிதம் (DSCR)
1.	3.00	0.92	0.65	1.57	7.65	1.43	1.91
2.	6.00	0.84	1.17	2.01	7.00	3.99	3.00
3.	6.00	0.70	1.17	1.87	5.83	4.13	3.20
4.	6.00	0.56	1.17	1.73	4.66	4.30	3.47
5.	6.00	0.41	1.17	1.58	3.49	4.42	3.80
6.	6.00	0.28	1.17	1.45	2.32	4.55	4.13
7.	6.00	0.14	0.63	0.77	1.15	5.23	7.80

Average DSCR - 1:3.09

சராசரி கடன் சேவை வருவாய் விகிதம் -1:3.09

7வது ஆண்டு இறுதியில் கடன் முழுவதும் செலுத்தப்பட்டு விடும்.

9

உடுக்கை இழந்தவன் கைபோல ஆங்கே
இடுக்கண் களைவதாம் நட்பு.   - குறள் - 788

கலைஞர் உரை

அணிந்திருக்கும் உடை உடலைவிட்டு நழுவும்போது எப்படிக் கைகள் உடனடியாகச் செயல்பட்டு அதனைச் சரிசெய்ய உதவுகின்றனவோ அதைப்போல நண்பனுக்கு வரும் துன்பத்தைப் போக்கத் துடித்துச் செல்வதே நட்புக்கு இலக்கணமாகும்.

வன்னாமி இறால் வளர்ப்புத் திட்டம்
(Vannamei)

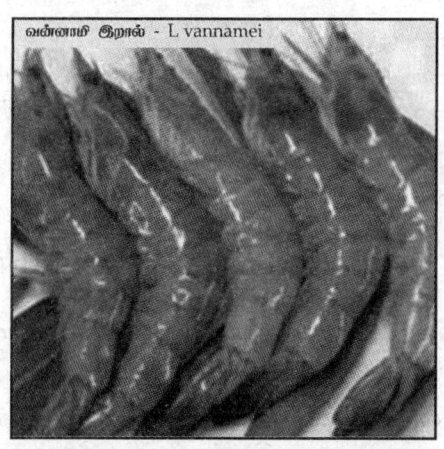

வன்னாமி இறால் - L vannamei

இந்தியாவில் ஏறக்குறைய 1,90,000 ஹெக்டேர் அளவில் இறால் வளர்ப்பு செய்யப்படுகிறது. 2009ஆம் ஆண்டு வரை வரியிறால் (Penaeus monodon) மட்டுமே வளர்க்கப்பட்டு வந்தது. ஆயினும் வெண்புள்ளி (White spot syndrome virus) நோய்த்தாக்கம் காரணமாக பெரும்பாலான விவசாயிகள் வரி இறால் வளர்ப்பதைக் கைவிட்டு விட்டனர். கடந்த 20 ஆண்டுகளுக்கு மேலாக வன்னாமி (Litopenaeus vannamei) எனப்படும் பசிபிக் இறால் வளர்ப்பு செய்யத் தொடங்கியுள்ளனர். இதற்கு முக்கிய காரணம் இது நோய் எதிர்ப்பு சக்தி மிகுந்தது. ஏனெனில் இது நோய்க் கிருமிகள் அற்ற

(Specific Pathogen Free - SPF) மற்றும் நோய்க் கிருமிகளை எதிர்க்கக் கூடிய (Specific pathogen resistant - SPR) ஆற்றலை தன்னகத்தே கொண்டு விளங்குகிறது. இவ்வகை இறால்கள் நம்நாட்டில் மட்டுமன்றி, வியட்நாம், தாய்லாந்து, இந்தோனேஷியா போன்ற கிழக்காசிய நாடுகளிலும் பெருமளவு வளர்க்கப்படுகின்றன. இந்தியாவில் இருந்து ஏற்றுமதி செய்யப்படும் இறால்களில் பெருமளவு வன்னாமி இறால்களே.

பிறப்பிடம்

இவை மெக்சிகோ கடற்கரைப் பகுதிகள், மத்திய மற்றும் தென் அமெரிக்கா கடல்பகுதிகளில் இயற்கையாக வளர்ந்து இனப்பெருக்கம் செய்கின்றன. இவை வெண்ணிற கால்கள் கொண்டிருப்பதால், வெண்கால் இறால் என்றும் அழைக்கப்படுகின்றன. பசிபிக் வெண்ணிறால் என்றும் பெயர் கொண்டுள்ளன.

வளர்ப்பு சூழ்நிலைகள்

• புற வெப்ப நிலை	30-34^{0}C
• நீரின் உப்புத் தன்மை	10-40 பிபிடி (PPT) (50 ppt வரை உப்பு நீரை தாங்கி வளரக் கூடியவை)
• அமில கார நிலை (ph)	7-9 (10க்கு மேலே போனாலோ, 7க்கு குறைந்தாலோ வளர்ச்சி பாதிக்கும்)
• நீரில் கரையும் உயிர்வளி (Dissolved Oxygen -DO)	4-5 பிபிஎம் (PPM)
• அம்மோனியா	0.1 பிபிஎம்-க்கு குறைவாக இருக்க வேண்டும்.
• நைட்ரேட்	1 பிபிஎம்-க்கு குறைவாக இருக்க வேண்டும்.
• திரள்பொருட்கள் (Flocculated particles)	எண்ணிக்கை 0.5 மைக்ரானுக்கு கீழே இருத்தல் அவசியம்

• சுத்தமான நீரை விட சற்றே கலங்கிய (Turbid) நீரில் ஆல்கே மற்றும் நன்மை செய்யும் பாக்டீரியாக்கள் இருப்பதால், இறால் வளர்ச்சி மிகுந்து காணப்படும்.

நிலத்தின் அமைப்பும் தேர்வு செய்யும் முறைகளும்

1. இறால் பண்ணை அமைக்க தேர்வு செய்யும் இடம் கடற்கரையிலிருந்து 200 மீட்டர் தள்ளி இருக்க வேண்டும். கடற்குழி (Creek) பயன்படுத்தி நீரை எடுத்து வளர்ப்பு செய்ய வேண்டுமென்றால் குறைந்தது 50 மீட்டர் தள்ளி இருக்க வேண்டும். இதற்கு கடலோர மீன் வளர்ப்பு ஆணையத்திடமிருந்து உரிமம் பெற்றிருக்க வேண்டும். இதனைப் பெறுவதற்கு அந்தந்த மாவட்டத்தில் உள்ள மீன்வளத்துறை அலுவலகத்தில் விண்ணப்பிக்க வேண்டும்.

2. மேலும் இறால் குளங்கள் அமையவிருக்கும் இடம், அருகிலுள்ள விவசாய நிலங்களிலிருந்து 50-100 மீட்டர் தூரம் தள்ளி அமைக்கப்பட வேண்டும்.

3. நீர்ப்பிடிப்புப் பகுதி (Water spread area) மொத்த நிலப்பகுதியில் 60%க்கு மிகாமல் இருக்க வேண்டும். எடுத்துக்காட்டாக 10 ஹெக்டேர் மொத்த நிலப்பகுதி என்றால் 6 ஹெக்டேர் மட்டுமே நீர்ப்பிடிப்புப் பகுதியாக அமைய வேண்டும்.

4. 40 ஹெக்டேருக்கு அதிகமாக இறால் வளர்ப்பு செய்பவர்கள், சூழல் தாக்க அறிக்கை (EIA) தயார் செய்து வங்கிக்கு சமர்ப்பிக்க வேண்டும்.

5. குடிநீர் ஆதாரங்களுக்கு அருகே அமைத்தல் கூடாது.

6. கீழே குறிப்பிட்ட நுண்ணுயிர்க்கொல்லிகளை (Antibiotics) இறால் பண்ணைகளில் பயன்படுத்தக் கூடாது.

   அ) குளோராம்ஃபினிகால்

   ஆ) ஃபியுராசாலிடோன்

   இ) நியோமைசின்

   ஈ) நாலிடிக்சிக் ஆசிட்

   உ) சல்ஃபா மிதாக்சசோல்

அதே போன்று சில இரசாயனப் பொருட்களும் தடை செய்யப்பட்டுள்ளன. மேலும் விரிவான தகவல்களைப் பெற கடலோர மீன்வள ஒழுங்குமுறை ஆணையத்தை அணுக வேண்டும்.

இறால் பண்ணை மாதிரி வரைபடம்

குளத்தின் ஆழம் - 4-5 அடி

நீரின் ஆழம் - 3-4 அடி

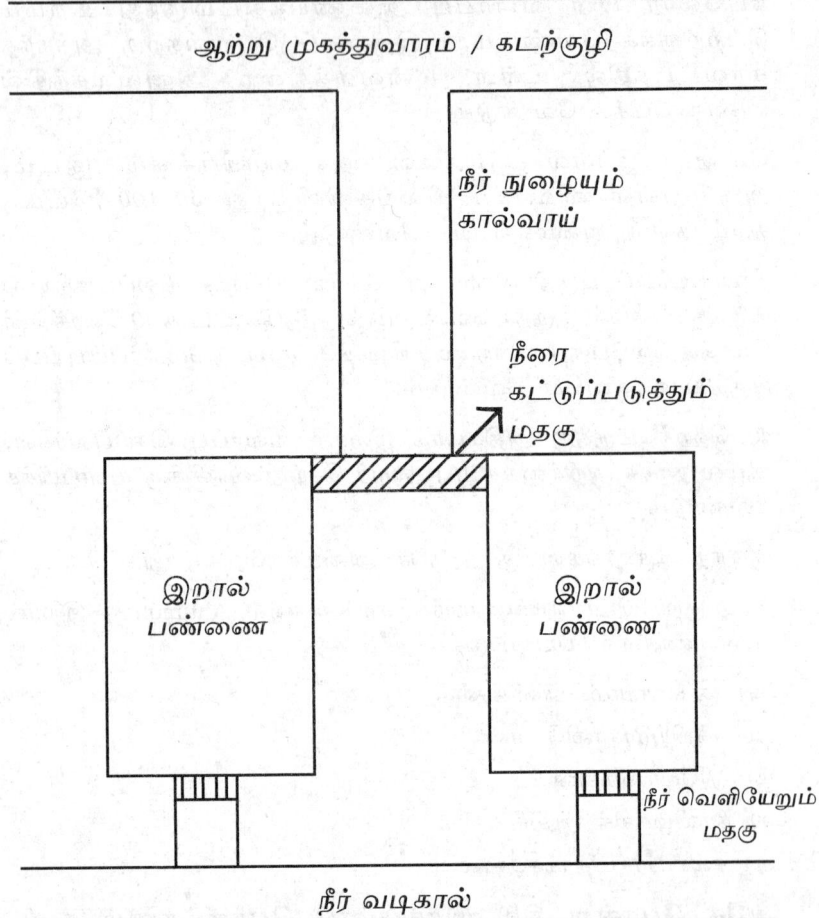

7. பொதுவான சில பாதுகாப்பு முறைகள்

அ) அனுமதிக்கப்பட்ட நுண்ணுயிர்க் கொல்லிகளை மட்டுமே உபயோகிக்க வேண்டும்

ஆ) நீர் பரிசோதனை மிகவும் அவசியம்

இ) விவசாயிகள் முறையான பயிற்சி பெற்று இருக்க வேண்டும்.

வன்னாமி இறால் வளர்ப்பதால் கிடைக்கும் நன்மைகள்

1. 20 கிராம் வரை வரி இறாலைப் போன்றே வேகமாக வளரக் கூடியது.
2. சதுர மீட்டருக்கு 150 இறால்களை வளர்க்கலாம்
3. நீரின் உப்புத்தன்மை வெகுவாக வேறுபட்டாலும் அதாவது 5-45 ppt வரை தாக்குப் பிடித்து வளரக்கூடியவை.
4. குறைந்த அளவு வெப்பம் (15^0செ வரை) இருந்தாலும் வளர்ச்சி பாதிக்காது.
5. கடலோர மீன் வளர்ப்பு வாரியத்திடமிருந்து உரிமம் பெற்ற இறால் குஞ்சு பொரிப்பகங்கள் இருப்பதால், அவற்றிலிருந்து நோய்க்கிருமி நீக்கம் செய்யப்பட்ட / நோய்க் கிருமியை எதிர்த்து செயல்படவல்ல தரமான இறால் குஞ்சுகள் சகாயமான விலையில் கிடைக்கின்றன.
6. மார்க்கெட்டில் நல்ல விலை பெறுகின்றன.

முன்னெச்சரிக்கை நடவடிக்கைகள்

1. குளம் அமைய இருக்கும் இடத்தின் மண்ணை பரிசோதிக்க வேண்டும். அமில கார நிலை (pH) 7-8 வரை இருப்பது சாலச் சிறந்தது. மண் பரிசோதனை சான்றிதழ் அவசியம்.
2. நீர் பரிசோதனை செய்ய வேண்டும். அதன் கார அமில நிலை, உப்புத்தன்மை மற்றும் இதர தன்மைகள் முன்பே குறிப்பிட்டவாறு இருக்க வேண்டும்.
3. இறால் குளங்கள் செவ்வக வடிவில் இருப்பது சிறந்தது. ஏனெனில் காற்றோட்டத்தின் மூலமாக உயிர்வளி பெருகும்.
4. ஒரு குளம் 1 ஹெக்டேர் அளவு இருக்க வேண்டும். நிலப்பரப்பு இதைவிட கூடுதலாக இருப்பின் 2,3,4 என தேவைக்கேற்ப இடவசதிக்கேற்ப அமைக்கலாம்.
5. அமைக்கப்படும் குளங்கள் விவசாய விளை நிலங்கள் அருகே இருக்கக் கூடாது.

6. வளர்ப்புக் காலம் (3-4 மாதங்கள்) முடிந்ததும் குளத்து நீரை வடிகாலில் மட்டுமே செலுத்த வேண்டும்.

7. பண்ணையின் அளவுக்கேற்றபடி நீரின் தேவையை கருத்தில் கொண்டு, பம்புசெட் மோட்டார் அமைத்துக் கொள்ளலாம்.

உபகரணங்கள்

சீரிய இறால் பண்ணை மேலாண்மைக்கு கீழ்க்கண்ட உபகரணங்கள் வாங்கப்பட வேண்டும்.

1. உப்பளவு மானி (Salinometer)

2. கரைந்த உயிர்வளி மானி (DO meter) குளத்து நீரில் எவ்வளவு உயிர்வளி உள்ளது என்று அளக்க உதவும்.

3. அமில கார நிலை மானி (pH metre) இது நீரின் அமில காரநிலையை பரிசோதிக்க உதவும்.

4. **தீவனத்தட்டுக்கள் :** (Feed Trays) இறால்களுக்கு தீவனம் அளிக்கவும், அவ்வப்போது, சீர்தூக்கிப் பார்த்து தீவன அளவை தேவைக்கேற்ப குறைக்கவோ கூட்டவோ முடியும். இவ்வாறு செய்வதன் மூலம் சிறந்த தீவன மாற்று விகிதத்தைப் பெற முடியும்.

5. **வலைகள் :** அவ்வப்போது இறால்களை வலை மூலம் பிடித்து அவற்றின் வளர்ச்சியை கணக்கிடலாம்.

உயிர்ப்பாதுகாப்பு நடவடிக்கைகள் (Bio Security Norms)

1. கிருமி நீக்கம் செய்யப்பட்ட இறால் குஞ்சுகளை மட்டுமே குளத்தில் இடவேண்டும்.

2. மண்ணின் தன்மை குறைந்தது 40% களிமண் கொண்டதாக இருத்தல் அவசியம்.

3. பரிசோதனைக்குட்படுத்தப்பட்ட நீரையே பயன்படுத்த வேண்டும். நீரை வலைக்கண்ணிகள் (Mesh) மூலமே குளத்தில் செலுத்த வேண்டும். இல்லை எனில் நண்டுகள், பகை மீன்கள் குளத்துக்குள் புகுந்து இறால் தீவனத்தையும், இறால்களையும் உட்கொண்டு விடும். இதனால் பண்ணையின் இலாபம் வெகுவாகப் பாதிக்கப்படும்.

4. ஒரு பண்ணைக்கும் மறு பண்ணைக்கும் இடையே குறைந்தது 100 மீட்டர் இடைவெளி இருக்க வேண்டும்.

5. பண்ணையின் கரையைச் சுற்றி 0.5 மீட்டர் உயரமுடைய பிளாஸ்டிக் ஷீட்டை பயன்படுத்தினால் நோய் பரப்பும் நண்டுகளை தடைசெய்ய முடியும்.

இறால் குளங்கள் அமைப்பு முறைகள்

1. வன்னாமி இறால்கள் குளத்தின் நடுமட்டத்தில் வாழும் தன்மை உடையன. எனவே குளத்தின் 1.5 மீட்டர் முதல் 1.8 மீட்டர் வரை இருக்க வேண்டும்.
2. அதிக எண்ணிக்கையில் இறால் குஞ்சுகள் விடப்படுவதால், ஏரேட்டர்களை கண்டிப்பாகப் பயன்படுத்த வேண்டும். ஹெக்டேர் ஒன்றுக்கு 4-9 வரை ஏரேட்டர்களை நிலை நிறுத்த வேண்டும்.
3. இவ்வாறு ஏரேட்டர்களை இயக்குவதால் மண் அரிப்பு ஏற்படும். எனவே, கரைகளை வலுவாக அமைப்பதோடு குளத்தின் உட்புறமாக கரையைச் சுற்றிலும் பிளாஸ்டிக் ஷீட்டை அமைப்பது அவசியம்.
4. மேலும் குளத்தின் நடுப்பகுதியில் கழிவுத்திட்டு (Sludge) சேர்ந்து விடுவதால் அதனை அகற்ற நடுப்பகுதியில் வடிகால் வசதி செய்யப்பட வேண்டும்.

குளத்தை தயார் செய்யும் வழிமுறைகள்

1. தயார் செய்யப்படப் போகும் குளத்தில் இதற்கு முன்பு இறால் வளர்ப்பு செய்யப்பட்டிருந்தால் கழிவுத்திட்டை அகற்ற வேண்டும். ஏனெனில் இதில் நுண்ணுயிர்க் கிருமிகள் மற்றும் வைரஸ் பகுதிகள் தங்கியிருக்கும். இவற்றை அகற்றாவிட்டால் நோய்த்தொற்று உண்டாகும்.
2. இதனை செயலாக்கம் செய்ய எரி சுண்ணாம்பு (Burnt Lime) அதாவது பிளீச்சிங் பவுடர் (அ) குளோரினை (100 பிபிஎம்) பயன்படுத்தி கிருமி நீக்கம் செய்யலாம்.
3. பின்னர் குளத்தடியை சூரிய வெளிச்சம் நன்கு படும்படி காயவிட வேண்டும். இதனால் மண்ணில் வெடிப்புகள் ஏற்படும். பின்னர் மேற்பகுதி மண்ணை அகற்றிவிட்டு, அடிமண்ணுக்கு நன்கு அழுத்தம் தரவேண்டும்.

நீர் மேலாண்மை

1. பெரும்பாலான பண்ணையாளர்கள், கடல்நீர் அல்லது நதிமுகத்துவார நீரை பயன்படுத்துவார்கள்.
2. இந்நீரிலிருந்து நோய்க்கிருமிகள் குளத்தின் உள்ளே புகுந்து வைரஸ் நோய்களை பரப்பிவிடும்.

3. குறிப்பாக வெண்புள்ளி வைரஸ், நீரில் 7 நாட்கள் வரை உயிருடன் இருக்கும். எனவே இதன் மூலம் இறால்களுக்கும் நோய் பரவிவிடும்.
4. மேலும் நண்டுகள் மற்றும் மிதவை நுண்ணுயிர்கள் மூலம் நோய்த் தொற்று உருவாகும்.

இவற்றைத் தடுக்க ஒரு சதுர செண்டி மீட்டருக்கு 60 மைக்ரான் அளவு கொண்ட வலைக்கண்ணிகளை டெலிவரி குழாயில் பொருத்துதல் அவசியம். பெரிய பண்ணைகளில் நீர்த்தேக்கக் குளங்கள் (Reservoir Ponds) அமைப்பார்கள். இவற்றில் 30 பிபிஎம் அளவில் கால்சியம் ஹைபோகுளோரைட் உபயோகித்து 7 நாட்கள் கிருமி நீக்கம் செய்வர். பின்னர் இந்நீரைப் பயன்படுத்துவர்.

குளத்துக்கு உரமிடுதல்

தீவிர முறையில் (Intensive) இறால் வளர்ப்பு செய்யப்படும்போது, இயற்கை மற்றும் செயற்கை உரங்களை உபயோகித்து, குளத்தை பண்படுத்தலாம்.

அ) இயற்கை உரங்கள்

இதில் முக்கியப் பங்கு வகிப்பது, பண்ணை விலங்குகளின் சாணம்/கம்போஸ்ட் உரம், ஹெக்டேர் ஒன்று 500-2000 கிலோ வரை பயன்படுத்தலாம்.

ஆ) இரசாயன உரங்கள்

இவ்வுரங்கள் நைட்ரஜன், பாஸ்பரஸ் மற்றும் பொட்டாசியம் உள்ளடக்கியவை. ஹெக்டேர் ஒன்றுக்கு 25 முதல் 100 கிலோ வரை இடவேண்டும்.

இறால் குஞ்சுகளை இருப்பு செய்யும் முறைகள்

1. 15 முதல் 21 நாள் வயதுடைய, நோய்க்கிருமிகள் அற்ற தரமான இறால் குஞ்சுகளை மட்டுமே குஞ்சு பொரிப்பகங்களில் இருந்து பெறப்பட வேண்டும்.
2. ஒருசில மாதிரிகளை பரிசோதனைக் கூடத்தில் பிசிஆர் (PCR) டெஸ்ட் செய்து, சான்றிதழோடு பெறப்பட வேண்டும்.
3. இறால் குஞ்சுகளை பிளாஸ்டிக் பைகளில் லிட்டருக்கு 500 முதல் 1000 குஞ்சுகளை உயிர்வளி நிரம்பிய நீரில் வைக்கப்பட வேண்டும்.
4. இவற்றை 10 மணி நேரம் வரை இறப்பின்றி கொண்டு செல்லலாம்.

5. வெப்பநிலை அதிகமாக இருப்பின், தூள் செய்யப்பட்ட ஐஸ் கட்டிகளை பையில் போட்டு வெப்பநிலையை 22-25°செ என்ற அளவுக்குக் கொண்டு வரலாம்.

நுண் இறால் வளர்ப்புக் குளம் (Nursery Ponds)

இவ்வாறு பெறப்பட்ட குஞ்சுகளை, முதலில் இதற்கென தயார் செய்யப்பட்ட சிறிய வகைக் குளங்களில் (500-2000 ச.மீ. அளவு, ஆழம் 40-70 செ.மீ.) முதலில் இருப்பு செய்து, புதிய சூழலுக்கு தயார் செய்ய வேண்டும். (Acclimatisation) இந்த நர்சரியில் 15 முதல் 45 நாட்கள் வரை வைத்திருந்து, பின்னர் வளர்ப்புக் குளங்களுக்கு மாற்றலாம். ஹெக்டேர் ஒன்றுக்கு 5 லட்சம் இறால் குஞ்சுகளை விட்டு வளர்க்க வேண்டும்.

வளர்ப்புக் குளங்கள் (Grow Out ponds)

நீர் மேலாண்மை : அடிக்கடி குளத்து நீரை மாற்றிட வேண்டும். இவ்வாறு செய்தால், உயிர்வளி நிறைந்திருக்கும். இறால்கள் ஓடு அவ்வப்போது ஓடு நீக்கம் (Moulting) செய்து வளர்ச்சி பெற ஏதுவாகும்.

கடல்நீர் பின்வாங்கும்போது (Neaptide) அழுக்கு நீரை வெளியேற்றலாம். இவ்வாறு 50% நீரை பரிமாற்றம் செய்ய முடியும். கடலில் இருந்து இளவேனில் ஓதம் (Spring Tide) ஏற்படும்போது, கடல்நீரை எளிதாக குளத்தில் செலுத்தி நீர்பரிமாற்றம் (Water exchange) செய்யலாம்.

நீர் பரிசோதனை உபகரணங்களை உபயோகித்து உயிர்வளி, அமில கார நிலை, உப்பின் அளவு இவற்றைப் பரிசீலித்து, நீர் மேலாண்மையை மேம்படுத்தலாம்.

இறால்களின் வளர்ச்சியை கணக்கிடுவது எப்படி?

வீச்சு வலையை உபயோகித்து, ஒரு சில இறால்களை மட்டும் பிடித்து அதன் எடையையும், உடல்நிலையையும் பரிசோதிக்கலாம். இம்முறையை குறைந்தது வாரம் ஒரு முறையாவது செய்ய வேண்டும். முடிவுகளை பண்ணை பதிவேடுகளில் குறித்துக் கொள்ளலாம்.

தீவன மேலாண்மை

இறால் தீவனத்தில் 35% புரதச் சத்து இருக்க வேண்டும். இதனை அடைய, கோதுமை மாவு 35%, சோயா மீல் 20%, மீன்தூள் 25% இருக்க வேண்டும். இந்தக் கலவை மூலம் புரதம் மட்டுமின்றி, அமினோ அமிலங்களும், தேவையான எரிசக்தியும் கிடைக்கும். பல்வேறு தனியார் நிறுவனங்கள், இறால் தீவனங்களை விற்பனை செய்கின்றன.

நோய் பாதுகாப்பு முறைகள்

இறால்களைத் தாக்கும் நோய்களும் காக்கும் முறைகளும்.

1. வெண்புள்ளி நோய் (WSSV)

இது ஒருவகை வைரஸ் கிருமியால் உருவாகிறது. ஓடுகளின் மேல் வெண்புள்ளிகள் காணப்படும்; 3 எம்எம் விட்டத்தில் இருக்கும். பாதிக்கப்பட்ட இறால்கள் தீவனம் உட்கொள்ளா. பக்கவாட்டில் நீந்திச் செல்லும். கரையோரமாக ஒதுங்கிவிடும். பிசிஆர், பரிசோதனை செய்து, அது வெண்புள்ளி நோய்தான் என்று நிரூபிக்கப்பட்டால் அனைத்து நீரையும் வெளியேற்றி இறால்களை அழித்து விடுவதே சிறந்த தடுப்பு நடவடிக்கை ஆகும்.

2. வெள்ளை கழிச்சல் நோய்: (White Faeces Disease)

பாதிக்கப்பட்ட இறால்களின் வயிற்றுப்பகுதி நிறம் மாறிக் காணப்படும். நல்ல இறால்களின் வயிற்றுப் பகுதி அடர்ந்த பழுப்பு நிறத்தில் இருக்கும். நோயுற்ற இறால்கள் மங்கலான வெள்ளை நிறத்தில் இருக்கும். இவற்றின் எச்சம் நீரில் மிதக்கும். பாதிக்கப்பட்ட இறால்கள் மெலிந்து உதிரக்கூடிய நிலைக்கு வந்துவிடும். செவுள்கள் கறுத்து விடும். நோய் பரவிவிட்டால் குளத்தில் 60% வரை இறப்பு இருக்கும். இந்நோயை தடுக்கும் சிறந்த வழி, சீரான பண்ணை மேலாண்மை மட்டுமே.

3. ஈரல் கணைய நோய்

இதுவும் ஒருவகை நச்சுரியிரினால் ஏற்படுகிறது. மாசுபட்ட தீவனத்தை உட்கொள்ளுவதாலோ, நோயுற்ற இறால்களின் எச்சத்தாலோ இது தாக்கக் கூடும். பாதிக்கப்பட்ட இறாலின் வயிற்றுப்பகுதி பால்போன்ற வெண்ணிறமாக மாறிவிடும். இதற்கு சிகிச்சை இல்லை. குளத்துநீரை முழுமையாக வெளியேற்றி, குளோரின் கொண்டு குளத்து நீரை சுத்திகரிக்க வேண்டும்.

4. லூமினஸ் விப்ரியோசிஸ் (Luminous vibriosis)

இது விப்ரியோ என்ற பாக்டீரியாவால் ஏற்படுகிறது. இது குஞ்சு பொரிப்பகங்களிலும், பண்ணை வளர்ப்புக் குளங்களிலும் காணப்படுகிறது. இறால் குஞ்சுகளின் ஓட்டுப்பகுதியில் நிறமாற்றம் உருவாகும். இது 100% இறப்பை ஏற்படுத்தும் கொடிய நோய். இதை தடுக்க புரோபயாடிக் உபயோகிப்பது சிறந்த பலனைத் தரும்.

5. கறுப்பு, பழுப்புப் புள்ளி நோய் : (Shell Disease)

பாக்டீரியாவால் உண்டாகிறது. பாதிக்கப்பட்ட இறால்களின் ஓடுகள் கறுப்பு, பழுப்பு நிறத்தில் காணப்படும். வளர்ச்சி குன்றிவிடும். வால்பகுதி அழுகி விடும். ஓடு உரிக்கும் முறை பாதிக்கும். அழற்சி அதிகரித்து இறப்பு உண்டாகும். நீர் மேலாண்மையே சிறந்த தடுப்பு முறையாகும்.

இதுபோன்ற 10க்கு மேற்பட்ட நோய்கள் இறால்களை தாக்கக் கூடும்.

அறுவடை செய்தல்

1. காலை அல்லது மாலை வேளைகளில் அறுவடை செய்வது சிறப்பாக இருக்கும்.
2. அறுவடை செய்யும் முன்பு தேவைப்படும். ஐஸ் கட்டிகளை வாங்கி வைக்க வேண்டும்.
3. இறால் பதனிடும் செய்யும் நிறுவனத்துடன் ஒப்பந்தம் செய்தால், அவர்களே தேவைப்படும் ஐஸ் கட்டிகள், எடை எந்திரம் ஆகியவற்றைக் கொண்டு வந்து எடைபோட்டு மார்க்கெட் நிலவரத்திற்கு ஏற்ற பணம் பட்டுவாடா செய்வார்கள்.
4. கவுண்ட்டை பொறுத்தே விலை அமையும்.

விற்பனை

1. உள்ளூரிலேயே நல்ல விலை கிடைத்தால் அங்கேயே விற்பனை செய்யலாம்.
2. இறால் பதனிடும் நிறுவனங்கள் இவற்றை தொகுப்பு உறைநிலை (Block Freezing) அல்லது தனித்தனி இறால்களை ஆழ்நிலையில் குளிரச் செய்து (IQF) பதப்படுத்தி ஏற்றுமதி செய்வர்.
3. இவ்வாறு ஏற்றுமதி செய்யும் நிறுவனங்கள் HACCP எனப்படும், சர்வதேச தர நிர்ணயப்படி பதனிடும் செய்தால் மட்டுமே ஏற்றுமதி செய்ய முடியும்.

நன்னீரில், உள்நாட்டு நீர்நிலைகளில் வன்னாமி இறால் வளர்க்க விரும்புகிறவர்கள் கடைப்பிடிக்க வேண்டியவை.

1. நீரின் உப்புத்தன்மை 0 ppt என்ற அளவிற்கு அதிகமாக இருக்க வேண்டும்.
2. தமிழ்நாடு அரசு, மீன்வளத் துறையிடம் பதிவு செய்ய வேண்டும்.
3. நிலத்தின் உரிமையாளர் பெயர், நீராதாரங்கள் மற்றும் குளத்தின் பரப்பளவு ஆகியவற்றைக் குறிப்பிட வேண்டும்.

4. விண்ணப்பித்த 60 நாட்களுக்குள் மீன்வளத்துறை அனுமதி வழங்க வேண்டும்.

இதர நிபந்தனைகள்

1. ஒரு சதுர மீட்டர் நீரில் 60 எண்ணிக்கைக்கு மிகாமல் இருப்பு செய்ய வேண்டும்.
2. பண்ணையாளர்கள், குஞ்சுகள் எந்த பொரிப்பகத்தில் பெறப்பட்டன, எண்ணிக்கை, நீரின் தன்மை, தீவன முறைகள், வளர்ப்புக் காலம் போன்ற தரவுகளை பதிவு செய்தல் அவசியம்.
3. அறுவடைக்குப் பின் இறால்கள் யாருக்கு எங்கு விற்கப்பட்டன என்பதை மீன்வளத்துறைக்கு தெரியப்படுத்துதல் அவசியம்.
4. தடை செய்யப்பட்ட மருந்துகளை உபயோகித்தல் கூடாது.

வன்னாமி இறால் வளர்ப்புத் திட்டம்

அ. மூலதனச் செலவுகள்

1ஹெக்டேர் பரப்பு

வ.எண்	விவரங்கள்	ரூபாய்
1.	நிலத்தை பண்படுத்துதல்	15,000
2.	குளம் வெட்ட, கரைகள் அமைக்க, நீர் வெளியேற்ற வாய்க்கால் அமைக்க	1,60,000
3.	நீர் நுழைவாயில், மதகுகள் அமைக்க	75,000
4.	செங்கல், சிமெண்ட் கொண்டு, கால்வாய் அமைக்கவும் மற்றும் பிவிசி குழாய்கள் பொருத்த	35,000
5.	பம்புசெட் - ஆஸ்பெஸ்டாஸ் கூரையுடன் 50 ச.அடி X ரூ.600	30,000
6.	அலுவலக அறை, தீவன அறை, வேலையாள் தங்குமிடம் அமைக்க (200 ச.அடி X ரூ.500)	1,00,000
7.	மின் இணைப்பு, இதர செலவுகள்	50,000
	மொத்தச் செலவுகள்	**4,65,000**

ஆ. உபகரணங்கள்

1.	மோட்டார் பம்பு மற்றும் இணைப்புச் செலவுகள் (10 குதிரை சக்தி)	70,000
2.	சக்கர காற்றுப் புகுத்தி (ஏரேட்டர்கள்) 2 குதிரைச்சக்தி - ரூ.45000 X 9	4,05,000
3.	50 KVA ஜெனரேட்டர் - ஒரு எண்ணிக்கை	4,25,000
4.	நீர்பரிசோதனை செய்ய (pH மீட்டர் ரூ.3000 + சலைனோ மீட்டர் 12000 + டிஓ மீட்டர் 20000)	35,000
	மொத்தம்	**9,35,000**
	ஆக மொத்தச் செலவுகள் (அ+ஆ)	**14,00,000**

நடைமுறைச் செலவுகள், ஒரு வளர்ப்புக்கான செலவுகளை மூலதனச் செலவுகளுடன் சேர்த்தால் 23,00,000

மொத்தம் **37,00,000**

(இதன் விரிவான செலவுகள் அடுத்து வரும் பகுதியில் காண்க)

(ரூபாய்)

வங்கிக் கடனுதவித் திட்டம்

மொத்த திட்டச் செலவுகள் (அ+ஆ)	37 லட்சம்
விவசாயியின் பங்குத் தொகை 29%	10 லட்சம்
நிகர வங்கிக் கடன்	27 லட்சம்
திருப்பிக் கட்டும் காலம்	6 ஆண்டுகள்
விடுமுறைக் காலம்	6 மாதங்கள்
வட்டி விகிதம்	12% (1 ஆண்டுக்கு)

ஆ. நடைமுறைச் செலவுகள் (1 ஆண்டுக்கு 2 வளர்ப்பு)

ஆண்டுகள் (தொகை லட்சங்களில்)

வ.எண்	விவரங்கள்	1	2	3	4	5	6
1.	குளம் தயார்ப்படுத்த (உழவு, இதர)	0.35	0.35	0.35	0.35	0.35	0.35
2.	பிளீச்சிங் பவுடர் - 500 கிலோ X ரூ.25	0.25	0.25	0.25	0.25	0.25	0.25
3.	உரங்கள் - டோலோமைட் 2 டன் X ரூ.5000	0.20	0.20	0.20	0.20	0.20	0.20
4.	எஸ்பிஎஃப் இறால் குஞ்சுகள் - ஒன்று 50 பைசா வீதம் 4 லட்சம் இறால்களுக்கு	4.00	4.00	4.00	4.00	4.00	4.00
5.	தீவனச் செலவுகள் - கிலோவுக்கு ரூ.80 வீதம் 25500 கிலோ	20.40	20.40	20.40	20.40	20.40	20.40
6.	மருந்துகள், இரசாயனங்கள், புரோபயாடிக்ஸ் இதர (கிலோவுக்கு ரூ.20 வீதம்)	5.10	5.10	5.10	5.10	5.10	5.10
7.	பண்ணையாட்கள் (டெக்னீசியன் ரூ.20,000+வேலையாள் 15,000)	4.20	4.20	4.20	4.20	4.20	4.20
8.	மின்சாரம்/டீசல் செலவு (கிலோ உற்பத்திக்கு ரூ.40 வீதம்)	10.20	10.20	10.20	10.20	10.20	10.20
9.	ஏரேட்டர்கள் பழுதுபார்க்க ரூ.2000/1 ஏரேட்டருக்கு X 9	0.18	0.18	0.18	0.18	0.18	0.18
10.	வண்டிச் சத்தம்	0.20	0.20	0.20	0.20	0.20	0.20
11.	நண்டு வலை அமைக்க	0.20	0.20	0.20	0.20	0.20	0.20
12.	அறுவடைச் செலவுகள்	0.40	0.40	0.40	0.40	0.40	0.40
13.	இதர செலவுகள்	0.30	0.30	0.30	0.30	0.30	0.30

- மொத்த நடைமுறைச் செலவுகள் - 45.98
- முழுமையாகக் கொள்க - 46.00
- 1 ஆண்டில் 2 வளர்ப்புக்கு ஆகும் நடைமுறைச் செலவுகள் - 46 லட்சம்

ஆ. வருவாய் விவரங்கள் (ஹெக்டேர் ஒன்றுக்கு)

ஆண்டுகள் (ரூபாய்)

விவரங்கள்	1	2	3	4	5	6
இறால் குஞ்சுகள் இருப்பு	4,00,000	4,00,000	4,00,000	4,00,000	4,00,000	4,00,000
பிழைப்புத்திறன் (85%)	3,40,000	3,40,000	3,40,000	3,40,000	3,40,000	3,40,000
சராசரி ஒரு இறாலின் எடை (கிராமில்)	25	25	25	25	25	25
ஒரு வளர்ப்பில் கிடைக்கும் எடை (கிலோ)	8,500	8,500	8,500	8,500	8,500	8,500
தீவன மாற்று விகிதம்	1.5	1.5	1.5	1.5	1.5	1.5
40 கவுண்ட் உள்ள 1 கிலோ இறாலின் விலை	400	400	400	400	400	400
ஒரு வளர்ப்பில் கிடைக்கும் வருவாய் (ரூபாய்- லட்சங்களில்)	34.00	34.00	34.00	34.00	34.00	34.00
ஆண்டு ஒன்றுக்கு எத்தனை வளர்ப்புகள்	2	2	2	2	2	2
ஒரு ஆண்டில் மொத்த வருவாய் (ரூ.லட்சம்)	68.00	68.00	68.00	68.00	68.00	68.00
நிகர வருவாய் (லட்சங்களில்) (68.00 - 46.00)	22.00	22.00	22.00	22.00	22.00	22.00

இத்திட்டத்தின் ஊகங்கள் (Assumptions)
1. வளர்ப்புக் காலம் 120 நாட்கள்
2. குளத்தை சுத்தப்படுத்தி, காயவைத்து, தயார் செய்ய - 2 மாதங்கள்
3. ஆண்டு ஒன்றுக்கு - 2 வளர்ப்புகள்
4. முதல் ஆண்டில் கட்டுமானப் பணிகளை முடித்து திட்டத்தைத் தொடங்க - 5 மாதம் விடுமுறைக்காலம் (Gestation period)
5. திருப்பிக் கட்டும் காலம் - 5 மாதங்கள் விடுமுறைக்காலம் உள்ளடக்கிய - 6 ஆண்டுகள்
6. கடன் கட்டும் தவணை முறை - 6 மாதங்களுக்கு ஒரு முறை
7. வட்டி விகிதம் - 12.0% ஆண்டு ஒன்றுக்கு

தேய்மானக் கணக்கீடுகள்

ஆண்டுகள் (தொகை லட்சங்களில்)

விவரங்கள்	மொத்தத் தொகை	தேய்மானம்	1	2	3	4	5	6	தேய்மானத்திற்கு பிந்தைய மதிப்பு
கட்டுமானப் பணிகள்	4.65	10%	4.65	4.19	3.78	3.41	3.07	2.77	
10% தேய்மானம்			0.46	0.41	0.37	0.34	0.30	0.27	2.50
தேய்மானத்திற்கு பிந்தைய மதிப்பு			4.19	3.78	3.41	3.07	2.77	2.5	
உபகரணங்கள் / எந்திரங்கள்	9.35	15%	9.35	7.95	6.76	5.75	4.89	4.16	
15% தேய்மானம்			1:1.40	1.19	1.01	0.86	0.73	0.62	
தேய்மானத்திற்கு பிந்தைய மதிப்பு			7.95	6.76	5.75	4.89	4.16	3.54	3.54
மொத்த தேய்மானம்			1.86	1.60	1.38	1.20	1.03	0.89	

மொத்த மதிப்பு - 6.04 | முழுமையாகக் கொள்க 6.00

பணவரவு மற்றும் இலாப விவரங்கள்

ஆண்டுகள் (ரூபாய் லட்சங்களில்)

மொத்த செலவுகள்	1	2	3	4	5	6
மூலதனச் செலவு	14.00					
நடைமுறைச் செலவு	46.00	46.00	46.00	46.00	46.00	46.00
மொத்தச் செலவுகள்	60.00	46.00	46.00	46.00	46.00	46.00
வருவாய்	68.00	68.00	68.00	68.00	68.00	68.00
சொத்துக்களின் தேய்மான மதிப்பு	-	-	-	-	-	6.00
மொத்த வருவாய்	68.00	68.00	68.00	68.00	68.00	74.00
நிகர வருவாய்	8.00	22.00	22.00	22.00	22.00	28.00
தள்ளுபடிக் காரணி 15%ல் (DF)						
செலவுகளின் தற்போதைய மதிப்பு (PWC)	141					
வருவாயின் தற்போதைய மதிப்பு (PWB)	200					
இலாப விகிதம் 15%ல் (BCR)	1.41					
நிகர லாபத்தின் மதிப்பு (NPW)	59					
உள்வருவாய் (IRR)	112%					

குறிப்பு - உள்வருவாய் விகிதம் 112% என்று இருப்பதால் இது ஒரு சிறந்த திட்டம் ஆகும்

இலாபமுறை கணக்கீடு

ஆண்டுகள் (ரூபாய் லட்சங்களில்)

விவரங்கள்	1	2	3	4	5	6
நிலுவையில் உள்ள அசல்	26.00	24.00	20.00	15.00	10.00	5.00
நிகர வருவாய்	22.00	22.00	22.00	22.00	22.00	22.00
வட்டி 12% (ஆண்டு ஒன்றுக்கு)	3.12	2.88	2.40	1.80	1.20	0.60
தேய்மானம்	1.86	1.60	1.38	1.20	1.03	0.89
வரிக்கு முந்தைய லாபம் (PBT)	17.02	17.52	18.22	19.00	19.77	20.50
20% வரி	3.40	3.50	3.64	3.80	3.95	4.10
வரிக்கு பிந்தைய லாபம் (PAT)	13.62	14.02	14.58	15.20	15.82	16.40
நிகர ரொக்கம் (வட்டி + தேய்மானம்+ வரிக்கு பிந்தைய வருவாய்)	18.60	18.50	18.40	18.20	18.05	17.89
95.16						

வங்கிக் கடனை திருப்பிக் கட்டும் முறை

ஆண்டுகள் (ரூபாய் லட்சங்களில்)

விவரங்கள்	1	2	3	4	5	6
அசல்	1.00	5.00	5.00	5.00	5.00	5.00
வட்டி	3.12	2.88	2.40	1.80	1.20	0.60
மொத்தத் தவணை	4.12	7.88	7.40	6.80	6.20	5.60
மொத்த கடன் சேவை வருவாய் விகிதம் (DSCR)	3.92	2.04	2.15	2.32	2.52	2.76
சராசரி கடன் சேவை வருவாய் விகிதம்	2.61					
நிகர கடன் சேவை வருவாய் விகிதம்	16.18	3.22	3.19	3.16	3.12	3.10
சராசரி நிகர கடன் சேவை வருவாய் விகிதம்	5.32					

10

மருவுக மாசற்றார் கேண்மையொன் றீத்தும்
ஒருவுக ஒப்பிலார் நட்பு.   - குறள் : 800

கலைஞர் உரை

மனத்தில் மாசு இல்லாதவர்களையே நண்பர்களாகப் பெற வேண்டும். மாசு உள்ளவர்களின் நட்பை விலை கொடுத்தாவது விலக்கிவிட வேண்டும்.

கெண்டை மீன் குஞ்சுகள் பொரிப்பகம்
(Carp Hatchery)

கெண்டை மீன்களில் முக்கியமானவை இந்திய கெண்டைகள் கட்லா, ரோகு, மிர்கால் மற்றும் அயலின கெண்டைகள், வெள்ளிக் கெண்டை, புல் கெண்டை, சாதா கெண்டை ஆகியனவாகும். நாடு விடுதலை பெறும் முன்பு, மீன் வளர்ப்புக்குத் தேவைப்படும் மீன் குஞ்சுகள் ஆறுகள், ஏரிகள், கண்மாய்கள், குளங்கள் போன்ற நீர் நிலைகளில் இயற்கையாகக் கிடைக்கும் மீன்குஞ்சுகளைப் பிடித்து, தத்தம் இடங்களில் வளர்க்கலானார்கள். ஆயினும் இவ்வகை முறையற்ற மீன்பிடித்ததால் இயற்கை நீர்நிலைகளில் இவற்றின் எண்ணிக்கை மிகவும் குறைந்து, பெரிய வகை மீன்கள் கிடைப்பது அரிதாகி விட்டது. எனவே ஒன்றிய அரசு இதனை கருத்தில் கொண்டு, மீன்வள ஆராய்ச்சி நிறுவனங்கள், குறிப்பாக, நன்னீர் மீன் வளர்ப்பு ஆராய்ச்சி நிறுவனத்தின் மூலமாக, செயற்கை முறையில் கெண்டை மீன்குஞ்சுகளை உற்பத்தி செய்யும் வழிவகைகளைக் கண்டறிந்து, அதற்கான தொழில்நுட்பத்தை விவசாயிகளுக்கு தெரியப்படுத்தி பயிற்சிகள் மூலம் இதனை நாடெங்கும் பரவச் செய்தனர். அந்த தொழில்நுட்பம் பற்றிய குறிப்புகளை நாம் இங்கே காணப்போகிறோம்.

சினை மீன்களுக்கு (Brood Fishes) தேவைப்படும் குளங்களின் அமைப்பும் எண்ணிக்கையும்
[உற்பத்தி அளவு 10 லட்சம் குஞ்சுகள் இயக்கத்தில்]

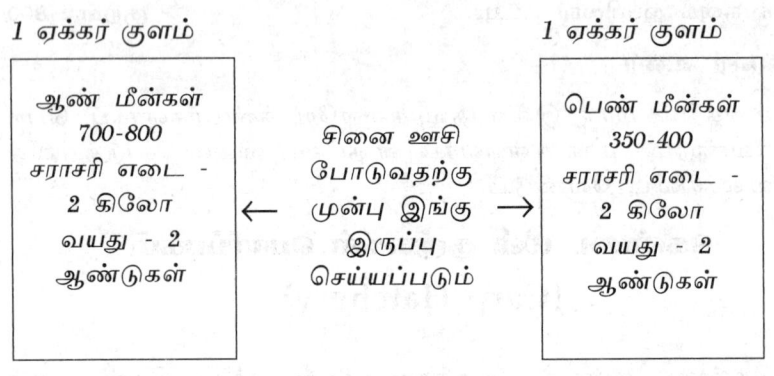

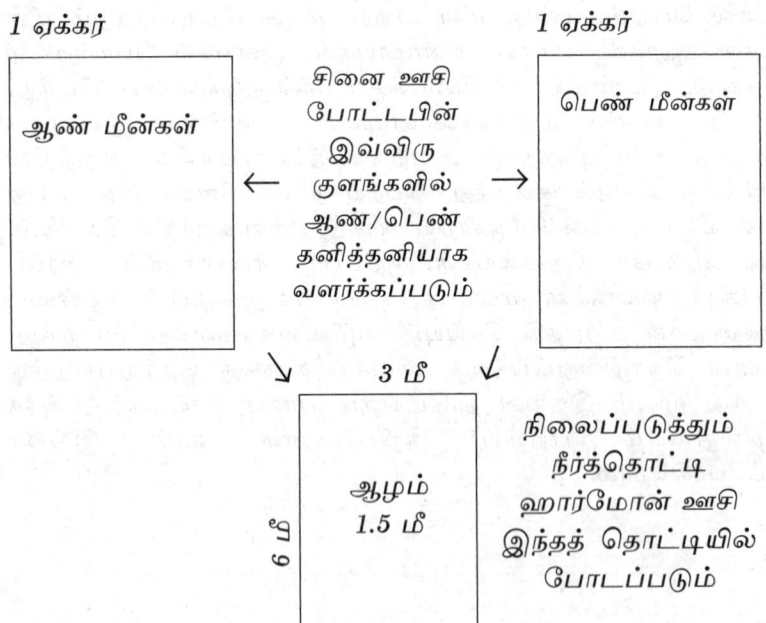

இனப்பெருக்க
நீர்த்தொட்டி
மீன் முட்டைகள்
வெளிப்படும்
நீர்த்தொட்டி
விட்டம் 5 மீ
விட்டம் 3 மீ
ஆழம் 1.5 மீ
சினை மீன்கள்
ஆழம் 3 மீ
2 மீ
ஆழம் 1.5 மீ
நுண் மீன்கள் (SPAWN)
உருவாகும் நீர்த்தொட்டி
நீர் வெளிச்
செல்லும் குழாய்

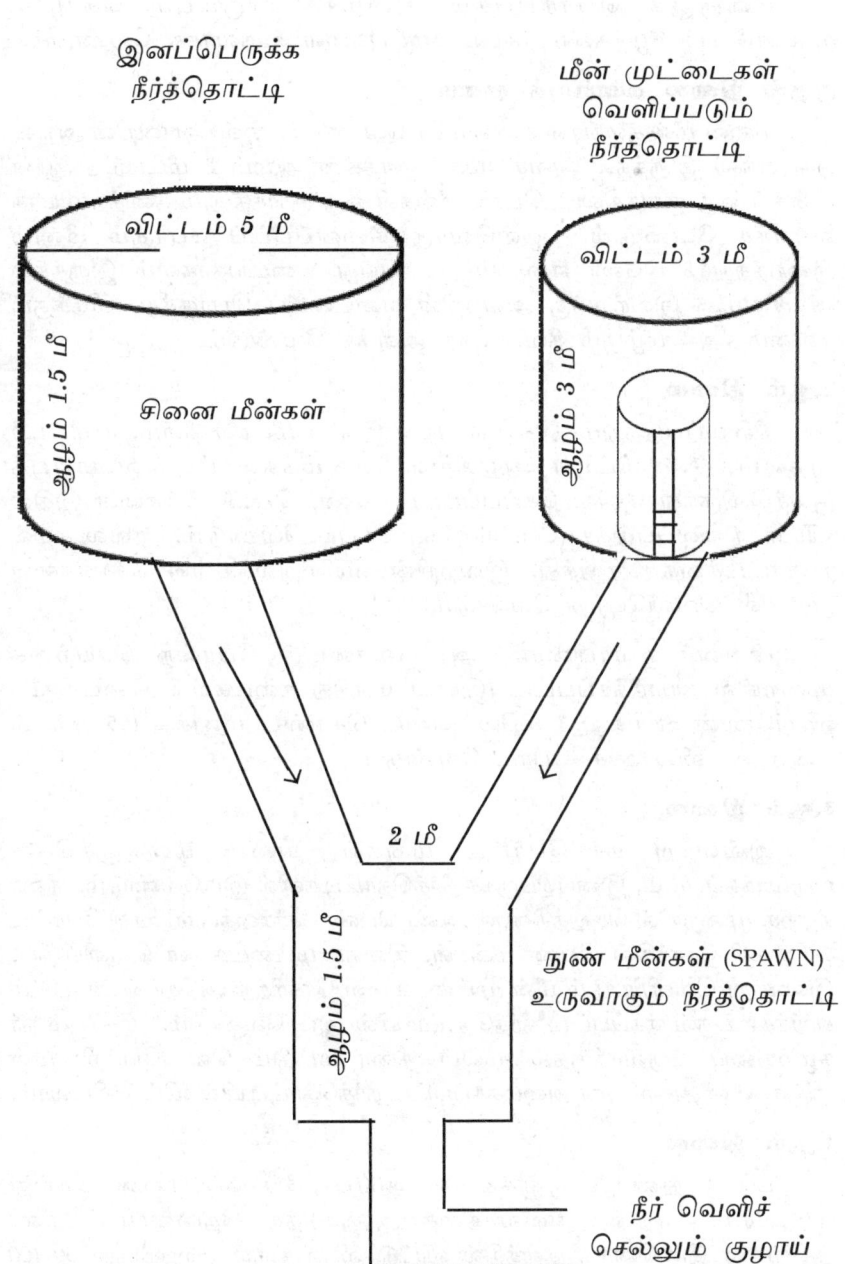

தேவைப்படும் கட்டமைப்புகள்

மீன்குஞ்சு பொரிப்பகம் அமைக்க விரும்பும் தொழில் முனைவோர் கீழ்க்கண்ட கட்டமைப்புகளை உருவாக்க வேண்டும்.

முதல் நிலை வளர்ப்புக் குளம்

சினை மீன்குளங்கள் 2 அமைக்க வேண்டும். ஒவ்வொன்றின் அளவு ஒரு ஏக்கர் இருத்தல் அவசியம். குளத்தின் ஆழம் 2 மீட்டர். ஆண் மீன்கள் ஒரு குளத்திலும் பெண் மீன்கள் ஒரு குளத்திலும் தனித்தனியாக வளர்க்க வேண்டும். ஒவ்வொரு சினைப்படப் போகும் மீனும் குறைந்தது 2 கிலோ எடையும், 2 வயது உடையதாகவும் இருத்தல் அவசியம். இவற்றுக்கு அவற்றின் எடையைப் பொருத்து, மிதக்கும் தீவனம் (அ) மூழ்கும் தீவனத்தை அளிக்க வேண்டும்.

2ஆம் நிலை

நிலைப்படுத்தும் நீர்த்தொட்டி. இது 6 மீட்டர் நீளம், 3 மீட்டர் அகலம், 1.5 மீட்டர் ஆழத்தில் அமைக்கலாம். வளர்ப்புக் குளத்திலிருந்து தேர்வு செய்யப்பட்ட ஆண், பெண் மீன்களை இதில் விட்டு நிலைப்படுத்த (Conditioning) செய்ய வேண்டும். நல்ல சுழல் நீரோட்டத்தை செலுத்தி, இவற்றின் வயிற்றில் உள்ள எச்சங்களை முதலில் வெளியேற்ற வேண்டும்.

பின்னர் ஒவாபிரைம் (அ) ஒவாடைடு போன்ற செயற்கை முறையில் தயாரிக்கப்பட்ட (இவை மருந்து கடைகளில் கிடைக்கும்) ஹார்மோன் ஊசியை 1 கிலோ எடை கொண்ட மீனுக்கு 0.5 எம்எல் என்ற அளவில் ஊசி போட வேண்டும்.

3ஆம் நிலை

இவ்வாறு ஊசிபோட்ட மீன்கள், சினை மீன்களுக்கென உருவாக்கப்பட்ட, இனப்பெருக்க நீர்த்தொட்டிகளில் இடவேண்டும். நீரை சுழற்சி முறையில் செலுத்தினால் ஆண் பெண் சேர்க்கையாகி ஊசி போட்ட 5-6 மணி நேரத்தில் பெண் மீன்கள், சினை முட்டைகளை வெளியிடும். இவ்வாறு வெளிப்படும் மீன் முட்டைகளை சேகரித்து அதெற்கென (படம் பார்க்க) உருவாக்கப்பட்ட நீர்த்தொட்டியில் இட வேண்டும். இங்கும் நீர் சுழற்சியை உருவாக்குதல் மூலம், நீரை மட்டும் வெளியேற்றி, மீன் குஞ்சுகளை அதற்கென அமைக்கப்பட்ட நீர்த்தொட்டியில் விட்டுவிடலாம்.

4ஆம் நிலை

பிறகு நுண்மீன்குஞ்சுகளை அப்படியே விற்பனை செய்து விடலாம். சந்தை நிலவரத்தை அனுசரித்து தேவைப்பட்டால், அவற்றை இன்னொரு குளத்தில் விட்டு விரலிகளாக (Fingerlings) 50-100

கிராம் எடை அளவு வந்ததும் விற்று விடலாம். இம்முறையில் லாபம் அதிகமாகக் கிடைக்கும். மீன்குஞ்சு ஒன்றுக்கு 50 பைசா முதல் 5 ரூபாய் வரை விற்பனை செய்யலாம்.

சராசரி கணக்கு

எடுத்துக்காட்டு	2 லட்சம் சினை முட்டைகள்
	↓
2 கிலோ உயிருடன் எடை கொண்ட மீன், ஊசி போட்டபின்	1,60,000 நுண் மீன்கள் (80% பொரிப்பு)
	↓
பிழைத்தவை	80,000 (குஞ்சு மீன்கள்)
	↓
பிழைத்தவை	40,000 (விரலிகள்)

இதர கட்டமைப்பு வசதிகள்

1. நீர்த்தேக்கத் தொட்டி
2. ஆழ்குழாய் கிணறு
3. மின்சாரம்/டீசல்
4. டெக்னீஷியன்
5. பணியாட்கள்
6. மீன் தீவனம் (மிதவை/மூழ்கும் தீவனம்)
7. இயற்கை மற்றும் செயற்கை உரங்கள்
8. ஜெனரேட்டர் (32KVA)

குறிப்பு

குளங்களுக்கு ஆகும் செலவினங்கள் முந்தைய தலைப்புகளில் விவரமாகத் தரப்பட்டுள்ளன.

கெண்டை மீன் குஞ்சுகள் பொரிப்பகம்
மாதிரி வங்கித் திட்டம்

சில முக்கிய குறிப்புகள்

1. தேவைப்படும் குளங்களின் எண்ணிக்கை - 4
2. தேவைப்படும் ஒரு குளத்தின் பரப்பளவு - 1ஏக்கர்
   மொத்தம் 4 ஏக்கர்
3. இதர கட்டமைப்புகளுக்கு தேவைப்படும் இடம் - 1 ஏக்கர்
3. நீர்த் தொட்டிகள் எண்ணிக்கை - 2
4. ஆக மொத்தம் தேவைப்படும் நிலத்தின் அளவு - 5 ஏக்கர்
5. குளம் வெட்டவும், போர்வெல் அமைத்து, இதர கட்டுமானப் பணிகளுக்கான செலவுகள், கூட்டின மீன் வளர்ப்பு முறையில் கணக்கிடப்பட்டுள்ள செலவினங்களை அடிப்படையாகக் கொண்டு இத்திட்டம் தயாரிக்கப்பட்டுள்ளது.
6. இதனுடன் நீர்த்தேக்கத் தொட்டி, அதற்குண்டான குழாய்கள், குஞ்சு பொரிப்பகத்திற்கு தேவைப்படும் ஆஸ்பெஸ்டாஸ் கூரை கட்டிடம், இனப்பெருக்கம் செய்ய, மீன் முட்டைகள் மற்றும் குஞ்சுகளுக்கு தேவைப்படும் நீர்த்தேக்கத் தொட்டிகளுக்கு உண்டான செலவுகள் சேர்க்கப்பட்டுள்ளன.
7. ஜெனரேட்டர் (32 KVA) விலை மற்றும் இதர உபகரணங்களுக்கான செலவினங்களும் இதில் சேர்க்கப்பட்டுள்ளன.

அ. முதலீட்டுச் செலவுகள்

வ.எண்.	விவரங்கள்	தொகை (ரூபாய்களில்)
1.	நிலத்தை தயார் செய்ய	24,000
2.	4 குளங்கள் வெட்டி, கரைகள் அமைக்க	1,92,000
3.	இனப் பெருக்க நீர்த்தொட்டி -1 மீன் முட்டைகளுக்கான நீர்த்தொட்டி - 1 நுண்மீன்களுக்கான நீர்த்தொட்டி- 1 நிலைப்படுத்தும் நீர்த்தொட்டி-1 தொட்டி ஒன்றுக்கு ரூ.50,000 வீதம் 4 தொட்டிகளுக்கு	2,00,000
4.	நீர்த் தொட்டிகளுக்கு மேல் ஆஸ்பெஸ்டாஸ் கூரை அமைப்பை உருவாக்க	50,000
5.	நீரேற்று குழாய்கள்	56,000
6.	நீர் உட்புகும் குழாய்கள், வெளியேற்றும் குழாய்கள், கதவணைகள் பொருத்த	96,000
7.	7.5 கு.சக்தி கொண்ட மோட்டார்	65,000
8.	5 கு. சக்தி கொண்ட மோட்டார்	50,000
9.	மோட்டார் கொட்டகைகள் (3)	16,000
10.	32 KVA ஜெனரேட்டர்	6,00,000
11.	தீவனக்கிடங்கு, அலுவல் அறை	88,000
12.	உபகரணங்கள்	50,000
13.	மேல்நிலை நீர்த்தேக்கத் தொட்டி	1,00,000
14.	சிறிய வகை மோட்டார் வாகனம்	5,00,000
	மொத்த முதலீட்டுச் செலவுகள் (அ)	**20,87,000**
	முழுமையாக	**21 லட்சம்**

ஆ. நடைமுறைச் செலவுகள்

ஆண்டுகள் (தொகை ரூபாய்களில்)

விவரங்கள்	1	2	3	4	5	6
1. குளங்கள் தயார்ப்படுத்த	60,000					
2. சுண்ணாம்பு (800 கிராம் X ரூ.6)	4800					
3. மாட்டு எரு (5 டன் ரூ.1200 வீதம்)	6000					
4. உரங்கள் யூரியா: 160 கிலோ, சூப்பர் பாஸ்பேட் : 320 கிலோ, பொட்டாஷ் 80 கி; கிலோவுக்கு ரூ.6, ரூ.10, ரூ.17 வீதம்	5520					
5. 2 கிலோ எடையுள்ள வளர்ந்த மீன்கள் ஆண் மீன்கள் 800, பெண் மீன்கள் 400 மொத்தம் 1200 மீன்கள் X 2 கிலோ = 2400 கி X ரூ.180	4,32,000					
6. மிதவைத் தீவனம் + மூழ்கும் தீவனம் (தீவன மாற்று விகிதம் 1 : 1 :7 4080கி x ரூ.40	1,63,200					
7. மருந்துகள், ஹார்மோன் ஊசிகள் மற்றும் வேதிப் பொருட்கள்	19,200					

ஆண்டுகள் (தொகை ரூபாய்களில்)

விவரங்கள்	1	2	3	4	5	6
8. டெக்னீஷியன் -1 நபர் ரூ.25000 X 12 மாதங்கள்	3,00,000					
9. ஓட்டுநர் செலவு ரூ.20,000 X 12	2,40,000					
10. பண்ணையாட்கள் 3 நபர் ரூ.15000 X12 மாதம்	5,40,000					
10. மின்சாரம், மற்றும் டீசல் செலவுகள்	40,000					
11. அறுவடை, விற்பனைச் செலவுகள்	30,000					
12. இதர செலவுகள்	40,000					
மொத்த நடைமுறைச் செலவுகள்	**18,90,720**					
முழுமையாக	**19 லட்சம்**					

குறிப்பு

1. பெரும்பாலான ஊகங்கள், கூட்டின முறையில் மீன் வளர்ப்புத் திட்டத்தை அடிப்படையாகக் கொண்டது
2. ஆயினும் குஞ்சு பொரிப்பக திட்டத்திற்கு ஏற்ப சில செலவினங்கள் சேர்க்கப்பட்டுள்ளன.

திட்ட மதிப்பு

(ரூ. லட்சங்களில்)

1.	மொத்தச் செலவுகள் (முதலீட்டுச் செலவுகள் + ந.மு. செலவுகள்) (21+19)	40.00
2.	விவசாயியின் வரம்புத் தொகை (25%)	10.00
3.	நிகர வங்கிக் கடன்	- 30.00
4.	வட்டி விகிதம்	- 13% ஆண்டொன்றுக்கு
5.	திருப்பிக் கட்டும் காலம்	- 6 ஆண்டுகள்
6.	தவணை முறை	- ஆண்டுக்கு ஒரு முறை (அ) இருமுறை

வருவாய்க்கான ஊகங்கள்

1.	2 கிலோ எடையுள்ள சினைமீன் ஒரு சுழற்சியில் (Cycle) இடும் முட்டைகள்	- 2 லட்சம்
2.	ஒரு ஆண்டில் 20 சுழற்சிகள் என்ற அளவில் மொத்த சினை முட்டைகள்	- 40 லட்சம்
3.	இறப்பு போக, நிகர முட்டைகள்	- 20 லட்சம்
4.	ஒரு மீன் குஞ்சின் விலை ரூ.2 வீதம் கிடைக்கும் வருவாய் ஆண்டுக்கு (விரலிகளாக விற்பனை)	ரூ.40 லட்சம்

வருவாயும் இலாபமும்

(ரூ. லட்சங்களில்)

விவரங்கள்	ஆண்டுகள்					
	1	2	3	4	5	6
மீன் குஞ்சுகள் விற்பனை மூலம் ஆண்டுக்கு கிடைக்கும் வருவாய்	40.00	40.00	40.00	40.00	40.00	40.00

தேய்மான விவரங்கள்

(ரூ. லட்சங்களில்)

விவரங்கள்	மொத்த தொகை	தேய்மானம்	ஆண்டுகள்					
			1	2	3	4	5	6
கட்டுமானப் பணிகள்	7.82	10%	7.82	7.04	6.34	5.71	5.14	4.63
10% தேய்மானம்			0.78	0.70	0.63	0.57	0.51	0.46
நிகர மதிப்பு			7.04	6.34	5.71	5.14	4.63	4.17
உபகரணங்கள், மோட்டார்	12.65	15%	12.65	10.75	9.14	7.77	6.61	5.61
15% தேய்மானம்			1.90	1.61	1.37	1.16	1.00	0.84
நிகர மதிப்பு			10.75	9.14	7.77	6.61	5.61	4.77
ஆக மொத்தம்			2.68	2.31	2.00	1.73	1.51	1.30

இலாபமும் வங்கிக் கடனை திருப்பிக் கட்டுதலும்

(ரூபாய் லட்சங்களில்)

விவரங்கள்	ஆண்டுகள்					
	1	2	3	4	5	6
நிலுவையில் உள்ள அசல்	30.00	25.00	20.00	15.00	10.00	5.00
மொத்த வருவாய்	40.00	40.00	40.00	40.00	40.00	40.00
வட்டி	3.90	3.25	2.60	1.95	1.30	0.65
தேய்மானம்	2.68	2.31	2.00	1.73	1.51	1.30
வரிக்கு முந்தைய லாபம்	33.42	34.44	35.40	36.32	37.19	38.05
வரி 20%	6.68	6.88	7.08	7.26	7.44	7.61
வரிக்கு பிந்தைய லாபம்	26.74	27.56	28.48	29.06	29.75	30.44
நிகர பண வரவு (வட்டி+ தேய்மானம்+ வ.பி.லாபம்)	33.32	33.12	33.08	32.74	32.56	32.39
கடனை திருப்பிக் கட்டுதல்						
அசல்	5.00	5.00	5.00	5.00	5.00	5.00
வட்டி	3.90	3.25	2.60	1.95	1.30	0.65
மொத்தம்	8.90	8.25	7.60	6.95	6.30	5.65
கடன்சேவை வருவாய் விகிதம்	3.00	4.00	4.35	4.71	5.15	5.73
சராசரி விகிதம்	**4.49**					

தள்ளுபடிக் காரணி (DF) 15% என்று இருக்கையில் திட்டத்தின் லாபங்கள்

(ரூபாய் லட்சங்களில்)

தள்ளுபடிக் காரணி 15% என இருக்கையில் செலவுகளின் தற்போதைய மதிப்பு (TPWC)	68.39
தள்ளுபடிக் காரணி 15% என இருக்கையில் வரவுகளின் தற்போதைய மதிப்பு (TPWB)	121.60
தள்ளுபடிக் காரணி 15% என இருக்கையில் நிகர வருவாயின் மதிப்பு (TPWB - TPWC)	53.21
வருவாய் செலவு விகிதம் (BCR) இலாபத்தின் தற்போதைய மதிப்பு / செலவுகளின் தற்போதைய மதிப்பு	1:1:17
உள் வருவாய் விகிதம் (IRR)	98.36%

குறிப்பு : உள்வருவாய் விகிதம் 98% ஆக இருப்பதால் இது ஒரு சிறப்பான திட்டம் ஆகும்.

11

ஆற்றுவார் ஆற்றல் பசியாற்றல் அப்பசியை
மாற்றுவார் ஆற்றலின் பின். **- குறள் : 225**

கலைஞர் உரை

பசியைப் பொறுத்துக் கொள்ளும் நோன்பைக் கடைப்பிடிப்பதை விடப் பசித்திருக்கும் ஒருவருக்கு உணவு அளிப்பதே சிறந்ததாகும்.

குளங்களில் கொடுவா மீன் வளர்ப்பு
(Asian Seabass)

உவர்நீர்க் குளங்களிலும் நன்னீர்க் குளங்களிலும் ஒருசில இடங்களில் மட்டும் கொடுவா மீன் வளர்ப்பு மேற்கொள்ளப் படுகிறது. முக்கியமாக தென்கிழக்கு ஆசிய நாடுகளில் குளங்களில் வளர்ப்பு முறை கடைபிடிக்கப்படுகிறது. ஆயினும் இதில் சில இடர்பாடுகள் உள்ளன.

1. இவை தன்னினம் உண்ணும் மீன்கள் ஆகும். முக்கியமாக பருவத்தில் (1-20 கிராம்) எடை இருக்கையில் இது காணப்படுகிறது.

2. இவை நன்கு வளர்ச்சி பெற நிறைய அளவில் கழிவு மீன்கள் / பொடி மீன்கள் தேவை. இவை எல்லா இடங்களிலும் கிடைப்பதில்லை. கிடைத்தாலும் கிலோ ரூ.30 முதல் 50 வரை இருக்கக் கூடும்.

வளர்ப்பு முறைகள்

கொடுவா மீன் வளர்ப்புக்கு இரண்டு வகையான குளங்கள் தேவைப்படும்.

1. நர்சரி குளங்கள்
2. வளர்ப்புக் குளங்கள்

நர்சரி குளங்கள்

குஞ்சு பொரிப்பகம் அல்லது இயற்கை நீர் நிலைகளான கழிமுகப் பகுதிகள், சதுப்புநிலப் பகுதிகள், கடற்குழிகள் போன்ற உவர்நீர்ப் பகுதிகளில் இருந்து கிடைக்கும் கொடுவா மீன்குஞ்சுகளை வாங்கி நர்சரி குளங்களில் இருப்பு செய்யலாம். இதன் முக்கிய நோக்கம் 1 - 2.5 செ.மீ. நீளம் கொண்ட நுண்ணிய மீன்குஞ்சுகளை இருப்பு செய்து, அவை 8-10 செ.மீ. வரை வளர்ப்பதே.

இதன் பிறகு, எடைக்கேற்ப மீன்களை வகைப்படுத்தி வளர்ப்புக் குளங்களில் இருப்பு செய்ய வேண்டும்.

நர்சரி குளங்கள் இயற்கையான மண்ணில்தான் அமைக்கப்பட வேண்டும். கான்கிரீட் தொட்டிகளில் வளர்க்கக் கூடாது. அவ்வாறு செய்தால் சேதாரமாகும் தீவனம் மக்காமல், நோய்களை உற்பத்தி செய்ய ஏதுவாகும்.

நர்சரி குளங்களின் அளவு 500 முதல் 2000 சதுர மீட்டர் வரை இருத்தல் சிறப்பானது. குளத்தின் ஆழம் 50-80 செ.மீ. நீர் உட்செலுத்தவும், கழிவு நீரை வெளியேற்றவும் தேவைப்படும் குழாய் மற்றும் வடிகால் அமைப்பை உருவாக்க வேண்டும்.

இவ்வகை அமைப்புகளில் 1எம்எம் கண்ணி அளவுள்ள வலைகளைப் பொருத்தினால், பகை மீன்களையும், போட்டி மீன்களையும் உள்ளே வராமல் தடுக்கலாம். மேலும் நுண்ணிய மீன்குஞ்சுகள் வெளியேறாமல் தடுக்க முடியும்.

ஒரு சதுர மீட்டருக்கு 20- 50 குஞ்சுகளை இருப்பு செய்யலாம்.

நர்சரி குளம் தயார் செய்தல்

ஏற்கனவே மீன் வளர்ப்பு செய்திருந்தால், மொத்த நீரையும் வெளியேற்றி விட்டு, குளத்தடி மண்ணை காயப்போட வேண்டும்.

அடி மண்ணில் வெடிப்புகள் உருவானால் விஷ வாயுக்கள் வெளியேறுவது மட்டுமின்றி, பூச்சிகளும், பகை மீன்களும் வெளியேறிவிடும்.

அப்படியும் பகை மீன்கள்/போட்டி மீன்கள் வெளியேறா விட்டால் 50 கிலோ அம்மோனியம் சல்ஃபேட் மற்றும் சுண்ணாம்பு சேர்த்து, ஒரு ஹெக்டேருக்கு 1 : 50 என்ற கலவையில் இட வேண்டும். இம்முறையை குளத்தடியில் ஓரளவு தண்ணீர் இருக்கும் போது இட வேண்டும்.

சுண்ணாம்பு போட்டு குளத்தை சீர்படுத்திய பின்பு, கோழி எருவை 1 ஹெக்டேருக்கு 500 கிலோ வரை இட வேண்டும். இவ்வாறு செய்தால் ஓரிரு வாரங்களில் மிதவை நுண்ணுயிர்கள் உருவாகும்.

வளர்ப்புக் குளங்களில் எவ்வளவு உப்புத்தன்மை உள்ளதோ, அதே அளவு உப்புத் தன்மை கொண்ட நர்சரி குளங்களில் சிறிய மீன்குஞ்சுகளை இருப்பு செய்து இணக்கம் (Acclimatisation) செய்ய வேண்டும்.

கொடுவா மீன் குஞ்சுகளை ஒரு சதுர மீட்டருக்கு 20-50 என்ற கணக்கில் இருப்பு செய்யலாம். காலை அல்லது மாலை வேளைகளில் இருப்பு செய்வது நல்லது.

ஒரு நாளைக்கு 30% என்ற அளவில் குளத்து நீரை வெளியேற்றி புதிய நீரை உட்புகுத்த வேண்டும். இவ்வாறு செய்வதால், கழிவுத் தீவனத்தையும் இதர கழிவுகளையும் வெளியேற்றி விடலாம்.

மேலுணவு அளித்தல்

கழிவு/பொடி மீன்களை பொடியாக்கி, மீன்களின் எடையில்,

முதல் வாரத்தில் - 100% (ஒருநாளில் 2 முறை)

2வது வாரத்தில் - 60% (ஒருநாளில் 2 முறை)

3வது வாரத்தில் - 40% (ஒருநாளில் 2 முறை)

என்ற அளவில் மேலுணவை இட வேண்டும்.

தீவனமிடுமுன் பலகையை தட்டி ஒலி எழுப்பினால், மீன்கள் கூட்டம் கூட்டமாக மேலெழும்பி தீவனத்தை உட்கொள்ளும். தீவனத்தை மெதுவாக விட்டு விட்டு போட வேண்டும். ஏனெனில் கொடுவா மீன்கள் குளத்தடிக்குச் செல்லும் தீவனத்தை ஏற்பதில்லை.

முதன் முதலாக தீவனமிடும்போது, ஒரு நாளைக்கு 5-6 முறை தீவனமிடவேண்டும். 5-7 நாள்கள் கடந்த பின்னர் ஒரு நாளைக்கு இருமுறை தீவனம் இடலாம்.

நர்சரி குளத்தில் 30-45 நாள்கள் வரை வளர்க்கலாம். அப்போது அவை விரலிகளாக (5-10 செ.மீ.) மாறிவிடும். இதன் பின்னர் இவற்றை வளர்ப்புக் குளங்களுக்கும் கீழ்க்கண்ட வரைகூறுகள் (Parametres) கடைபிடிக்க வேண்டும்.

கார அமில நிலை	-	7.5 - 8.5
கரையும் ஆக்சிஜன்	-	4 - 9 ppm
உப்புத் தன்மை	-	10 - 30 ppt
வெப்பநிலை	-	26 - 32°C
நீர்கலங்கல் (Turbidity)	-	10 ppm க்கு கீழே
அம்மோனியா	-	1 ppm க்கு கீழே
ஹைட்ரஜன் சல்ஃபைடு	-	0.3 ppm க்கு கீழே

வளர்ப்பு முறைகள்

கொடுவா மீன்கள் இரண்டு முறைகளில் வளர்க்கலாம்

1. தனியின மீன் வளர்ப்பு (Mono culture)
2. கூட்டின மீன் வளர்ப்பு (Poly culture)

தனியின மீன் வளர்ப்பு

கொடுவா மீன்களை மட்டுமே இருப்பு செய்து வளர்ப்பது. ஆனால் இம்முறையில் மேலுணவு செலவு அதிகரிக்கும். லாபம் குறையும். குறிப்பாக கழிவு/பொடி மீன்கள் சரிவர கிடைக்காத இடங்களிலும், கிடைத்தாலும் அதிக விலை கொடுத்து வாங்க வேண்டி இருந்தால் இவ்வகை வளர்ப்பு அதிக லாபம் தராது.

மேலுணவு

பொடி/கழிவு மீன்கள் - 70%

அரிசித்தவிடு / அரிசிக் குருணை - 30%

கலப்புத் தீவனம்

கலவைப் பொருட்கள்	விழுக்காடு (%)
மீன்தூள்	35
அரிசித் தவிடு	20
சோயா தூள்	15
மக்காச் சோளம்	10
தாவர வகை	3
மீன் எண்ணை	7
ஸ்டார்ச்	8
வைட்டமின் கலவை	2
மொத்தக் கலவை	100%

கூட்டின முறையில் கொடுவா வளர்ப்பு

இவ்வகையில் வளர்ப்பு செய்யும் விவசாயிகள், மீனவர்கள், பொடி மீன்கள்/கழிவு மீன்கள் வரத்தை சார்ந்திருக்கத் தேவையில்லை.

கொடுவா மீன்களுடன், இரை மீன்களை (Forage Fishes) சேர்த்து வளர்க்கும் போது தீவனச் செலவு குறையும். தொடர்ச்சியாக இனப்பெருக்கம் செய்து விரைவாக வளரும் மீன்களே இரை மீன்களுக்கு ஏற்றவை. இதில் முதலிடத்தில் வருபவை திலேபியா மீன்கள். இவை கொடுவா மீன்களுடன் மேலுணவுக்குப் போட்டி போடாமல், குளத்தில் உருவாகும் மிதவை நுண்ணுயிர்களை உண்டு வாழும்.

வளர்ப்புக் குளங்கள் அமைப்பு முறை

இவை செவ்வக வடிவில் இருக்க வேண்டும்

குளத்தின் பரப்புளவு 2000 ச.மீ முதல் 2 ஹெக்டேர் வரை

ஆழம் 1.2 முதல் 1.5 மீ. வரை

தயார் செய்யும் வழிமுறைகள்

சுண்ணாம்பு இடுதல்

அங்கக உரங்கள் : கோழியுரம் 1 ஹெக்டேருக்கு 1 டன்

குளத்தை படிப்படியாக நீரால் நிரப்புதல்

மிதவை நுண்ணுயிர்கள் உருவானதும் திலேபியா சினை மீன்களை, ஹெக்டேரும் 5000 முதல் 10000 வரை இருப்பு செய்தல்.

டாக்டர் ஓ. ஹென்றி ஃபிரான்சிஸ்

குளங்களில் கொடுவா மீன் வளர்ப்பு
மாதிரி வரைபடம்

நாற்றங்கால் குளம்

5000 ச.மீ

```
┌─────────────────┐
│  கொடுவா         │
│  மீன்கள்         │
│  மட்டும்         │
│                 │
│                 │
│  0- 2           │
│  மாதங்கள்        │
└─────────────────┘
```

ச.மீட்டருக்கு 3 மீன்கள் 5000
ச.மீ. - 15000 மீன்கள் 30%
இறப்பு போக - 10000 மீன்கள்

```
┌─────────────────┐
│  திலேபியா        │
│  வளர்ப்புக்       │
│  குளம் 5000      │
│  ச.மீ இருப்பு     │
│  - 10000        │
│  திலேபியா        │
│  இறப்பு          │
│  போக 8000       │
│  எண்ணிக்கை       │
└─────────────────┘
```

திலேபியா
குஞ்சுகள் ரூ.3 வீதம்
- 10000 X 3 = 3000

வளர்ப்புக் குளம்

→

```
┌─────────────────┐
│  கொடுவா +        │
│  திலேபியா (3-10 │
│  மாதம்) இருப்பு   │
│  10000 கொடுவா   │
│  (@ 1 ச.மீ.க்கு 1│
│  மீன்) 8000      │
│  திலேபியா        │
│  மீன்கள்          │
└─────────────────┘
```

கொடுவா பிழைப்புத்
திறன் (80%) 8000
மீன்கள்
ஒவ்வொன்றும் 1
கிலோ

கிலோ ஒன்றுக்கு
ரூ.500 வீதம் ரூ.40
லட்சம் / 1
ஆண்டுக்கு

குறிப்பு : செலவுகள் போக ஆண்டு ஒன்றுக்கு ரூ.10 லட்சம் வருவாய் பெற இயலும்

கூண்டு வலையில் கொடுவா வளர்ப்பு

கடலிலும், உவர்நீர் மற்றும் நன்னீர் நிலைகளில் வலைக் கூண்டுகளைப் பொருத்தி கொடுவா மீன்களை வளர்க்கலாம். நல்ல நீரோட்டம், குறைந்த அளவில் அலையின் சீற்றம், 3 மீட்டர் ஆழத்திற்கு நிலையான நீர் மட்டம் உள்ள இடமாக இருக்க வேண்டும்.

வலைக் கூண்டுகள், மிதவை வலைக் கூண்டுகளாகவோ அல்லது நிலையான நிலைக் கூண்டுகளாகவோ இருக்கலாம்.

வலைக் கூண்டுகள் அமைக்க, மூங்கில் அல்லது மரக்கட்டைகள், வலைகள், கயிறு போன்றவை தேவைப்படும். மிதவைக் கூண்டு எனில் அதை மிதக்க வைக்க ஏற்ற மிதவைகளும், நிலை நிறுத்த மூங்கில்களும் தேவைப்படும்.

வலைக் கூண்டுகளில் கொடுவா மீன் வளர்ப்பது 3 வகைகளில் செய்யப்படுகின்றன.

முதல்நிலை	-	சிறிய குஞ்சுகளை 5-10 கிராம் வரை வளர்ப்பது (3 மாதம்)
2வது நிலை	-	100-150 கிராம் வரை வளர்ப்பது (3 மாதம்)
3வது நிலை	-	600 - 800 கிராம் வரை வளர்ப்பது (4 மாதம்)

மேலாண்மை முறைகள்

1. நல்ல நீரோட்டம் ஏற்படும் இடங்களில் தினமும் வலையைக் கழுவ வேண்டும்.
2. நாள்தோறும் இருமுறை, சராசரியாக இருப்பு உள்ள மீன்களின் மொத்த எடையில் 10% வரை தீவனம் கொடுக்க வேண்டும்.
3. கூண்டில் வளரும் மீன்களின் எடையில் வேறுபாடு இருந்தால், ஒத்த வளர்ப்புடைய மீன்களை தேர்ந்தெடுத்து மாற்றிவிட்டால், மீன்கள் ஒரே சீராக வளரும்.
4. நன்கு பராமரிக்கப்படும் கூண்டுகளில் ஒரு சதுர மீட்டர் பரப்பளவில் 18 கிலோ வரை மீன்களை உற்பத்தி செய்யலாம்.

ஒரிரு மாதங்களில் திலேபியா குஞ்சு மீன்கள் வெளிப்பட்டு போதிய வளர்ச்சியுடன் இரை மீன்களாக உருவாகி விடும்.

திலேபியா இருப்பு செய்து 2 மாதங்கள் கழித்து கொடுவா மீன் குஞ்சுகளை, ஹெக்டேருக்கு 3000 முதல் 5000 வரை இருப்பு செய்யலாம்

கொடுவா மீன்குஞ்சுகள் ஏறக்குறைய ஒரே அளவு எடை உள்ளதாக இருப்பது நல்லது.

மேலாண்மை பணிகள்

குளத்தில் இயற்கை உணவு தேவைப்படுவதால் நீர் மாற்றம், 3 நாட்களுக்கு ஒருமுறை 50% செய்வது சரியானதாக இருக்கும்.

கூட்டின முறை வளர்ப்பில் மேலுணவு இடத் தேவையில்லை.

கூண்டு முறையில் கொடுவா மீன் வளர்ப்பில் பின்பற்றப்படும் தீவன முறைகள் இதற்கும் பொருந்தும்.

12

எல்லைக்கண் நின்றார் துறவார் தொலைவிடத்தும்
தொல்லைக்கண் நின்றார் தொடர்பு.   - குறள் : 806

கலைஞர் உரை

நீண்டகால நண்பர்கள் தமக்குக் கேடு தருவதாக இருந்தால்கூட நட்பின் இலக்கணம் உணர்ந்தவர்கள் அவர்களது நட்பைத் துறக்க மாட்டார்கள்.

கடல்நீரில் கூண்டு முறையில் கடல்விரால் வளர்ப்பு மற்றும் சிங்கிறால் வளர்ப்பு
(Cobia)

கடல்விரால் - Cobia

கடல்நீர் மற்றும் கழிமுகப் பகுதிகளில் கூண்டுகள் அல்லது தடுப்பு வேலிகள் அமைத்து மீன்களை வளர்ப்பது முதன்முதலாக கம்போடியாவில் 200 ஆண்டுகளுக்கு முன்பாக தொடங்கப்பட்டது. பின்னர் இது இந்தோனேஷியா, தாய்லாந்து போன்ற இதர ஆசிய நாடுகளுக்கும் விரிவடைந்து தற்போது இந்தியாவிலும் கடலிலும் கடற்கரைப் பகுதிகளில் சில மீனவர்களால் நடைமுறைப் படுத்தப்பட்டுள்ளது. இவ்வகை வளர்ப்பில் பட்டியில் அடைத்து வளர்த்தல், கூண்டு முறையில் வளர்த்தல் என இரண்டு வகைகள் இருந்தாலும் கூண்டு முறையில் கடல் மீன்களை வளர்த்தலே பெரும்பாலும் பின்பற்றப்படுகிறது.

கூண்டுகள் அமைப்பு

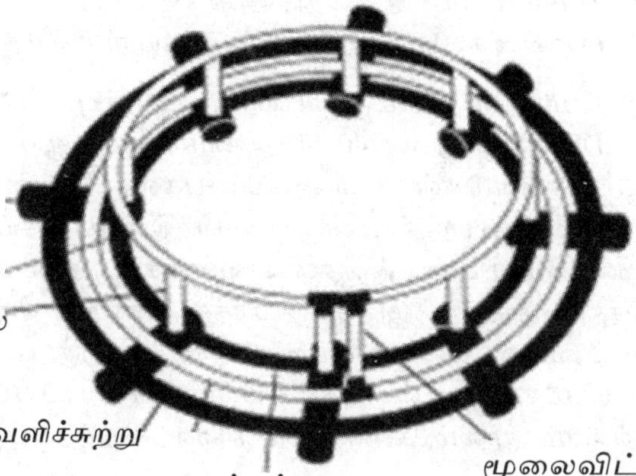

அடிமட்ட ஆதாரம்
கைப்பிடி
நேர்நிலை ஆதாரம்
வெளிச்சுற்று
உள்சுற்று
மூலைவிட்ட ஆதாரம்

கூண்டு முறையில் கடல்மீன் வளர்ப்பு

வளர்க்க உகந்த இனங்கள்

1. கடல் விரால் (COBIA)
2. கொடுவா (ASIAN SEABASS)
3. மடவை (MULLET)
4. கறிமீன் (PEARL SPOT)
5. சிங்கிறால் (LOBSTER)

ஆயினும் நமது மாதிரித் திட்டங்களில் **கடல் விரால்** மற்றும் **சிங்கிறால்** திட்டங்கள் மட்டுமே விளக்கப்பட்டுள்ளன.

இவற்றில் மிகவும் லாபமான முறையில் வளர்க்க உகந்தவை கடல்விரால் மற்றும் கொடுவா மீன்கள் எனலாம்.

இடம் தேர்வு செய்யும் முறைகள்

கடல் நீராக இருப்பின் அலைகள் அதிகம் இல்லாத ஆழம் குறைவான கடல் பகுதிகளையே தேர்ந்தெடுக்க வேண்டும். கடல்நீரின் ஆழம் 5-6 மீட்டர் இருந்தால் சிறப்பாக இருக்கும்.

நதி முகத்துவாரங்கள், கழிமுகப் பகுதிகளாக இருப்பின் நீரின் உப்புத்தன்மை, 15-25 ppt யாக இருக்க வேண்டும்.

கூண்டின் அமைப்பு முறைகள்

இரும்புக் குழாய்கள் அல்லது அதிக அடர்த்தி கொண்ட பாலிஎத்தலின் பிளாஸ்டிக் (HDPE) கொண்டு தயாரிக்கப்படுகிறது.

இக்கூண்டு 6 மீட்டர் விட்டமுடையது. இரும்பு கூண்டுகள் 2-3 ஆண்டுகளும், HDPE கூண்டுகள் 10-15 ஆண்டுகளும் ஆயுட்காலத்தை கொண்டிருக்கும். கூண்டுகள் 3 வலைப்பைகள் கொண்டிருக்கும்; இதில் உட்புற வலைப் பையில் மீன்குஞ்சுகள் இருப்பு செய்யப்படும். இதன் கண்ணியின் அளவு மீன் குஞ்சுகளின் வளர்ச்சிக்கு ஏற்ப 20-60 மி.மீ. வரை பயன்படுத்தப்படுகிறது. இதைத் தவிர்த்து கூண்டின் மேற்பரப்பில் 80 மி.மீ. கொண்ட வலை, மீன்களை பறவைகளிடமிருந்து பாதுகாக்கும். பொதுவாக 5-6 மீ ஆழமுள்ள கடற்பகுதிகளில் 90-100 கிலோ எடையுள்ள நங்கூரம் மூலம் கூண்டுகள் நிலை நிறுத்தப்படும்.

பிரதமரின் மீன்வள மேம்பாட்டுத் திட்டம் (PMMSY)

நிதியுதவி	ஒன்றிய அரசின் பங்கு	பயனாளியின் பங்கு
பொதுப்பிரிவு	40%	60%
பட்டியல் இனம்	60%	40%

பயனாளிகள்

1. மீனவர்கள், மீன் வளர்ப்போர், மீனவத் தொழிலாளிகள், மீன் விற்பவர்கள், சுயஉதவிக் குழுக்கள், கூட்டுப் பொறுப்புக் குழுக்கள்

2. மீன்வள மேம்பாட்டு நிறுவனங்கள், கூட்டுறவு சங்கங்கள், கூட்டு இணையங்கள், தொழில் முனைவோர் மற்றும் தனியார் நிறுவனங்கள்

3. மீன் வளர்ப்போர் உற்பத்தியாளர் சங்கங்கள்

துணைத் திட்டங்கள்

வ. எண்	திட்டங்கள்	திட்ட மதிப்பு
1.	கடல்மீன் வளர்ப்பு / கடல் பாசி வளர்ப்பு	(ரூபாய்)
அ)	சிறிய கடல்மீன் குஞ்சு பொரிப்பகம்	50 லட்சம்
ஆ)	பெரிய கடல்மீன் குஞ்சு பொரிப்பகம்	250 லட்சம்
இ)	கடல்மீன் குஞ்சு நர்சரிகள்	15 லட்சம்
ஈ)	கடலில் கடல்மீன் வளர்ப்பு - கூண்டுகள் நிறுவ (100-120 மீ. கன அளவு)	5 லட்சம்
உ)	கடற்பாசி வளர்ப்பு மிதவைகள் (1 மிதவை)	1500
ஊ)	கடற்பாசி வளர்ப்பு மோனாலைன் / டியூப் நெட் முறையில் நிறுவுதல் (ஒன்று அல்லது தோராயமாக 25 மீ நீளம், 15 கயிறுக்கு சமம்)	8000
எ)	ஆளி வளர்ப்பு	2000

அலங்கார பொழுதுபோக்கு மீன் வளர்ப்பு

1. வீட்டின் பின்புறம் அலங்கார கடல்மீன் வளர்ப்பு - ரூ.3 லட்சம்
2. நடுத்தர அளவிலான அலங்கார கடல்மீன் வளர்ப்பு - ரூ.8 லட்சம்

மீன்குஞ்சுகளை கூண்டுகளில் இருப்பு செய்தல்

1. கடல்விரால் மீன்குஞ்சுகள் கடல்நீர் அல்லது நதி முகத்துவாரத்திலிருந்து பிடித்து இருப்பு செய்யலாம்.
2. அல்லது, மீன் பொரிப்பகங்களிலிருந்து பெற்று இருப்பு செய்யலாம். கடல் விரால் மற்றும் கொடுவா மீன்குஞ்சு பொரிப்பகங்கள் மத்திய உவர்நீர் ஆராய்ச்சி நிலையத்திலிருந்து பெற்றுக் கொள்ளலாம்.

3. குஞ்சு பொரிப்பகங்களிலிருந்து பெறும் மீன் குஞ்சுகளை நோய் பரிசோதனை செய்து நோயற்ற தரமான குஞ்சுகளையே இருப்பு செய்ய வேண்டும்.
4. 6 மீட்டர் விட்டமும், 5 மீட்டர் ஆழமும் கொண்ட ஒரு கூண்டில் 50 கிராம் எடையுள்ள 450 மீன் குஞ்சுகளை (கடல் விரால் (அ) கொடுவா) இருப்பு செய்யலாம்.

தீவன முறைகள்

இருப்பு செய்யப்பட்ட மீன்களின் மொத்த உயிர் எடைக்கு ஏற்ப தீவனம் அளிக்க வேண்டும். எவ்வாறு உயிர் எடை கணக்கிடப்படுகிறது? சராசரியாக ஒரு மீனின் எடை 50 கிராம் என்றால் 500 எண்ணிக்கையில் மீன் குஞ்சுகளை இருப்பு செய்தால், இவற்றின் மொத்த உயிர் எடை 25 கிலோ ஆகும். ஆக உயிர் எடைக்கு ஏற்றவாறு தீவனம் இட வேண்டும்.

தீவனத்தின் அளவும், தீவன மாற்று விகிதமும் கீழ்க்கண்ட காரணிகளைப் பொறுத்தே இருக்கும்.

1. ஆக்சிஜன்
2. வெப்ப அளவு
3. நீரின் தன்மை
4. நீரின் வேகம்
5. சூரிய வெளிச்சம்
6. பகல் நேரத்தின் அளவு

எனவே, பருவச் சூழல் அறிந்து கடல்நீரில் இருப்பு செய்வது மிக அவசியம்.

தீவன வகைகள்

1. குச்சித் தீவனங்கள் (குருணைகள்)
2. சிறிய வகை மீன்கள் (25 - 50 கிராம் எடை)

சிறிய வகை மீன்கள் கடலோரப் பகுதிகளில் விலை குறைவாகக் கிடைப்பதால், மீனவர்கள் பெரும்பாலும் இவற்றையே தீவனமாக அளித்து லாபம் ஈட்டுகின்றனர்.

குச்சித் தீவனம் அளிக்கும் முறைகள்

எடுத்துக்காட்டு

1 லட்சம் மீன்கள், சராசரி எடை 150 கிராம்

மொத்த உயிர் எடை (Biomass) = *15000* கிலோ

நீரின் வெப்ப அளவு - 23°செ

தேவைப்படும் தீவனம் - *15000* X *2.01%* = *301.5* கிலோ

குச்சித் தீவனத்தின் அளவு - *4.5* mm

மீன்களின் எடை (கிராம்)	குச்சித் தீவனத்தின் அளவு (mm)	வெப்ப நிலை (^{0}செ)		
		15	21	29
20 - 40	3.0	1.29	3.28	2.77
40 - 60	3.0	1.09	2.77	2.34
60 - 100	4.5	0.91	2.30	1.94
100 - 160	4.5	0.75	1.89	1.60
160 - 300	4.5	0.60	1.53	1.29
300 - 450	6.5	0.44	1.12	0.95
450 - 700	6.5	0.36	0.92	0.77
700 - 1000	9.0	0.29	0.73	0.61
1000 - 1200	9.0	0.25	0.63	0.53

தேவைப்படும் தீவனத்தை இரு சம பாகங்களாகப் பிரித்து காலை, மாலை என இரண்டு வேளைகளில் அளிக்க வேண்டும்.

வளர்ப்புக் காலம்

6 மாதங்கள் முதல் 12 மாதங்கள் வரை

கடல் விரால் மற்றும் கொடுவா மீன்களை 6 மாதங்களில் அறுவடை செய்யலாம்.

சிங்கிறால்களை 10 முதல் 12 மாதங்கள் வரை வளர்த்து அறுவடை செய்தால் லாபம் அதிகரிக்கும்.

அறுவடை முறைகள்

1. மாதிரி அறுவடை - அறுவடைக்கு சில நாட்களுக்கு முன்பு, ஒரு சில மீன்களைப் பிடித்து, எடையை கணக்கிட்டு, எதிர்பார்த்த

வளர்ச்சியை அடைந்தனவா என்று சோதித்துப் பார்த்து அறுவடை செய்ய வேண்டும்.

2. அறுவடைக்கு 1 நாளைக்கு முன்னால் மீன்களுக்கு தீவனம் அளிப்பதை நிறுத்த வேண்டும்.

3. இவ்வாறு செய்வதால், அறுவடைத் தொட்டிகளில் மீன்கள் எச்சம் இடுவதைத் தடுக்க முடியும்.

4. மேலும் செரிமானமாகாத தீவனம் அறுவடைத் தொட்டிகளின் நீரில் கலந்து அசுத்தமாவதைத் தடுக்கலாம். துர்நாற்றத்தையும் தவிர்க்கலாம்.

5. சுருக்கு வலை (Purse Seine Net) கொண்டு, அறுவடை செய்வது, கூண்டில் வளர்க்கப்படும் மீன்களைப் பிடிக்க ஏற்றது.

6. ஒரு சராசரி சுருக்கு வலை, செவ்வக வடிவத்தில், நைலான் நெட் கொண்டு, மீன்களின் எடைக்கேற்ப கண்ணிகள் அமைக்கப் பட்டிருக்கும்.

7. சிறிய வகை மீன்கள் (அ) குறைந்த அளவு மீன்களைப் பிடிக்க கைசுருக்கு வலை (Handseine Net) போதுமானது.

8. மீன் பிடிப்பதில் அனுபவங்களை, குறிப்பாக சுருக்கு வலை பயன்படுத்தும் மீனவர்களைக் கொண்டு அறுவடை செய்வது நல்லது.

9. 6 மாத அறுவடையில் சராசரியாக ஒரு மீன் 1 கிலோ எடை இருக்கும்.

அறுவடை பின்செய் நேர்த்தி

அறுவடை செய்த மீன்கள், இன்சுலேட் செய்யப்பட்ட மீன் தொட்டிகளில், தேவைப்படும் ஐஸ் கட்டிகளைக் கலந்து, பாதுகாப்பு செய்யலாம். சராசரியாக 1 கிலோ மீன்களுக்கு 1 கிலோ ஐஸ் கட்டிகள் தேவைப்படும். பின்னர் இவற்றை சந்தைப்படுத்தலாம்.

கடல் விரால் - கூண்டு வளர்ப்பு திட்டத்தின் செலவும், வருவாயும்

1. முதலீட்டுத் தொகை

6 மீட்டர் விட்டமும், 4 மீட்டர் ஆழமும் கொண்ட கூண்டு ஒன்று அமைக்க ஆகும் மொத்த முதலீட்டுத் தொகை ரூ.2,50,000

குறிப்பு : இதில் 100% மானியம் ஒன்றிய அரசால் வழங்கப் படுகிறது. எனவே மீனவர்களுக்கு மற்றும் தொழில் முனைவோருக்கு முதலீட்டுச் செலவு ஏதுமில்லை.

2. நடைமுறைச் செலவுகள் :
(வளர்ப்புக் காலம் 6 மாதங்கள்)

ரூபாயில்

கடல் விரால்

1. மீன்குஞ்சுகள் - 500 எண்ணிக்கை ரூ.5 வீதம்	2500
2. தீவனச் செலவு கழிவு மீன்கள்/பொடி மீன்கள் தீவன மாற்று விகிதம் 1:3 என்ற அளவில், அறுவடையின் போது மொத்த மீன்களின் எடை (10% இறப்பு போக) 450 X 3 கிலோ எடை = 1350 கிலோ தேவைப்படும் கழிவு மீன்கள் -1500 கிலோ ரூ.30 வீதம் (1500 X 30) =ரூ.4500	4500
3. தீவனமிட, மீனவத் தொழிலாளர் கூலி (ரூ.10000 X 6 மாதம்)	60,000
4. அறுவடைச் செலவுகள்	10,000
ஆக மொத்த நடைமுறைச் செலவுகள்	**77,000**

3. வருவாய்

1. அறுவடையின் போது கிடைக்கும் மீன்களின் எண்ணிக்கை -450 கிலோ ரூ.500 வீதம், கிடைக்கும் வருவாய்	2,25,000
2. ந.மு. செலவுகள்	77,000
நிகர வருவாய்	1,48,000
ஆண்டுக்கு 2 வளர்ப்பு என்ற கணக்கில் கிடைக்கும் மொத்த வருவாய்	2,96,000
முழுமையாக	3,00,000
ஆண்டுக்கு 2 வளர்ப்புகள்	**6,00,000**

சிங்கிறால் கூண்டு வளர்ப்பு திட்டத்தின் செலவும் வருவாயும்

1. முதலீட்டுச் செலவு	
6 மீட்டர் விட்டமும், 4 மீட்டர் ஆழமும் கொண்ட கூண்டு ஒன்று அமைக்க ஆகும் மொத்த முதலீட்டுத் தொகை	ரூ.2,50,000
குறிப்பு : இதில் 100% மானியமாக ஒன்றிய அரசால் வழங்கப்படுகிறது.	
2. நடைமுறைச் செலவுகள்	
வளர்ப்புக் காலம் - 10 மாதங்கள்	
1. சிங்கிறால் குஞ்சுகள் 1000 எண்ணிக்கை X ரூ.10 =	10,000
2. தீவனச் செலவு	
கழிவு மீன்கள்/பொடி மீன்கள்	
4000 கிலோ X ரூ.30	1,20,000
3. தீவனமிட, மீனவத் தொழிலாளி கூலி (ரூ.10000 X 10 மாதம்)	= 1,00,000
4. அறுவடைச் செலவுகள்	10,000
மொத்த நடைமுறைச் செலவுகள்	**2,40,000**

3. வருவாய்

அறுவடையின் போது கிடைக்கும் சிங்கிறால்களின் எடை, 20% இறப்பு போக - 800 கிராம், 800 எண்ணிக்கை = 640 கிலோ

கிலோ ஒன்றுக்கு ரூ.1000 வீதம் = 6,40,000

நடைமுறைச் செலவுகள்   2,40,000

நிகர வருவாய் -   4,00,000

குறிப்பு : இத்திட்டத்தை சுயஉதவிக் குழுக்கள் / கூட்டுப் பொறுப்புக் குழுக்கள் / விவசாயிகள் (மீனவர்கள்) உற்பத்திக் கம்பெனிகள் செய்தால் வருவாய் அதிகரிக்கும்.

முக்கிய குறிப்பு

1. கடல் விரால் / சிங்கிறால் கொடுவா மீன் கூண்டு வளர்ப்பு குறித்த விவரங்களை / பயிற்சி முறைகளை மண்டபத்தில் உள்ள (மத்திய கடல்மீன் ஆராய்ச்சி நிறுவனம்) தொடர்பு கொண்டு பயன் பெறலாம்.

சிங்கிறால்
(Lobster)

சிங்கிறால்- Lobster

13

அறிவின்மை இன்மையுள் இன்மை பிறிதின்மை
இன்மையா வையா துலகு. - குறள் : 841

கலைஞர் உரை

அறிவுப் பஞ்சம்தான் மிகக் கொடுமையான பஞ்சமாகும். மற்ற பஞ்சங்களைக்கூட உலகம் அவ்வளவாகப் பொருட்படுத்தாது.

கூண்டு முறையில் கழிநண்டு வளர்ப்பு மற்றும் கொழுப்பேற்றும் திட்டம்

(Mud Crab Culture and Fattening)

களிநண்டு -Mud Crab

கழிநண்டு வளர்ப்பு மற்றும் கொழுக்கச் செய்யும் முறைகள், இந்தியா, பங்களாதேஷ், தாய்லாந்து, பிலிப்பைன்ஸ் போன்ற ஆசிய நாடுகளில் வெகுவாகப் பின்பற்றப்படுகின்றன. இவற்றின் தேவை அதிகஅளவு இருப்பதாலும் நல்ல விலை கிடைப்பதாலும், வளர்ப்பில் மீனவர்கள் ஆர்வம் காட்டி வருகின்றனர்.

நண்டு வளர்ப்பின் நன்மைகள்

- கழிநண்டுகள் வேகமாக வளரக்கூடியவை
- வளர்ப்புச் செலவு குறைவு
- தேவை அதிகம், உற்பத்தி குறைவு
- சந்தை விலை கிலோவுக்கு ரூ.500 - 1000 வரை
- சிறிய வகை கழிவு / பொடி மீன்களை உண்டு எடையை கூட்ட வல்லவை
- இது ஒரு சுயவேலை வாய்ப்புத் திட்டம்
- வெளியாட்கள் தேவை இல்லை. குடும்ப உறுப்பினர்களின் உழைப்பே போதுமானது.
- உயிருடன் விற்கலாம்/ஏற்றுமதி செய்யலாம்

வளர்ப்புக்கு உகந்த இடங்கள்

- கடற்கரையை ஒட்டியுள்ள நீர்நிலைகள்
- முகத்துவாரங்கள்
- கடற்குழிகள் (Creeks)
- பின்னலை நீர்ப்பகுதிகள் (Backwaters)
- உப்பங்கழிகள்

நீரின் தன்மை

- நீரின் உப்புத்தன்மை 15-25 ppt அளவில் இருக்க வேண்டும்.
- கார அமில அளவு 7.5 - 8.5 என்ற அளவில் இருத்தல் வேண்டும்.
- வளர்க்கப்படும் நீர்ப்பகுதிகளில் கழிவுநீர் கலக்காமல் இருக்க வேண்டும்.
- நீரின் ஆழம் 1 மீட்டர் முதல் 1.5 மீட்டர் இருக்க வேண்டும்.

வளர்ப்பு முறைகள்

இரண்டு வகைப்படும்

1. குளங்களில் வளர்த்தல் - நண்டு குஞ்சுகளை வாங்கி பெரிய அளவு (1/2 கிலோ - 1 கிலோ) வரை வளர்த்து விற்பணை செய்தல் (Grow out System) அல்லது

2. கொழுக்க வைக்கும் திட்டம் (Fattening system) ஓரளவுக்கு வளர்ந்த மென்தோடுடைய நண்டுகளை (100-150 கிராம்) எடை அளவில் இருப்பு செய்து அவற்றை கொழுக்க வைத்து விற்பனை செய்தல்.

குளங்களில் வளர்ப்பு முறைகள்

நண்டு குஞ்சுகளை (Crablets) குஞ்சு பொரிப்பகம் அல்லது நீர்நிலைகளில் கிடைப்பவற்றை வாங்கி 5-6 மாதங்கள் வரை வளர்த்து விற்பனை செய்தல்.

குளத்தின் பரப்பளவு 1 ஹெக்டேர் இருப்பது அவசியம். கரைகள் வலுவாக அமைத்து, கரையைச் சுற்றி நண்டு தடுப்பு வலைகள் அமைக்க வேண்டும். இல்லாவிட்டால் கரையைக் கடந்து வெளியே சென்று விடும்.

நீரின் ஆழம் 1-.5 மீட்டர் இருத்தல் அவசியம். 10 முதல் 100 கிராம் எடைகொண்ட நண்டு குஞ்சுகளை வாங்கி குளத்தில் இட வேண்டும். வளர்ப்புக் காலம் 3-6 மாதங்கள். ஒரு சதுர மீட்டரில் 3 குஞ்சுகள் வரை இடலாம். அவ்வாறாயின் ஒரு ஹெக்டேரில் 30000 குஞ்சுகள் வரை விட்டு வளர்க்கலாம்.

நண்டுகளின் மொத்த உயிர் எடையில் 5% தீவனம் வழங்க வேண்டும். எடுத்துக்காட்டாக குளத்தில் 1000 கிலோ எடை கொண்ட நண்டுகளுக்கு 50 கிலோ தீவனம் தினமும் வழங்கப்பட வேண்டும். உள்ளூர் சந்தையில் கிடைக்கும் பொடி மீன்கள், கழிவு இறால்கள் மற்றும் சிறியவகை நண்டுகளை தீவனமாக வழங்கலாம். தினமும் ஒருசில நண்டுகளைப் பிடித்து எடைபோட்டு, தீவனமாற்று விகிதம் மற்றும் அவற்றின் ஆரோக்கியத்தை பரிசோதித்துப் பார்க்கலாம், அதற்கேற்றவாறு தீவன முறைகளை மேம்படுத்தலாம்.

கொழுக்க வைக்கும் முறைகள்

மென்தோடு உடைய நண்டுகளை (Soft Shell Crabs) பிடித்து அவை மீண்டும் தடிமனான ஓட்டைப் பெறும் வரை வளர்த்து குறுகிய காலத்தில் விற்று அதிக லாபம் அடையலாம்.

இவ்வகை முறைக்கும் குளத்தில் ஆழம் 1.0 முதல் 1.5 மீட்டர் வரை இருக்க வேண்டும்.

முன்பு கூறியது போலவே குளத்தை சுண்ணாம்பு இட்டு, உரங்கள் போட்டு தயார் செய்ய வேண்டும்.

குளக்கரையைச் சுற்றிலும் நண்டு தடுப்புவலை அமைத்தல் இன்றியமையாதது. உள்ளூர் மீனவர்களிடம் முன்கூட்டியே சொல்லி தேவைப்படும் மென்தோடு கொண்ட நண்டுகளை வாங்கி குளத்தில் இட வேண்டும்.

சதுர மீட்டருக்கு 2 என்ற அளவில் ஒரு ஹெக்டேரில் 20000 குஞ்சுகளை விடலாம்.

• குளங்களை 1 சென்ட் என்ற அளவில் பாத்திகளாகப் பிரித்து வளர்ப்பது நல்ல பலனைக் கொடுக்கும்

• கொழுக்க வைக்கும் முறையை கூண்டுகளில் அடைத்தும் வளர்க்கலாம். இவ்வாறு செய்தால் நண்டுகளின் வளர்ச்சியை துல்லியமாகக் கணித்து தீவன முறையை சரி செய்து நல்ல லாபம் பார்க்கலாம்.

உள்ளூரில் கிடைக்கும் நண்டுகுஞ்சுகளைப் பொருத்தும், இதர காரணிகளின் அடிப்படையிலும் ஆண்டுக்கு 8-10 அறுவடைகள் செய்யலாம். பொதுவாக 300 கிராம் முதல் 500 கிராம் எடை கொண்ட உயிருள்ள நண்டுகளுக்கு சந்தையில் நல்ல விலை கிடைக்கும். விற்கும் போது கடின ஓடுகொண்ட நண்டுகளை விற்றால் லாபம் அதிகரிக்கும்.

கூண்டு முறையில் நண்டு வளர்ப்பு

மூங்கில் கழிகளால் செய்யப்பட்ட மிதவை கூண்டுகளில் நண்டுகளை கொழுக்க வைக்கலாம். இவ்வகை கூண்டுகளை குளங்களில் அல்லது கழிமுகப் பகுதிகளில் நிலை நிறுத்தி மென்தோடுடைய நண்டுகளை விட்டு, கொழுப்பேற்றம் செய்யலாம்.

இவ்வகை கூண்டுகளை மூங்கில், நெட்லான் வலைகள் அமைத்தோ, HDPE கொண்டோ தயாரிக்க முடியும். இவை 3 மீட்டர் நீளம், 2 மீட்டர் அகலம், 1 மீட்டர் உயரம் என்ற அளவில் இருக்க வேண்டும்.

கூண்டுகளை வரிசையாக நிறுத்தி வைத்தால், தீவனமிடவும் வளர்ச்சியை கண்காணிக்கவும் ஏதுவாக இருக்கும்.

கூண்டு முறையில் வளர்த்தால் சதுர மீட்டருக்கு 10 நண்டுகளையும், பட்டி அமைத்து (Pen Culture) வளர்த்தால் 5 நண்டுகளையும் வளர்க்கலாம்.

மேலே குறிப்பிட்ட எண்ணிக்கைக்கு மேல் நண்டுகளை இருப்பு செய்யலாகாது. இவை மாதம் ஒருமுறை தோட்டை கழற்றி விடும். (Moulting) மீண்டும் தடிமனான தோடு உருவாக 24 மணி நேரமாகும். இடைப்பட்ட நேரத்தில் இவை மெல்லிய தோட்டைக் கொண்டிருப்பதால், மற்ற நண்டுகள் இவற்றை சாப்பிட்டுவிடும். ஏனெனில் நண்டுகள் தன்னினம் உண்ணும் (Cannibalism) தன்மை கொண்டவை. இதன் காரணமாகவே இறப்பு விகிதம் 20 விழுக்காடு இருக்கும்.

தீவன முறைகள்

நண்டுகளின் எடையில் 5-8% தீவனம் அளிக்க வேண்டும். கழிவு மீன்கள் / பொடி மீன்கள், சேதாரமாகும், கோழிக்கறி மற்றும் இதர பண்ணை விலங்குகளின் மாமிசத்தை தீவனமாகக் கொடுக்கலாம்.

தீவனத்தை இரு சமபங்குகளாகப் பிரித்து காலையில் ஒரு பாகத்தையும், மாலையில் ஒரு பாகத்தையும் அளிக்க வேண்டும்.

மேலாண்மை

கழிநண்டுகள் மிகவும் திடகாத்திரமானவை. இறால்களைப் போல 24 மணி கண்காணிப்பு தேவை இல்லை. ஆயினும் முறையாக தீவனம் இடுதலும், அவ்வப்போது, ஒருசில நண்டுகளைப் பிடித்து எடைபோட்டு சரிபார்த்தலும் வேண்டும். நோய் தாக்கினால் முறையான சிகிச்சைகளைக் கையாள வேண்டும். பதிவேடுகளை பராமரித்து, குறிப்புகளை எழுத வேண்டும்.

அறுவடையும் சந்தைப்படுத்துதலும்

சந்தை நிலவரத்தைப் பொறுத்து 500 கிராம் முதல் 1 கிலோ எடை வந்ததும், அறுவடை செய்து உயிருடன் விற்க வேண்டும். இறந்து போன நண்டுகளுக்கு சரியான விலை இல்லை. ***நண்டுகள் நீரின்றி 2-3 நாட்கள் வாழுமாதலால் இவற்றை உயிருடன் விற்பது எளிது.***

மாதிரித் திட்டம்

கூண்டு முறையில் கொழுப்பேற்றுதல்

சுய உதவிக்குழுக்கள் - ஒரு உறுப்பினருக்குத் தேவைப்படும் திட்டச் செலவு

(FRP பிளாஸ்டிக் மிதவை கூண்டுகள்)

அ. முதலீட்டுச் செலவுகள்

1.	*மிதவை கூண்டுகள் (ஒவ்வொரு கூண்டிலும் 9 அறைகள்) ரூ.10000 X 8)*	*80,000*
2.	*போக்குவரத்து மற்றும் கூண்டுகளை நிலை நிறுத்தும் செலவுகள்*	*10,000*
3.	**மொத்த முதலீட்டுச் செலவு**	***90,000***

நடைமுறைச் செலவுகள் [25 நாட்களுக்கு]

	ரூபாய்
1. தேவைப்படும் நண்டுகள் - 80	
இறப்பு விகிதம் (10%) - 8	
நிகர இருப்பு - 72	
நண்டுகள் வாங்க செலவு	
ஒவ்வொன்றும் 0.75 கிலோ	
மொத்தச் செலவு (0.750 கிலோ X 80 = 60 கிலோ)	
கிலோ ரூ.200வீதம் (60 கி X ரூ.200)	12,000
2. தீவனச் செலவு (கழிவு/பொடிமீன்கள்) நாள் ஒன்றுக்கு 6 கிலோ X ரூ.30 X 25 நாட்கள்	4500
3. இதர செலவுகள்	2000
மொத்த நடைமுறைச் செலவுகள்	18500
மொத்தச் செலவுகள் (முதலீடு + ந.மு. செலவுகள்)	1,08,500

வரவு செலவுத் திட்டம்

1. மாதம் ஒன்றுக்கு ஒருமுறை அறுவடை; இருப்பு செய்த நண்டுகளில் இறந்தவை - 4 (20% இறப்பு) எஞ்சி இருப்பவை - 58 நண்டுகள்	
2. ஒவ்வொன்றும் 1 கிலோ உயிருடன் எடை (58 கிலோ எடை)	
3. விற்பனை விலை உயிருடன் கிலோ ஒன்றுக்கு ரூ.1000 வீதம் (58 கி X ரூ.1000)	58,000
4. ஆண்டு ஒன்றுக்கு 9 முறை அறுவடை (58000 X 9)	5,22,000
5. ஆண்டு ஒன்றுக்கு 9 முறை கொழுக்க வைக்க, ந.மு. செலவுகள்	1,66,500
6. ஆண்டு ஒன்றுக்கு நிகர வருவாய் (5,22,000 - 166500)	3,55,500
முழுமையாக	3,55,000

குறிப்பு : 3 மீ X 3 மீ அளவு கொண்ட 1 மூங்கில் மிதவைக்கு அரசு மானியம் ரூ.1400/- இதன்படி 8 மிதவை மூங்கில் கூண்டுகள் அமைக்க ரூ.11,200/- மானியம் கிடைக்கும்.

14

இகலானாம் இன்னாத எல்லாம் நகலானாம்
நன்னயம் என்னும் செருக்கு.   - குறள் : 860

கலைஞர் உரை

மனமாறுபாடு கொண்டு பகையுணர்வைக் காட்டுவோரைத் துன்பங்கள் தொடரும். நட்புணர்வோடு செயல்படுவோர்க்குப் பெருமகிழ்ச்சி எனும் நற்பயன் விளையும்.

கடற்பாசி வளர்ப்புத் திட்டம்
(Kappaphycus alvarezii)

சிவப்பு பாசி
Kappaphycus alvarezii

கப்பாஃபைகஸ் அல்வரேசி எனப்படும் சிவப்புப் பாசி தமிழ்நாடு மற்றும் குஜராத் கடற்கரைப் பகுதிகளில் வளர்க்கப்படுகிறது.

உலக அளவில் கடற்பாசி உற்பத்தி 2018 ஆம் ஆண்டில் 3 கோடியே 23 லட்சம் டன் ஆக இருந்தது. இதில் இந்தியாவில் விளைவிக்கப்பட்டது 5300 டன் மட்டுமே. அதாவது உலக உற்பத்தியில் நமது பங்கு 0.02% மட்டுமே. கடற்பாசி வளர்ப்பை ஒன்றிய / மாநில அரசுகள் மானியம் வழங்கி பெருமளவு ஊக்குவிக்கின்றன.

கடற்பாசியின் வகைகள்
- கப்பாஃபைகஸ் அல்வரேசி (சிவப்புப் பாசி)
- கிரேசிலேரியா எடுலீஸ் (கஞ்சிப் பாசி)
- டர்பினேரியா
- சர்காசம் வைட்டி
- ஜெலிடெல்லா ஏசிரோசா
- கிரேசிலேரியா டூலா

இவற்றில் வணிகரீதியாக விளைவிக்கப்படுவது சிவப்புப் பாசி மட்டுமே.

பிரதமரின் மீன் வளர்ப்புத்திட்டம்

இத்திட்டத்தின் கீழ், கடற்பாசி வளர்ப்புக்கு அடுத்த 5 ஆண்டுகளுக்கு ரூ.640 கோடி நிதியுதவி வழங்க திட்டமிடப்பட்டுள்ளது.

இதில் தமிழ்நாட்டிற்கு ஒதுக்கப்பட்ட தொகை ரூ.171 கோடி ஆகும்.

கடற்பாசியின் பயன்கள்

1. உணவாக
2. கால்நடைத்தீவனம் / துணைத் தீவனங்கள் (Supplements)
3. உயிரி எரிபொருள் (Biofuel)
4. உயிரி உரங்கள் (Bio Fertilizers)
5. அழகு சாதனங்கள் (Cosmetics)
6. தொழிற்சாலைகளுக்கான வேதிப் பொருட்கள்
7. மீன்களின் புகலிடம் (Hideouts)

குறிப்பாக கால்நடைத்தீவனங்களில் உட்பொருளாகப் பயன்படுத்துவதன் மூலம்,

- மாடுகள் / கோழிகளின் எடை கூடும்
- நோய் எதிர்ப்பு சக்தி உருவாகும்
- உணவு செரிமானத்தை சீராக்கும்
- அதிக முட்டை உற்பத்தி
- பாலில் அதிகரிக்கும் இரும்பு / கால்சியம் சத்து
- கால்நடைகளில் வெளிப்படும் மீத்தேன் அளவு குறைவுபடும்

தேசிய மீன்வளர்ப்பு முகமையின் திட்டங்கள் (NFDB)

- கடற்பாசி வளர்ப்புக்கு மானியம் ஒரு மிதவைக்கு ரூ.1400
- கடற்பாசி பதனிடும் தொழில்களுக்கு மானியம் மொத்த முதலீட்டுச் செலவுகளில் 25-50%
- பயிற்சி முகாம்கள் / மாதிரி செயல் திட்டங்கள் ஊக்குவிப்பு

கடற்பாசி உற்பத்தி

உற்பத்தி குறிக்கோள் (லட்சம் டன்களில்)

	2021-22	2022-23	2023-24	2024-25
அகில இந்தியா	1.12	2.80	2.80	3.36
தமிழ்நாடு	0.30	0.75	0.90	0.90

யார் செய்யலாம்

- தனிநபர்கள்
- சுயஉதவிக் குழுக்கள்
- கூட்டுப் பொறுப்புறுதிக் குழுக்கள்
- விவசாயிகள், உற்பத்தியாளர் சங்கங்கள்

கப்பாஃபைகஸ் அல்வரேசி

இது உறைநிலை உணவுப் பொருட்கள் (ஐஸ்கிரீம்) சாக்லெட், பால், பாலாடைக் கட்டி (Cheese), பாலாடை (Cream) போன்ற பொருட்கள் தயாரிக்கப் பயன்படுகிறது. இந்த வகை சிவப்புப் பாசியிலிருந்து எடுக்கப்படும் கராஜினன் (Carrageenan) என்னும் வேதிப் பொருள் இவற்றுக்கெல்லாம் மூலப் பொருளாக விளங்குகின்றது. இதன் தேவை உலக அளவில் மிகுந்து காணப்படுவதால், இந்தோனேஷியா, பிலிப்பைன்ஸ், ஜப்பான், டான்சானியா, ஹவாய் மற்றும் தென்னாப்பிரிக்காவில் விளைவிக்கப்படுகிறது.

தமிழ்நாட்டில் மண்டபம் கடற்கரைப் பகுதிகளில் 1995-97-இல் தொடங்கப்பட்ட இத்திட்டம், தற்போது புதுக்கோட்டை, தூத்துக்குடி, தஞ்சாவூர் மற்றும் கன்னியாகுமரி மாவட்டங்களில் உற்பத்தி செய்யப் படுகிறது. இது ஒப்பந்த முறை மூலம் தனியார் நிறுவனங்களுடன் இணைந்து செயல்படுத்தப்படுகிறது.

தேர்வுக்கான இடங்கள்

- கடற்கரை ஒட்டியுள்ள பகுதிகள்
- கடல் நீரின் உப்புத் தன்மை 15-25 ppt இருத்தல் வேண்டும்.
- கடல் சீற்றம் அதிகமுள்ள இடங்களை தேர்வு செய்யக்கூடாது
- கடலின் ஆழம் - 4.5 மீட்டருக்குள் இருக்க வேண்டும்.

கூண்டு மிதவைகளின் அமைப்பு

- சுற்றுச்சட்டம் (Main Frame) - 12 அடி X 12 அடி
- குறுக்குச் சட்டம் - 4 அடி X 4 அடி
- இதன் ஊடே 20 நைலான் கயிறுகள் பொருத்தப்படும்
- 15 செ.மீ. இடைவெளியில், ஒரு பாசிக் கொத்து என்ற அளவில் 150 கிராம் எடைகொண்ட கொத்துக்கள் பொருத்தப்படும்.
- மீன்களிடமிருந்து பாசியை பாதுகாக்க 4m X 4m அளவில் மீன்வலை பொருத்தப்படும்
- 15 கிலோ எடையுள்ள ஒரு நங்கூரம் 10 மிதவைகளை தாங்கிப் பிடிக்கும்.
- கடல் சீற்றம் மிகுந்த பருவகாலங்களில் 10 மிதவைகளுக்கு 2-3 நங்கூரம் தேவைப்படும்.

மாதிரித்திட்டம் 1 (சுய உதவிக் குழுக்கள்)
மூங்கில் மிதவைகள் மூலம் கடற்பாசி வளர்ப்பு
(Bamboo Raft Culture)

விவரங்கள்	(ரூபாய்களில்)
அ. முதலீட்டுச் செலவுகள்	
1. மிதவை ஒன்றுக்கு மொத்தச் செலவு	2200
2. ஒரு குழுவுக்கு தேவைப்படும் மிதவைகள் (45 எண்ணிக்கை X 20 நபர்கள் X 2200 ரூ)	19,80,000
3. மானியம் (மிதவை 1க்கு ரூ.1400 வீதம்) (45 X 20 X 1400)	12,60,000
4. நிகர வங்கிக் கடன்	7,20,000
5. வட்டி விகிதம் - ஆண்டுக்கு (இது மாறுபடும்)	10%

ஆ. வருவாய்

1. மிதவை ஒன்றுக்கு 45 நாள்களில் கிடைக்கும் பாசி — 260 கிலோ
2. இதில் அடுத்த சாகுபடிக்குத் தேவைப்படும் விதைப்பாசி 60 கிலோ போக, மீதி பாசியின் எடை — 200 கிலோ
3. 2 நாள் சூரிய வெளிச்சத்தில் காயப்போட்ட பின் கிடைக்கும் உலர் பாசி 10% — 20 கிலோ
4. கழிவுகள் போக விற்பனைக்குக் கிடைக்கும் பாசியின் எடை — 18 கிலோ

வருவாய்

1. 18 கிலோ X ரூ.60 X 900 மிதவைகள் — 9,72,000
2. முதல் ஆண்டில் 4 அறுவடை (9,72,000 X 4) — 38,88,000
3. 2வது மற்றும் 3வது ஆண்டில், ஆண்டு ஒன்றுக்கு 6 அறுவடை வீதம் (9,72,000 X 6) — 58,32,000
4. மாதா மாதம் வங்கிக்குக் கட்ட வேண்டிய கடன் தொகை — 20,000 + வட்டி

குறிப்பு

1. கடற்பாசியின் வளர்ப்புக் காலம் - 45 நாட்கள்
2. குழு உறுப்பினர்கள் ஆயுள் காப்பீடு செய்வது நல்லது
3. மூங்கில் மிதவைகளுக்கும் காப்பீடு உண்டு
4. பட்டியல் இனத்தவருக்கு முதலீட்டுச் செலவில் 60% மானியம், பொதுப்பிரிவினருக்கு 40% மானியம் வழங்கப்படும்.

5. தொழில்நுட்பம் / பயிற்சிகள்

மத்திய உப்பு மற்றும் கடல் வேதிப் பொருட்கள் (CSMCRI) மண்டபம், நிறுவனத்தால் வழங்கப்படும்.

15

கேடில் விழுச்செல்வம் கல்வி யொருவற்கு
மாடல்ல மற்றை யவை.   - குறள் : 400

கலைஞர் உரை

கல்வி ஒன்றே அழிவற்ற செல்வமாகும். அதற்கொப்பான சிறந்த செல்வம் வேறு எதுவும் இல்லை.

நன்னீரில் முத்துச்சிப்பி வளர்ப்பு
(Fresh Water Pearl Culture)

நன்னீர் முத்துகள்
Fresh water Pearls

இந்தியாவில் முத்துக்களின் ஏற்றுமதி மதிப்பு 2020-21ஆம் ஆண்டில் 25 மில்லியன் டாலராக இருந்தது. ஏறக்குறைய 136 நாடுகள் நம்மிடமிருந்து முத்துக்களை இறக்குமதி செய்கின்றன. இவற்றில் அதிக அளவில் இறக்குமதி செய்யும் நாடுகள், அமெரிக்கா, சீனா மற்றும் வளைகுடா நாடுகள். இயற்கையில் கடல் நீரில் கிடைக்கும் எண்ணிக்கை குறைந்துவிட்டதால், செயற்கையாக முத்துக்கள் உற்பத்தி செய்யப்படுகின்றன.

நன்னீர்களில் வாழும் மட்டிகள் (Mussels) மூலம் முத்துக்களை உற்பத்தி செய்யும் தொழில் நுட்பத்தை மத்திய நன்னீர் மீன்வள ஆராய்ச்சி நிறுவனம் (CIFA) கண்டுபிடித்து செயலாக்கம் செய்துள்ளது. இவ்வகை மட்டிகள் முத்துச்சிப்பிகள் என்று அழைக்கப்படுகின்றன. இயற்கையில் விளையும் முத்துக்கள் அளவில் சிறியவையாகவும், ஒழுங்கற்றும் இருக்கும். ஆனால் செயற்கை முறையில் விளைவிக்கும் நன்னீர் முத்துக்கள் சீராக இருப்பது மட்டுமின்றி நமக்கு தேவைப்படும் உருவத்தில் விளைவித்து பயன் பெறலாம். இந்தியாவில் 3 வகையான சிப்பிகள் பயன்படுத்தப்படுகின்றன.

எல். மார்ஷினாலிஸ்

எல்.கோரியானஸ்

பரேசியா காருகேட்டா

இவை மூன்றுமே தரம் வாய்ந்த முத்துக்களை உற்பத்தி செய்ய நன்னீரில் வளர்க்கப்படுகின்றன.

தொழில்நுட்பம்

இயற்கை நிலையில் மட்டிகளின் உடலுக்குள், ஒரு சிறு அயலகப் பொருள் (Foreign Body) மணல்பொடி, அல்லது நுண்ணியபூச்சி, சென்றால் அதனைச் சுற்றி மட்டியானது ஒருவகை நீரை அடுக்கடுக்காக சுரந்து முத்தினை உருவாக்கும். இதே முறையில்தான் செயற்கை முறையில் முத்துக்கள் உருவாக்கப்படுகின்றன.

செயலாக்க முறைகள்

- நன்னீர் நிலைகளிலிருந்து மட்டிகளை சேகரித்தல்
- மட்டிகளை இணக்கம் செய்தல்
- அறுவை சிகிச்சை
- அறுவைக்குப் பிந்தைய பாதுகாப்பு
- குளத்து நீரில் மட்டி வளர்ப்பு
- முத்துக்களை அறுவடை செய்தல்
- விற்பனை செய்தல்

மட்டிகளை சேகரித்தல்

ஆறுகள், ஏரிகள், குளங்களில் இயற்கையாகக் கிடைக்கும் மட்டிகளை சேகரித்து அதை நீர் நிரப்பிய வாளிகளில் இட வேண்டும். மட்டியின் உடல் அளவு 8 முதல் 10 செ.மீ. வரை இருத்தல் சிறப்பு.

மட்டிகளை இணக்கம் செய்தல்

அறுவை சிகிச்சைக்கு 2-3 நாட்களுக்கு முன்பு, குழாய் நீரில் 1 லிட்டருக்கு 1 மட்டி என்ற கணக்கில் இணக்கம் செய்ய வேண்டும். இவ்வாறு செய்வதன் மூலம் அப்டக்டார் (Abductor) வலிமையற்றதாக ஆகிவிடும். பின்னர் அறுவை சிகிச்சை செய்ய எளிதாக இருக்கும்.

மட்டியில் செய்யப்படும் அறுவை சிகிச்சை

1. உட்பொருத்துதல் (Implantation) முறை

மட்டியின் எந்தப் பாகத்தில் நாம் அறுவை சிகிச்சை செய்யப் போகிறோம், என்பதைப் பொறுத்து 3 வகையான உட்பொருத்துதல் முறைகளைக் கையாளலாம்.

1. **மெல்லிய தோலுறையின் குழியில் உட்பொருத்துதல் (Mantle Implantation Cavity)**
2. **மெல்லிய தோலுறையின் திசுமீது உட்பொருத்துதல் (Mantle Tissue Implantation)**
3. **பாலுறுப்புகள் மீது உட்பொருத்துதல் (Gonads Implantation)**

1. மெல்லிய தோலுறையின் குழியில் உட்பொருத்துதல்

மட்டியின் இரண்டு வால்வுகளை, கவனமாகத் திறந்து, இதற்கென உருவாக்கப்பட்ட அறுவை சிகிச்சை கருவிகள் மூலம், முன்புறம் உள்ள மெல்லிய தோலுறையை ஓட்டிலிருந்து பிரித்து விட வேண்டும்.

இதன் பின்னர் 4-8 எம்.எம். விட்டமுடைய குமிழ் மணிகளை (இவற்றை நமக்குத் தேவையான உருவத்திலும் செய்து கொள்ளலாம்) தோலுறைப் பகுதியின் குழிப்பாகத்தில் பொருத்தி விட வேண்டும்.

ஏற்கனவே உருவம் பொருத்தப்பட்ட குமிழ்மணிகளாக இருப்பின், உருவம் செதுக்கிய பகுதி, தோலுறைப் பகுதியை நோக்கியவாறு கவனமாகப் பொருத்தப்பட வேண்டும். குமிழ்மணிகளை (Beads) பொருத்திய பின் தோலுறைப் பகுதியை, ஓட்டுக்குள் செலுத்தி, திறந்த வால்வுகளை மூடிவிட வேண்டும்.

2. தோலுறை திசுப்பகுதியில் உட்புகுத்துதல்

இம்முறையில் மட்டிகள் இரண்டு வகையாகப் பிரிக்கப்படும்.

1. **கொடுக்கும் மட்டிகள் (Donor Mussels)**
2. **வாங்கும் மட்டிகள் (Recipient Mussels)**

இதில் முதல்படி உயிரிழைமம் (Graft) தயாரித்தல். (தோலுறைப் பகுதியின் ஒரு திசு) கொடுக்கும் மட்டியின் அடிப்புற தோலுறைப் பகுதியில் ஒரு நாடா போன்ற வெட்டுப் பகுதியை தயார் செய்ய வேண்டும். இதனை 2 X 2 எம்எம் அளவில் சிறு துண்டுகளாக நறுக்க வேண்டும். இவ்வாறு கொடுத்த மட்டி இறந்துவிடும்.

இவ்வாறு பெறப்பட்ட திசுவை வாங்கும் மட்டியின் உட்புறம் செலுத்த வேண்டும். இவ்வகை மட்டிகளை 2 வகைகளாகப் பிரிக்கலாம்.

1. உட்கரு கொண்டவை (Nucleated)
2. உட்கரு இல்லாதவை (Non-Nucleated)

1. உட்கரு கொண்டவை

திசுப் பகுதியும், அதைத் தொடர்ந்து சிறிய 2 எம்எம் விட்டமுடைய உட்கருவை சிற்றறைகளில் உட்புகுத்த வேண்டும். இந்த இரண்டு முறைகளிலும் கவனிக்கப்பட வேண்டிய முக்கிய அம்சம் யாதெனில், உயிரிழைமம் அல்லது உட்கரு சிற்றறைகளை விட்டு வெளியே வராதவாறு புகுத்த வேண்டும்.

2. உட்கரு இல்லாதவை

மட்டியின் பின்புறப் பகுதியில் உள்ள வேலிக்கால் திசுவின் (Palliba Mantle) உட்புறப் பகுதியில் உள்ள சிற்றறைகளில் திசுவைப் பொருத்த வேண்டும்.

3. கருவறையில் உட்புகுத்துதல்

இந்த முறையிலும் கூட உயிரிழைமம் தயாரிக்கப்பட வேண்டும். முதலில் மட்டியின் கருப்பையின் முனைப் பகுதியில் வெட்ட வேண்டும்.

இதன்பின்னர் உயிரிழைமத்தை உட்புகுத்தி, பின்னர் உட்கருவை (2-4 எம்எம் விட்டம்), செலுத்திவிட வேண்டும். இவ்வாறு செய்தால் உயிரிழைமம் மற்றும் உட்கரு ஒன்றுக்கு ஒன்று மிக அருகில் இருக்கும். இவ்வாறு செய்யும்போது உட்கருவானது, உயிரிழைமத்தின் எபிதீலியல் செல்லைத் தொடுமாறு அமைந்துவிடும். அப்போது மட்டியின் குடல்பகுதி வெட்டுப்படாமல் இருக்கும்.

அறுவை சிகிச்சைக்குப் பின்னர் பாதுகாப்பு முறை

இவ்வாறு உட்புகுத்தப்பட்ட மட்டிகளை நைலான் பைகளில் கட்டி 10 நாட்கள் வரை நீர்நிறைந்த தொட்டிகளில் வைக்கப்பட வேண்டும். இந்நீரில் ஆண்டிபயாடிக் கரைசலை கலக்க வேண்டும்.

நீரில் உள்ள நுண்ணுயிர் மிதவைத் தீவனத்தை மட்டிகள் உட்கொள்ளும். தொட்டிகளை தினமும் பரிசோதித்து, இறந்துவிட்ட மட்டிகள் மற்றும் உட்கருவை நிராகரித்த மட்டிகளை அப்புறப்படுத்த வேண்டும்.

குளத்தில் மட்டிகள் வளர்ப்பு

10 நாட்கள் முடிந்த பின்பு, இம்மட்டிகளை வளர்ப்புக் குளத்திற்கு மாற்றி விட வேண்டும். ஒரு ஹெக்டேருக்கு 20000 முதல் 30000 மட்டிகள் வரை இருப்பு செய்யலாம்.

குளத்தில் குறுக்காக மூங்கில் கழிகள் அல்லது பிவிசி பைப்புகளைப் பொருத்தி, நைலான் கயிற்றுப் பைகளை அவற்றில் நீரில் மூழ்குமாறு தொங்கவிட வேண்டும். ஒரு நைலான் பையில் 2 மட்டிகள் வரை இருப்பு செய்யலாம். குளத்தின் ஆழம் 1 மீட்டர் இருத்தல் அவசியம்.

குளத்தில் அவ்வப்போது இயற்கை மற்றும் செயற்கை உரங்களை இட்டு வந்தால் மிதவை நுண்ணுயிர்கள் உருவாகும். நைலான் பைகளை அவ்வப்போது சுத்தம் செய்ய வேண்டும். வளர்ப்புக் காலம் 12-18 மாதங்கள்.

அறுவடை

வளர்ப்புக் காலம் முடிந்ததும் மட்டிகளை அறுவடை செய்யலாம். தோலுறைப் பகுதிகளில் (அ) கருப்பையில் உருவான முத்துக்களை அறுவடை செய்யலாம். உட்புகுத்திய அறுவை சிகிச்சையின் அடிப்படையில் முத்துக்களின் வடிவமும் அளவும் மாறுபடும்.

குறிப்பு : மேலும் விவரங்களுக்கு, புவனேஸ்வரில் உள்ள CIFA, நிறுவனத்தை அணுகவும். இணைய தள விவரங்கள், இணைப்புகளில் கொடுக்கப்பட்டுள்ளன.

16

இயற்றலும் ஈட்டலுங் காத்தலுங் காத்த
வகுத்தலும் வல்ல தரசு.   - குறள் : 385

கலைஞர் உரை

முறையாக நிதி ஆதாரங்களை வகுத்து, அரசாங்கக் கருவூலத்திற்கான வருவாயைப் பெருக்கி, அதைப் பாதுகாத்துத் திட்டமிட்டுச் செலவிடுவதுதான் திறமையான நல்லாட்சிக்கு இலக்கணமாகும்.

அலங்கார மீன் வளர்ப்பு
(Ornamental Fishes)

அலங்கார மீன்கள் - Ornamental Fishes

அலங்கார மீன்களை இயற்கை நமக்கு அளித்த கொடை எனலாம். நாய் வளர்ப்புக்கு அடுத்தபடியாக பொழுதுபோக்கு அம்சமாகத் திகழ்வது அலங்கார மீன் வளர்ப்பு மட்டுமே. மேலும், இது வருவாய்த் தரும் தொழிலாகவும் விளங்குகிறது. மேலும், இத்தொழிலை ஊக்குவிக்கும் பொருட்டு ஒன்றிய / மாநில அரசுகள் மானியம் வழங்குகின்றன. வளர்ப்புத் தொழில்நுட்பம் எளிதானதாகவும் எல்லோராலும் பின்பற்றக் கூடியதாகவும் அமைந்துள்ளது.

தேவைகள்

அலங்கார மீன் வளர்ப்புக்கு தேவைப்படும் இடம் மற்றும் அதன் வடிவமைப்பு, இத்தொழிலைச் சிறப்பாகச் செய்ய வழிவகுக்கும். இனச் சேர்க்கையிலும், வளர்ப்பிலும் சீரிய மேலாண்மை முறைகளைக் கையாள வேண்டும்.

இடத்தேர்வு

மணல், களிமண் மற்றும் வண்டல்மண் கலந்த இடமாகவும், நல்ல நீர்ப்பிடிப்பும், நீர் உறிஞ்சாத தன்மை கொண்டதாகவும் இருக்க வேண்டும். ஆண்டு முழுவதும் நல்ல நீர் கிடைக்க வேண்டும்.

குறைந்தது 500 சதுர அடி இடம் இருத்தல் அவசியம். வளர்ப்புக் குளங்கள் செவ்வக வடிவில் இருந்தால், காற்றினால் ஏற்படும் நீரோட்டம் தேவையான உயிர்வளியை உருவாக்கும். நீர் உட்புகும் குழாய்கள், மற்றும் கழிவுநீர் வெளியேறும் குழாய்கள் ஆகியன நைலான் கயிறு கொண்டு தடுப்பு வலை பொருத்தப்பட வேண்டும்.

வளர்ப்புக்கு ஏற்ற இனங்கள்

இனப்பெருக்க அடிப்படையில் அலங்கார மீன்களை இரண்டு வகையாகப் பிரிக்கலாம்.

1. குட்டியிடும் வகைகள்

கப்பீஸ், மோலி, பிளாட்டி மற்றும் வாள்வால் மீன்கள்

2. முட்டையிட்டு குஞ்சு பொரிப்பவை

பொன்மீன், டெட்ரா, பார்ப்ஸ், டேனியோஸ், கோய்கார்ப், ஏஞ்சல், கௌராமி, போராளி மற்றும் ஆஸ்கர்

இனச் சேர்க்கைக்காகப் பயன்படுத்தும் தாய்மீன்களை 2 ஆண்டுகள் மட்டுமே பயன்படுத்த வேண்டும். இல்லையென்றால் உள்ளினச் சேர்க்கை (Inbreeding) ஏற்பட வாய்ப்புண்டு. அடுத்த இனச் சேர்க்கைக்கு தேவைப்படும் தாய்மீன்களை தூரமான இடங்களிலிருந்து பெறப்பட வேண்டும்.

உணவு வகைகள்

இரண்டு வகையான உணவுகளை வழங்கலாம்.

1. உயிர் உணவு : உயிரின உணவுகளில் இன்போசோரியா, டேப்னியா, டியூபிபெக்ஸ், கொசுப்புழு, மண்புழு, இரத்தப்புழு, ஆர்ட்டீமியா மற்றும் ரோடிபர்.

2. உலர் உணவு: இதனை தயாரிக்க அரிசித்தவிடு, கடலைப் பிண்ணாக்கு, மீன்தூள், இறால் தலை தூள் மற்றும் கிழங்கு மாவை உபயோகிக்கலாம். ஆயினும் ஈரப்பதம் 10%க்குக் குறைவாக இருக்க வேண்டும்.

தேவைப்பட்டால் குருணை எந்திரத்தை (Pelletizer) வாங்கிப் பயன்படுத்தினால் மிக நுண்ணிய குருணைகளை தயாரித்துக் கொள்ளலாம்.

நீர்த்தாவரங்கள்

அலங்கார வகை நீர்த்தாவரங்கள், மீன் வளர்ப்புத் தொட்டிகளுக்கு அழகு சேர்க்கும். மேலும், மீன்களுக்கு தேவைப்படும் உயிர்வளியை உற்பத்தி செய்யும்.

சில முக்கிய நீர்த்தாவரங்கள்

செரடோபில்லம், ஹைடிரில்லா, வேலம்பாசி, நஜாஸ், பொட்டோ மெஹிடான் மற்றும் கபோம்பா.

மேலும் இனப்பெருக்கக் காலங்களில் இடப்படும் மீன் முட்டைகள் ஒட்டிக் கொள்ளவும், குஞ்சுகள் பாதுகாப்பாக மறைந்து வாழவும் இத்தாவரங்கள் உதவி புரிகின்றன.

இனப்பெருக்க முறை

குட்டியிடும் மீன்கள்

வண்ணமீன் உற்பத்தியை முதன்முதலாகத் தொடங்குபவர்கள் குட்டியிடும் மீன்களை தேர்ந்தெடுத்துச் செய்வது நல்லது. ஏனெனில் ஆண், பெண் வித்தியாசத்தை சுலபமாக அடையாளம் கண்டு அவற்றை பிரிக்கலாம். ஆண், பெண் இணை சேர்க்கும் முன் தனித்தனியாக உணவிட்டு தயார்ப்படுத்த வேண்டும்.

நீரின் கார அமில தன்மை 7.2 முதல் 7.5 வரை இருத்தல் சிறப்பானது. சிமெண்ட் அல்லது கண்ணாடியிலான இனப்பெருக்கத் தொட்டியில் ஆண் மற்றும் பெண் மீன்களை தேவையான அளவில் இணை சேர்க்க வேண்டும். ஒருமுறை ஆண் மீன்மூலம் பெறப்பட்ட விந்தணுக்களை பெண் மீன்களால் 10 மாதங்களுக்கு தனது சினைப்பையில் பாதுகாக்க முடியும்.

பெண் மீன்களின் கருவாக்கம் முடிந்ததும், ஆண் மீன்களை பிரித்துவிட வேண்டும். கருவின் வளர்ச்சி மீன் இனங்கள் மற்றும் அவற்றின் வெப்பநிலையைப் பொருத்து 3 முதல் 8 வாரங்களில் வேறுபடுகிறது. ஒருமுறை கருவுற்ற பெண்மீன் 5 முதல் 6 வாரத்திற்கு

ஒருமுறை 8-10 முறை குட்டியிடும். ஒரு பெண்மீன் ஒரு நேரத்தில் 50 குட்டிகள் வரை இடும் தன்மை கொண்டது. ஆகையால் தாய்மீனை வேறு தொட்டிக்கு மாற்றிவிட வேண்டும். பிறந்த மீன்குஞ்சுகளுக்கு நீரில் உள்ள தாவர நுண்ணுயிர்கள், இன்டிசேரியா, வேகவைத்த முட்டையின் மஞ்சள் கரு ஆகியவற்றை உணவாக வழங்கலாம்.

முட்டையிட்டு குஞ்சு பொரிக்கும் மீன்கள்

இவ்வகை மீன்கள் பருவமடைந்த பின், நிறவேறுபாடு மற்றும் உப்பிய வயிற்றுப் பகுதியைக் கொண்டு கணிக்க முடியும்.

பருவமடைந்த ஆண், பெண் மீன்களை தாவர மற்றும் விலங்கின புரதம் நிறைந்த உணவுகளை அளிப்பதுடன் உயிருள்ள புழுக்களை உணவாக வழங்கலாம். தொட்டியில் சினைமீன்களை, ஒரு பெண் மீனுக்கு இரண்டு ஆண் மீன்கள் என்ற அளவில் இருப்பு செய்ய வேண்டும்.

பெரும்பாலான மீன்களின் முட்டைகள் ஒட்டும் தன்மையுடையதால், மீன்களின் மொத்த எடையில் 5-6 மடங்கு எடையுள்ள நீர்ப்பாசிகள் அல்லது பின்னல் நீக்கப்பட்ட நைலான் கயிறுகளை தொட்டியில் வைக்க வேண்டும்.

தொட்டியிலிட்ட ஓரிரு நாட்களில் இனப்பெருக்கம் நடைபெற்று, பெண் மீன்களால் வெளியேற்றப்படும் முட்டைகள் பாசியுடன் ஒட்டிக் கொள்ளும்.

இறந்த வெண்ணிற முட்டைகளை நீக்கி, கருவுற்ற ஆரஞ்சுநிற முட்டைகளுடன் கூடிய பாசிகள் மற்றும் நைலான் கயிற்றை குஞ்சு பொரிக்கும் தொட்டிக்குள் மாற்றிவிட வேண்டும். நீரின் வெப்ப நிலையைப் பொருத்து 60 முதல் 72 மணி நேரத்தில் முட்டைகள் பொரித்து குஞ்சுகள் வெளிப்படும். அக்குஞ்சுகள் தம்மிடம் உள்ள கருவினை உண்டு 3 நாட்கள் வரை வளரும். பின்னர் இன்புசேரியா நுண்ணுயிர் உணவளித்து பராமரித்து, பின்னர் குஞ்சுகளுக்கு, பாப்னியா இரத்தப்புழு ஆகியவற்றை உணவாக அளித்து வளர்க்க வேண்டும்.

குறிப்பு : அலங்கார மீன் வளர்ப்புப் பற்றிய தகவல்கள் பெரும்பாலும், வேளாண்மை அறிவியல் நிறுவனம் வெளியிட்ட குறிப்புகள் மற்றும் மத்திய நன்னீர் மீன்கள் வளர்ப்பு நிறுவனம் வெளியிட்ட தகவல்களை அடிப்படையாகக் கொண்டு எழுதப்பட்டுள்ளது.

17

அரியவற்று ளெல்லாம் அரிதே பெரியாரைப்
பேணித் தமராக் கொளல். - குறள் : 443

கலைஞர் உரை

பெரியவர்களைப் போற்றிப் பாராட்டி அவர்களுடன் உறவாடுதல் எல்லாப் பேறுகளையும் விடப் பெரும் பேறாகும்.

மீன்கள் உறைநிலை பாதுகாப்பகம்
(Cold Storage)

மீன்களின் உடலில் நீர், புரதம் மற்றும் கொழுப்பு அடங்கி உள்ளது. புரதம் 15 - 20 விழுக்காடும் கொழுப்பு மீன் வகைகளைப் பொருத்து 0.5 முதல் 20 விழுக்காடும் இருக்கும். நீரின் அளவு 70-80 விழுக்காடு இருக்கும். இவை மட்டுமின்றி, மாவுப் பொருள், வைட்டமின்கள், கனிமப் பொருட்களும் அடங்கி இருக்கும்.

மீன்கள் இறந்தவுடன் ஏன் கெட்டுப் போகின்றன?

மீன்கள் இறந்தவுடன் பக்குவப்படுத்தாவிட்டால் விரைவில் கெட்டு விடும். இதற்கு முக்கிய காரணியாக இருப்பது, புரதத்தில் ஏற்படும் சிதைவுகளே எனலாம். மேலும் மீன்களின் உடல்பகுதி, செவுள்கள் மற்றும் குடல்களில் உள்ள பாக்டீரியாக்கள் இச்சிதைவை துரிதப்படுத்துகின்றன. மேலும், சிலவகை நொதிகளால் (Enzymes) ஒரு வேதியியல் மாற்றம் ஏற்பட்டு மீன்களை விரைவில் கெட்டுப் போகச் செய்கின்றன.

எவ்வாறு மீன்களை கெடாமல் பாதுகாக்கலாம்?

மீன்களை -23°செ என்ற நிலைக்கு (Freezing) கொண்டு செல்வதே, நீண்ட நாட்கள் கெடாமல் பாதுகாக்க முடியும். இம்முறை மூன்று வழிகளில் செயலாக்கம் செய்யலாம்.

1. வெப்பக் காற்றூட்டப்பட்ட உலைமூலம் மீன்களின் மீது காற்றை வேகமாக வீசச் செய்வது (Air Blast Freezers)
2. இயந்திரத்தின் தட்டுக்கள் (Plate Freezer) மூலம் மீன்களுக்கு குளிர்விப்பான்கள் மூலம், உறைநிலைக்குக் கொண்டு வருவது.

3. குளிர்விக்கப்பட்ட திரவத்தை, மீன்களின் மேல் தெளிக்கச் செய்வது, இதற்கு திரவ நைட்ரஜன் பயன்படுத்துவர்.

ஃப்ரீசர் வகைகள்	வெப்ப நிலை
தொகுப்பு (Batch) முறையில் காற்றூட்டம் செய்வது	-35 முதல் -37°செ. வரை
தொடர்ச்சியாக காற்றூட்டம் செய்தல் (Continuous)	-35 முதல் 40°செ. வரை
இயந்திரத் தட்டுகள் மூலம், தொகுப்பு முறையில் (Batch Plate)	-40°செ(குளிர்விப்பான்)
இயந்திரத் தட்டுகள் மூலம் தொடர்ச்சி முறையில் (Continuous Plate)	-40°செ(குளிர்விப்பான்)
திரவ நைட்ரஜன்	-50 முதல்-96°செ. வரை
திரவ கார்பன்-டை-ஆக்சைடு	-50 முதல் -70°செ. வரை
சோடியம் குளோரைடு கரைசல்	-21°செ. (குளிர்விப்பான்)

குளிர்விக்கும் நேரம்

மீன்களின் அறைநிலை வெப்ப நிலையிலிருந்து -30°செ.க்குக் கீழே கொண்டு சென்றால் ஒரு ஆண்டுவரை பாதுகாக்கலாம். சராசரியாக இந்த அளவு -30°செ க்குக் கொண்டு வர 3 முதல் 5 மணி நேரம் வரை பிடிக்கலாம்.

உறைநிலை அறையிலிருந்து, மீன்களை வெளியே எடுக்கும் போது, உடனடியாக உறைநிலை (Freezing) எனப்படும் முறையில் அவை மூடப்பட வேண்டும். இதற்கு ஐஸ் துண்டுகளை அவற்றின் மீது தூவி விட வேண்டும். பிறகு விஞ்ஞான முறையில் இவற்றை சிப்பம் போல கட்டி விடலாம்.

உணவு பதனிடுதல் அமைச்சகத்திடமிருந்து பெறப்படும் மானியங்கள்

1. தமிழ்நாடு போன்ற பொதுப்பட்டியலில் உள்ள மாநிலங்களுக்கு, திட்டச் செலவில் 35% மானியம் வழங்கப்படும். இது கட்டுமானப் பணிகளுக்கும், சிப்பம் கட்டும் அறை, குளிர்விக்கும் முந்தைய நிலைக்கு ஏற்படும் செலவுகள் மற்றும் மோட்டார் ஊர்திகளை உள்ளடக்கியது.

2. மேலும் மதிப்புக் கூட்டுதல் (Value Addition) மற்றும் பதனிடும் கட்டுமானப் பணிகளில், உறைநிலை கிடங்கு (Frozen Storage) மற்றும் தீவிர குளிர்விப்பான்களுக்கு (Deep Freezers) தமிழ்நாடு போன்ற மாநிலங்களுக்கு ஒன்றிய அரசால் 50% மானியம் தரப்படும்.

உறைநிலை பாதுகாப்பு அறைகளுக்கு தேவைப்படும் தொழில்நுட்பம்

1. மீன்களின் வரத்து அதிகமாக இருத்தல் அவசியம்
2. தடையில்லா மின்சாரம்
3. விற்பனை செய்ய சந்தை வசதிகள்
4. தேவைப்படும் தண்ணீர்
5. தொழில் நுட்பப் பணியாளர்கள்

அமைப்பு முறை

சராசரியாக இவற்றின் கொள்ளளவு 1000 டன் முதல் 10,000 டன் வரை இருக்கலாம். இவை ஒரே ஒரு தரைத் தளத்தில் இயங்குவது சிறப்பானது. அறையின் வெப்பநிலை 20-24°செ என்ற அளவில் வைத்திருக்க வேண்டும்.

கட்டுமானம்

செங்கல், சிமெண்ட், கான்கிரீட் கொண்டு கட்டிடத்தை நிறுவலாம். சமீபகாலமாக பாலியூரிதேன் எல்லா அறைகளுக்கும் பொருத்தப்படுகிறது. இன்சுலேட் செய்யப்பட்ட பேனல்கள் இறக்குமதி செய்யப்பட்டு விரைவாகப் பொருத்தப்படுகின்றன.

ஆவியாதலை தடுக்கும் முறைகள்

உறைநிலை அறைகளில் உள்ள காற்றானது, நீர் ஆவியாகும் தன்மை கொண்டது. இதன் மூலமாக அறைக்குள்ளே ஆக்சிஜன், நைட்ரஜன் போன்ற வாயுக்கள் பெருக வாய்ப்புண்டு. இவை மற்ற அறைகளுக்கும் பரவிச் செல்லும். இதன் மூலமாக நீராவியானது, குளிர்ந்து, ஐஸ் கட்டிகளை உருவாக்கி, அறையின் கட்டுமானச் சுவர்களையும் இதர அமைப்புகளையும் பாதிக்கும். இதனை தடுக்கும் ஆவித் தடுப்பான்களை, சுவர்கள், உச்சிப் பகுதி, தரைகள் மீது பதிய வைக்க வேண்டும்.

வெளியிடைக் காற்றை தடுத்தல்

வெளியிலிருந்து வரும் காற்று உட்புகுந்தால், வெப்பத்தை அதிகரித்து, ஈரப்பதத்தை உருவாக்கும். இந்த ஈரப்பதம், கூலர் மேல்பட்டு, பனிக்கடுப்பை (Frost Bite) ஏற்படுத்தும். எனவே கதவருகில் காற்றை மின்விசிறி மூலம் வேகமாக ஊதிச் செய்வதன் மூலம், இந்தக் குறைகளை நிவர்த்திக்கலாம்.

தரைகள்

தரைகளின் தாங்குதிறன் சதுர மீட்டருக்கு 5500 முதல் 8000 கிலோ வரை இருந்தால்தான், எந்திரங்கள் மற்றும் இதர தளவாடங்களை சுலபமாகப் பொருத்தி இயக்க முடியும். சுமார் 100-150 எம்எம் அளவுடைய இன்சுலேஷன் கொண்ட தரை மிகவும் அவசியம்.

சரக்கேற்றி இறக்கும் இடம் (Dock Yard)

இது மொத்த கட்டிடப்பகுதியில் 25% இருத்தல் அவசியம். முக்கியமாக உறைநிலை செய்யப்பட்ட மீன்கள் / இறால்களை சரக்கேற்ற வசதியாக இவ்விடம் குளிரூட்டப்பட்டிருக்க வேண்டும்.

தொழில்நுட்ப பணியாளர்கள் மற்றும் இதர பணியாளர்கள்
வங்கிக் கடனுதவி பெற மாதிரித் திட்டம்

1000 டன் கொள்ளளவு
தேவைப்படும் பணியாட்கள்

விவரங்கள்	நபர்	மாதச் சம்பளம்	ஆண்டுக்கு மொத்த சம்பளம்
மேலாளர்	1	15000	1,80,000
கணக்காளர்	1	8000	96,000
டெக்னீஷியன்	1	8000	96,000
உதவியாளர்	1	5000	60,000
பாதுகாவலர்	1	5000	60,000
தற்காலிக பணியாளர்கள்	5	50,000	6,00,000
ஆண்டுச் செலவு			4,92,000

திட்டத்தின் காலவரையறை

விவரங்கள்	காலக்கெடு
திட்ட அறிக்கை தயாரித்தல்	1 மாதம்
விண்ணப்பம், கடன் அனுமதி	2 மாதங்கள்
கட்டுமானப் பணிகள் மற்றும் இயந்திரங்கள் வாங்க	4 மாதங்கள்
இயந்திரங்களை நிலைநிறுத்துதல்	1 மாதம்

திட்ட மதிப்பு

இடம் தேர்வு செய்து, தயார்ப்படுத்த, கட்டிடம் கட்ட, இயந்திரங்கள், தளவாடங்கள், மின்சார இணைப்பு மற்றும் இதர பணிகள், 1000 டன் கொள்ளளவு கொண்ட திட்டத்தின் மதிப்பீடு ரூ.175 லட்சம்.

நிதி ஆதாரங்கள்

மீன்களுக்கான உறைநிலை பாதுகாப்புத் திட்டம் முன்னுரிமைக் கடன்களில் ஒன்றாகும். இது குறு, சிறு, நடுத்தரத்திட்டம் என்று கருதப்படும். எனவே இத்திட்டத்திற்காகும் கடனுதவியை, தனியார் மற்றும் தேசிய மயமாக்கப்பட்ட வங்கிகள், கூட்டுறவு வங்கிகள், மண்டல ஊரக வங்கிகள் ஆகியவை வழங்கலாம். இவ்வாறு கடன் கோரும் தொழில் முனைவோர், விரிவான திட்ட அறிக்கை தயாரித்து, விலைப்பட்டியல்களை இணைத்து வங்கிக்கு சமர்ப்பிக்க வேண்டும்.

யார் விண்ணப்பிக்கலாம்?

- தனி நபர்கள்
- கம்பெனிகள் (விவசாய உற்பத்திக் குழுக்கள்)
- கூட்டுறவு சங்கங்கள்
- பங்குதாரர்கள்

வரம்புத் தொகை (Margin Money)

திட்டத்தின் மொத்த செலவில் 10 முதல் 25 விழுக்காடு வரை

கடன் தொகை

திட்ட மதிப்பில் 75 முதல் 90 விழுக்காடு வரை

வட்டி விகிதம்

13% ஆண்டு ஒன்றுக்கு

பிணையங்கள்

முதன்மை பிணையம்

இயந்திரங்கள், தளவாடங்கள் மற்றும் வங்கி நிதியுதவியுடன் பெறப்பட்ட அசையும், அசையா சொத்துக்கள்

துணைப் பிணையம்

கடனுக்கு ஈடாக, நிலம், வீடு போன்ற அசையா சொத்துகள்

மானியம்

உணவு பதனிடும் தொழில்களுக்கு ஒன்றிய, மாநில அரசுகள் மானிய உதவியை வழங்கி வருகின்றன.

வங்கிக் கடனுதவித் திட்டம்

நடைமுறைச் செலவுகளுக்கான கடன்
(Working Capital)

(ரூபாய் லட்சங்களில்)

மின்சார செலவுகள்	30.00
வேலையாள் கூலி	6.00
சம்பளம்	4.92
பழுதுநீக்குதல், பராமரிப்புச் செலவு	5.00
இதர செலவுகள்	6.00
மொத்த ந.மு. செலவுகள்	**51.92**

திட்டத்தின் ஊகங்கள்

1. திட்டத்தின் செயல் ஆற்றல் உச்ச அளவில் (ஆகஸ்டு-செப்டம்பர்)	90%
குறைந்த அளவில்	60%
2. சராசரி செயல் ஆற்றல்	70%
3. முதல் ஆண்டில் செயல் ஆற்றல்	40%
4. வாடகை - 1 பாலெட் / 1 நாளைக்கு	ரூ.50
5. வட்டி விகிதங்கள்	
நடைமுறைச் செலவுக்கான கடனுக்கு	14%
தவணைக் கடனுக்கு	12%
6. தேய்மானம்	
கட்டுமானப் பணிகள்	10%
இயந்திரங்கள்	13.9%
7. வரம்புத் தொகை	25%
8. கடனை திருப்பிக் கட்டும் காலம்	6 ஆண்டுகள், இதில் முதல் ஆண்டு விடுமுறைக் காலம்

திட்டச் செலவுகள்

(ரூபாய் லட்சங்களில்)

விவரங்கள்	யூனிட்	தொகை
அ. நிலத்தின் மதிப்பு மற்றும் அதனை சீர்திருத்தும் செலவு	0.50 ஏக்கர்	25.00
ஆ. கட்டுமானச் செலவு மற்றும் இயந்திரங்கள்		
உறைநிலை கட்டிடம், மின்சார வசதி, அலுவலகம், ஜெனரேட்டர் அறை மற்றும் கம்ப்ரஸ்ஸர்	1800 ச.மீ.	63.00
சக்கர இயக்கத்தை மாற்றும் பொறிகள் (Pallets)	1000	6.00
கொள்கலச் சட்டங்கள் (RACKS)	16	24.00
குவியல் அடுக்கு (Stacker)	1	10.00
மோட்டார் ஊர்தி	1	25.00
குளிர்விப்பான் அலகுகள்	2	30.00
ஜெனரேட்டர்	1	5.00
இதரச் செலவுகள்	-	2.00
மொத்தச் செலவுகள் (ஆ)	-	165.00
ஆக மொத்தச் செலவுகள்(அ+ஆ)	-	190.00
(10% நில மதிப்பையும் சேர்த்து) (165 + 2.50)	-	167.50

1000 மெட்ரிக் டன் - உறைநிலைக் கிடங்கு, வருவாய், செலவுகள்

விவரங்கள்	ஆண்டுகள் (ரூபாய் லட்சங்களில்)					
	1	2	3	4	5	6
அ. செயல் ஆற்றல்	40%	70%	70%	70%	70%	70%
ஆ. வருவாய்	72	126	126	126	126	126
இ. உற்பத்திச் செலவுகள்						
1. மின்சார செலவுகள்	15	30	30	30	30	30
2. ஊதியம், கூலிச் செலவு	5.46	10.92	10.92	10.92	10.92	10.92
3. பழுதுநீக்கலும், பராமரிப்பும்	5	5	5	5	5	5
4. இதர செலவுகள்	3	6	6	6	6	6
மொத்தச் செலவுகள்	28.46	51.92	51.92	51.92	51.92	51.92
இலாபம் (வட்டி + தேய்மானத்திற்கு முன்பு)	43.54	74.08	74.08	74.08	74.08	74.08
தவணைக் கடன் மீது வட்டி	14.82	14.82	11.86	8.89	5.93	2.96
தேய்மானம்	20.20	17.64	15.41	13.47	11.77	10.30
இலாபம் (வரிக்கு முந்தையது)	8.52	41.62	46.82	51.72	56.38	60.82
வருமானவரி (20%)	-	8.32	9.36	10.34	11.28	12.16
வரிக்குப் பிந்தைய இலாபம்	8.52	33.30	37.45	41.38	45.10	48.65
பண வரவுகள்	28.72	50.94	52.86	54.84	56.88	58.95
தவணைக் கடன் திருப்புதல்	-	22.80	22.80	22.80	22.80	22.80
பண வரவுகள் + தவணைக் கடன் மீது வட்டி	43.54	65.76	64.72	63.74	62.80	61.92
தவணைக் கடன் + வட்டி	14.82	37.62	34.66	31.69	28.73	25.76
கடன் சேவை வருவாய் விகிதம் (DSCR)	2.94	1.74	1.87	2.01	2.19	2.40
சராசரி விகிதம் : 2.2						

தள்ளுபடிக் காரணி 15% என இருக்கையில் திட்டத்தின் நிகர பணமதிப்பு, இலாப வருவாய் விகிதம் மற்றும் உள்வருவாய் விகிதம்

ரூபாய் லட்சங்களில்

விவரங்கள்	ஆண்டுகள்					
	1	2	3	4	5	6
திட்டச் செலவுகள்	190					
வருவாய்	72	126	126	126	126	126
உற்பத்திச் செலவுகள்	28.46	51.92	51.92	51.92	51.92	51.92
நிகர வருவாய்	146.46	74.08	74.08	74.08	74.08	74.08

உள் வருவாய் விகிதம் (IRR)	42%
இலாபத்தின் தற்போதைய மதிப்பு (PWB)	429.89
செலவுகளின் தற்போதைய மதிப்பு (PWC)	176.09
பண வரவின் தற்போதைய மதிப்பு (NPW)	253.80
இலாப வருவாய் விகிதம் (BCR)	2.4

குறிப்பு : உள்வருவாய் விகிதம் 42% என்று இருப்பதால் இது ஒரு சிறந்த திட்டமாகும்.

18

அழிவதூஉம் ஆவதூஉம் ஆகி வழிபயக்கும்
ஊதியமும் சூழ்ந்து செயல்.
— குறள் : 461

கலைஞர் உரை

எந்த அளவுக்கு நன்மை கிடைக்கும் அல்லது தீமை ஏற்படும் என்று விளைவுகளைக் கணக்குப் பார்த்த பிறகே ஒரு செயலில் இறங்க வேண்டும்.

விவசாயிகளுக்கு மின்கட்டமைப்பு சாராத, தனித்தியங்கும் சூரியசக்தி பம்புசெட்டுகள் அமைத்துக் கொடுக்கும் மானியத் திட்டம்

வேளாண்மையில் நீர்ப் பாசனத்திற்கு தேவையான எரிசக்தியினை உறுதி செய்யும் நோக்கத்துடன் 2013-14 ஆம் ஆண்டு முதல் சூரிய சக்தியால் இயங்கும் மோட்டார் பம்பு செட்டுகளை தமிழக அரசு விவசாயிகளுக்கு மானியத்தில் அமைத்துக் கொடுத்து வருகிறது. சூரியசக்தி பம்புசெட்டுகள் மூலம் மின் இணைப்பு தேவையின்றி பகலில் சுமார் 8 மணி நேரம் பாசனத்திற்கு தடையில்லா மின்சாரம் பெற முடியும்.

ஒன்றிய அரசு, பிரதம மந்திரியின் விவசாயிகளுக்கான எரிசக்தி பாதுகாப்பு மற்றும் வாழ்வாதாரத்தை மேம்படுத்தும் திட்டத்தின் கீழ் தமிழகத்திற்கு 17,500 மின்கட்டமைப்பு சாராத, தனித்தியங்கும் சூரியசக்தியால் இயங்கும் பம்புசெட்டுகளை வேளாண்மைப் பொறியியல் துறையின் மூலம் செயல்படுத்திட ஒப்புதல் வழங்கியுள்ளது. இத்திட்டம் தற்பொழுது 2020-21ஆம் ஆண்டு முதல் செயல்படுத்தப்பட்டு வருகிறது.

மானியம் விவரம்

இத்திட்டம் ஒன்றிய அரசின் 30 சதவீத மானியத்துடனும் தமிழக அரசின் 40 சதவீத மானியத்துடனும் ஆக மொத்தம் 70 சதவீத மானியத்தில் செயல்படுத்தப்படவுள்ளது. மீதமுள்ள 30 சதவிதம் விவசாயிகளின் பங்களிப்பாகும்.

மின்கட்டமைப்பு சாராத, தனித்தியங்கும் சூரிய சக்தியால் இயங்கும் பம்பு செட்டுகளுக்கான விலை மற்றும் நிறுவனங்கள் விபரம்

(மொத்த விலை என்பது நிறுவுதல் செலவு, வரிகள், 5 ஆண்டுகால பராமரிப்பு மற்றும் காப்பீடு செலவுகளை உள்ளடக்கியது)

வ. எண்.	சூரிய சக்தி பம்பு செட்டு அமைப்பிற்கான வகை	மொத்த விலை	30% விவசாயிகளின் பங்களிப்பு	70% மானியம் (ரூ)	சூரிய சக்தி பம்புசெட்டுகளை அமைக்க அங்கீகரிக்கப்பட்ட நிறுவனங்கள்
1.	5 HP DC (230 அடி வரை நீர் இறைக்கக் கூடியது)	2,42,303	72,691	1,69,612	1.சோலெக்ஸ் எனர்ஜி லிமிடெட், குஜராத் 2.சன்கிரேஸ் எனர்ஜி சொல்யூசன் பிரைவேட் லிமிடெட் ஹைதராபாத்
2.	7.5 HP DC (320 அடி வரை நீர் இறைக்கக் கூடியது)	3,49,569	1,04,871	2,44,698	1.சோலெக்ஸ் எனர்ஜி லிமிடெட், குஜராத்

					2.சன்கிரேஸ் எனர்ஜி சொல்யூசன் பிரைவேட் லிமிடெட் ஹைதராபாத் 3. ஸ்ரீசாவிட்டிர் சோலார் பிரைவேட் லிட் ஹைதராபாத்
நீர்மூழ்கி மோட்டார் பம்புசெட்டு அமைப்புகள் (AC submersible Pumps - Water filled Motor)					
3.	*5* HP AC *(230* அடி வரை நீர் இறைக்கக் கூடியது*)*	*2,37,847*	*71,384*	*1,66,563*	1.சோலெக்ஸ் எனர்ஜி லிமிடெட், குஜராத் 2.ஜுன்னா சோலார் சிஸ்டம்ஸ் பிரைவேட் லிமிடெட் ஹைதராபாத் 3. ஸ்ரீசாவிட்டிர் சோலார் பிரைவேட் லிமிடெட் ஹைதராபாத்

4.	7.5 HP AC (320 அடி வரை நீர் இறைக்கக் கூடியது)	3,16,899	95,070	2,21,829	1. ஸ்ரீசாவிட்டிர் சோலார் பிரைவேட் லிட் ஹைதராபாத்
தரைமட்டத்தில் அமைக்கும் பம்புசெட்டு அமைப்புகள்					
5.	5 HP AC (100 அடிவரை நீர் இறைக்கக் கூடியது)	2,40,122	72,037	1,68,085	1. சோலெக்ஸ் எனர்ஜி லிமிடெட் குஜராத்
6.	7.5 HP AC (100 அடிவரை நீர் இறைக்கக் கூடியது)	3,67,525	1,10,258	2,57,267	1. சோலெக்ஸ் எனர்ஜி லிமிடெட், குஜராத் 2. சன்கிரேஸ் எனர்ஜி சொல்யூசன் பிரைவேட் லிமிடெட் ஹைதராபாத் 3. ஜுன்னா சோலார் சிஸ்டம்ஸ் பிரைவேட் லிமிடெட் ஹைதராபாத்

					4.ஸ்வெலக்ட் எனர்ஜி சிஸ்டம்ஸ் லிமிடெட் சென்னை
7.	5 HP AC *(100* அடிவரை நீர் இறைக்கக் கூடியது)	*2,33,664*	*70,099*	*1,63,565*	சோலெக்ஸ் எனர்ஜி லிமிடெட், குஜராத்
8.	*7.5* HP AC*(100* அடிவரை நீர் இறைக்கக் கூடியது)	*3,47,077*	*1,04,123*	*2,42,954*	*1.* சோலெக்ஸ் எனர்ஜி லிமிடெட், குஜராத் *2.* சன்கிரேஸ் எனர்ஜி சொல்யூசன் பிரைவேட் லிமிடெட் ஹைதராபாத் *3.* ஜுன்னா சோலார் சிஸ்டம்ஸ் பிரைவேட் லிமிடெட் ஹைதராபாத்

விலை விபரம்

இத்திட்டத்தின் கீழ் அமைக்கப்படவுள்ள பல்வேறு வகையான சூரியசக்தி பம்பு செட்டுகளுக்கான விலை நிர்ணயம் செய்தல் மற்றும் நிறுவனங்களை அங்கீகரித்தல் ஆகியவை ஒன்றிய அரசால் முடிவு செய்யப்பட்டுள்ளது. இவை ஆண்டுதோறும் மாறுதலுக்கு உட்பட்டவை.

குறிப்பு

இத்திட்டத்தில் 10 HP மோட்டார் பம்பு செட்டுகளுக்கும் மானியம் உண்டு. ஆயினும் மீன் பண்ணைகளுக்கு 5 HP / 7 HP போதும் என்பதால் அவற்றுக்கான மானிய விவரங்கள் மட்டுமே இங்குக் கொடுக்கப்பட்டுள்ளன.

அணுக வேண்டிய அலுவலகம்

இத்திட்டத்தின் மூலம் பயன்பெற ஆர்வமுடைய விவசாயிகள் சம்பந்தப்பட்ட வருவாய்க் கோட்டத்தில் உள்ள உதவி செயற்பொறியாளர், வேளாண்மைப் பொறியியல் துறை (அல்லது) மாவட்ட செயற்பொறியாளர், வேளாண்மை பொறியியல் துறை அலுவலகங்களில் தொடர்பு கொண்டு விண்ணப்பித்து பயன் பெறும்படி கேட்டுக் கொள்ளப்படுகிறார்கள்.

தொடர்புக்கு

தலைமைப் பொறியாளர் (வேபொ)

வேளாண்மை பொறியியல் துறை

எண்.487, அண்ணாசாலை

நந்தனம்

சென்னை - 600 035

தொலைபேசி எண் - 044-29515322
044-29510822. 044-29510922

இமெயில் - aedcew®m@©mail.com

19

பருவத்தோ டொட்ட ஒழுகல் திருவினைத்
தீராமை ஆர்க்குங் கயிறு .   - குறள் : 482

கலைஞர் உரை

காலம் உணர்ந்து அதற்கேற்பச் செயல்படுதல், அந்த நற்செயலின் வெற்றியை நழுவவிடாமல் கட்டிப்பிடிக்கும் கயிறாக அமையும்.

ஒன்றிய அரசின் மீன்வளத் தொழில்களுக்கான மானியத் திட்டங்கள்

மீன் வளர்ப்புத் திட்டங்கள்

வகைகள்	அரசு உதவி	பயனாளிகளின் பங்கு	மொத்தம்
பொதுப்பட்டியல்	40%	60%	100%
பட்டியல் இனத்தவர், மகளிர், கூட்டுறவு சங்கங்கள்	60%	40%	100%

ஒன்றிய, மாநில அரசுகளின் பங்கு

பகுதிகள்	ஒன்றிய அரசின் பங்கு	மாநில அரசுகளின் பங்கு	மொத்தம்
மாநிலங்கள்	60%	40%	100%
வடகிழக்கு மற்றும் மலைப் பிரதேசங்கள்	90%	10%	100%
ஒன்றியப் பகுதிகள் (UTs)	100%	-	100%

திட்ட மதிப்பீட்டில் ஒன்றிய, மாநில அரசுகளின் பங்கு

அரசு பகுதிகள் மற்றும் பயனாளிகளின் வகைகள்	ஒ. அரசின் பங்கு	மாநில அரசுகளின் பங்கு	பயனாளிகளின் பங்கு	மொத்தம்
பிற மாநிலங்கள்	24%	16%	60%	100%
பட்டியல் இனத்தவர், மகளிர் மற்றும் கூட்டுறவு சங்கங்கள்	36%	24%	40%	100%
வடகிழக்கு மற்றும் மலைப் பிரதேசங்கள்				
பொதுப் பட்டியல்	36%	4%	60%	100%
பட்டியல் இனத்தவர், மகளிர் மற்றும் கூட்டுறவு சங்கங்கள்	54%	6%	40%	100%
ஒன்றியப் பிரதேசங்கள்				
பொதுப் பட்டியல்	40%	0	60%	100%
பட்டியல் இனத்தவர், மகளிர் மற்றும் கூட்டுறவு	60%	0	40%	100%

தேசிய மீன் வளர்ச்சி முகமை, யூனியன் பிரதேசங்கள் மற்றும் கூட்டுறவு நிறுவனங்களின் மூலம் செயலாக்கம் செய்யப்படும் திட்டங்கள்

ஒன்றிய அரசு, மாநில அரசுகளின் பங்கு

பகுதிகள்	ஒன்றிய NFDB பங்கு	மாநில, யூனியன் பிரதேசங்களின் பங்கு	மொத்தம்
பிற மாநிலங்கள்	50%	50%	100%
வடகிழக்கு மலைப் பிரதேசங்கள்	80%	20%	100%
யூனியன் பிரதேசங்கள், ஒன்றிய அரசின் நிறுவனங்கள்	100%	0	100%

கடல்நீரில் மீன் மற்றும் இதர வகை வளர்ப்புகள்

1. கூண்டு முறையில் கடல்மீன் வளர்ப்பு 4 மீ ஆழம் 6 x 4 x 4 மீ. அளவு	ரூ.5 லட்சம் / ஒரு கூண்டு
2. கடல்பாசி வளர்ப்பு மூங்கில் மிதவைகள் (3x3மீ)	ரூ.1000/ ஒரு மிதவைக்கு
3. ஒட்டு உடலிகள் (Bivalve Culture) வளர்ப்பு (மூங்கில் மிதவை 5 x 5மீ)	ரூ.15000/ஒரு மிதவைக்கு
4. முத்துச்சிப்பி வளர்ப்பு (கடல்நீர் (அ) நன்னீர் வளர்ப்பு)	ரூ.25 லட்சம் - ஒரு திட்டத்திற்கு
5. கடல் மீன்கள் திட்டம் - மேலாண்மை	ரூ.5 லட்சம் - அதிகபட்சமாக
6. ஆழ்கடல் மீன்பிடிப் படகுகள் மொத்த நீளம் (OAL) 18-24 மீ - கடலோரப் பகுதி மீனவர்கள் மற்றும் மீனவர் கூட்டுறவு சங்கங்களுக்கு	சந்தை விலை (அ)ரூ.80 லட்சம் அதிகபட்சமாக. இதில் 50% மானியம் அதிகபட்சமாக ரூ.40 லட்சம்

அறுவடை பின்செய் நேர்த்திக்கு - கட்டுமானத்திற்கு மானியம்

	திட்டமதிப்பு
1. ஐஸ்கட்டி உற்பத்தி நிலையம், உறைகிடங்கு, மற்றும் ஐஸ் உற்பத்தி நிலையத்துடன் இணைந்த உறைகிடங்கு	திட்ட மதிப்பின் அடிப்படையில்
2. மேலே குறிப்பிட்ட 3 கிடங்குகளையும் புதுப்பிக்க, நவீன மயமாக்க	திட்ட மதிப்பின் அடிப்படையில்
3. சில்லரை மீன் விற்பனை நிலையங்கள், மற்றும் இவை சார்ந்த கட்டுமானப் பணிகள் அ) 10 சில்லரைக் கடைகள் ஆ) 20 சில்லரைக் கடைகள் இ) 30 சில்லரைக் கடைகள்	 ரூ.100 லட்சம் ரூ.200 லட்சம் ரூ.300 லட்சம்
4. நடமாடும் மீன்விற்பனை நிலையம்	அதிகபட்சமாக யூனிட் ஒன்றுக்கு ரூ.10லட்சம்

வாகன ஊர்திகள்

	திட்ட மதிப்பு
1. உறை குளிரூட்டப்பட்ட மோட்டார் வண்டி கண்டெய்னர் - 10 டன் கொள்ளளவு	ரூ.25 லட்சம் / 1 வண்டிக்கு
2. இன்சுலேட் செய்யப்பட்ட மோட்டார் வண்டி - 10 டன் கொள் அளவு	ரூ.20 லட்சம் / 1 வண்டிக்கு
3. இன்சுலேட் செய்யப்பட்ட மோட்டார் வண்டி - 6 டன் கொள் அளவு	ரூ.15 லட்சம் / 1 வண்டிக்கு
4. ஆட்டோ ரிக்ஷா - ஐஸ் பெட்டியுடன்	ரூ.2 லட்சம் / ஒன்றுக்கு
5. மிதிவண்டி - ஐஸ் பெட்டியுடன்	ரூ.300 / ஒன்றுக்கு

நவீன / புதிய வகைத் திட்டங்கள்

	திட்ட மதிப்பு
1. புதிய வகை மீன் வளர்ப்பு திட்டங்கள், புதிய தொழில் நுட்பம் மற்ற வகை மீன்கள்	ஒரு திட்டத்திற்கு ரூ.100 லட்சம்
2. இழுவை வலை பொருத்திய பழைய படகுகளை ஆழ்கடலில் சூரை (TUNA) மீன்களைப் பிடிக்கும் லாங்னைர் வலைகள் பொருத்தி படகுகளை மேம்படுத்த	அதிகபட்சமாக ரூ.15 லட்சம் 100% மானியம் - உச்ச அளவு ரூ.15 லட்சம்

நன்னீர் / உவர்நீர் மீன் / இறால் வளர்ப்புத் திட்ட மதிப்பு

ஹெக்டேர் ஒன்றுக்கு

1. குளம் வெட்ட, நீர்நிலைகள் உருவாக்க	ரூ.7 லட்சம்
2. இருக்கும் குளங்களை தூர்வாரி சரிசெய்ய	ரூ.3.5 லட்சம்
3. தேசிய ஊரக வளர்ச்சித் திட்டத்தின் கீழ் குளங்கள் / நீர் நிலைகளை பழுதுபார்க்க	ரூ.3.5 லட்சம்
4. நகரம், புறநகர், கிராமங்களில் உள்ள குளங்களை தூர்வாரி சரிப்படுத்த	ரூ.3.5 லட்சம்

மீன் தீவன உற்பத்தி நிலையங்கள்

மதிப்பீடு

1. சிறியவகை மீன் தீவன நிலையம் (நாள் ஒன்றுக்கு 1-5 குவிண்டால்)	யூனிட் ஒன்றுக்கு ரூ.10 லட்சம்
2. பெரியவகை குருணைத் தீவன உற்பத்தி ஆலை (நாள் ஒன்றுக்கு 10 டன்னும் அதற்கு மேலும்)	யூனிட் ஒன்றுக்கு ரூ.2 கோடி

நடைமுறைச் செலவுகளுக்கான திட்டங்கள்

எண் திட்டங்கள்	திட்ட மதிப்பு யூனிட் ஒன்றுக்கு அதிகபட்சமாக
1. நன்னீர் மீன்வளர்ப்பு	ரூ.1.5 லட்சம் ஹெக்டேர் 1க்கு
2. நன்னீர் இறால் / டிரவுட் மீன்வளர்ப்பு	ரூ.2.5 லட்சம் 1 ஹெக்டேருக்கு
3. உவர்நீர் துடுப்புமீன் வளர்ப்பு	ரூ.2 லட்சம் 1 ஹெக்டேருக்கு
4. வன்னாமி /வரி இறால் வளர்ப்பு	ரூ.3 லட்சம் 1 ஹெக்டேருக்கு
5. இந்திய பெருங்கெண்டைகள் மற்றும் துடுப்பு மீன்கள் உற்பத்தி செய்ய மீன்குஞ்சு பொரிப்பகங்கள் (ஆண்டுக்கு 10 மில்லியன் குஞ்சுகள் உற்பத்தி)	யூனிட் ஒன்றுக்கு ரூ.25 லட்சம்
6. நன்னீர் இறால் மற்றும் உவர்நீர் இறால் குஞ்சு பொரிப்பகங்கள் (ஆண்டுக்கு 5 மில்லியன் குஞ்சுகள்)	யூனிட் ஒன்றுக்கு ரூ.50 லட்சம்
7. மீன் / இறால் பண்ணைகளில் சூரிய மின்சக்தி கொண்ட மோட்டார்கள் / உபகரணங்கள்	யூனிட் ஒன்றுக்கு ரூ.15 லட்சம்

20

நன்மையும் தீமையும் நாடி நலம்புரிந்த
தன்மையான் ஆளப் படும்.   - குறள் : 511

கலைஞர் உரை

நன்மை எது தீமை எது என ஆராய்ந்து அறிந்து, நற்செயலில் மட்டுமே நாட்டங் கொண்டவர்கள் எப்பணியினை ஆற்றிடவும் தகுதி பெற்றவராவார்கள்.

சிறு விவசாயிகள் வேளாண் தொழில் கூட்டமைப்பு தொழில் வளர்ச்சித் திட்டம்
(Small farmers Agri business Consortium)

புதுத் தொழில் வளர்ச்சி திட்ட முதலீடு திட்டத்தின் மூலமாக வேளாண் தொழில் வளர்ச்சித் திட்டங்கள் மற்றும் திட்ட முதலீட்டுத் திட்டங்கள்

முன்னுரை

இந்தியாவில் வேளாண் தொழில்களுக்கான முதலீட்டை தனியார் நிறுவனங்கள் பெருமளவு செய்து வருகின்றன. இவற்றில் சிறு/குறு தொழில்கள் முக்கியப் பங்கு வகிக்கின்றன. ஆயினும் சீரிய வளர்ச்சிக்குத் தடையாக இருப்பவை போதிய தரவுகள் இல்லாமையும், வங்கிக் கடன் கிடைக்காமையுமே முக்கிய காரணிகள். நாட்டில் வேளாண் தொழில் முதலீட்டை ஊக்குவிக்கும் பொருட்டு தொடங்கப்பட்டதே (SFAC) சிறு விவசாயிகள் வேளாண் தொழில் கூட்டமைப்பு ஆகும்.

நோக்கங்கள்

1. வேளாண் தொழிலில் முதலீடு செய்யும் தொழில் முனைவோருக்கு நிதியுதவி அளித்தல்
2. விரிவான வங்கித் திட்ட அறிக்கை தயாரிக்க திட்ட முதலீடு நிதியம் (Project Development Facility) மூலம் நிதியுதவி செய்தல்

குறிக்கோள்கள்

1. நபார்டு மற்றும் தேசிய வங்கிகள் மூலமாக வேளாண் தொழில் திட்டங்களுக்குக் கடனுதவி செய்தல்

2. வேளாண் தொழில்களுக்கு முதலீடு செய்ய தனியார் நிறுவனங்களை ஊக்குவித்து, பொருட்களை சந்தைப்படுத்துதல் மூலமாக ஊரக வேலைவாய்ப்பு மற்றும் வருவாயைப் பெருக்குதல்

3. பின்னோக்கிய ஒருங்கிணைப்பு (Backward Linkages) மூலமாக, உற்பத்தியாளர்களுக்கு உதவி செய்தல்

4. திட்ட வளர்ச்சி நிதியம் மூலமாக, மதிப்புச் சங்கிலியை (Value Chain) உறுதி செய்து, விவசாயிகள், உற்பத்திக் குழுக்கள் மற்றும் வேளாண் பட்டதாரிகளுக்கு வழிகாட்டுதல்

5. தற்போது செயல்பட்டு வரும் ஒன்றிய மற்றும் மாநில அரசு முகமைகளை மேலும் வலுப்பெறச் செய்தல்

எவ்வளவு கடன் கிடைக்கும்?

தொழில் முனைவோரின் பங்கில் 26% அல்லது ரூபாய் 50 லட்சம்

இதில் எது குறைவாக உள்ளதோ அதற்கு ஈடான தொகை வழங்கப்படும்.

திட்ட மதிப்பு

குறைந்த பட்சம் ரூ.15 லட்சம்

அதிக பட்சம் ரூ.500 லட்சம்

உச்ச அளவில் கடன்

சிறு விவசாயிகள் வேளாண் தொழில் கூட்டமைப்பின் செயற்குழு, உச்ச அளவில் கடன் வழங்க கீழ்க்கண்ட வகையில் அனுமதி அளிக்கலாம்.

1. நிதி நிறுவனங்கள் இசைவு தரும்பட்சத்தில் உச்ச அளவாக ரூ.3 கோடி ரூபாய் தவணைக் கடன் வழங்கப்படும்.

2. திட்ட மொத்த மதிப்பீடு ரூ.10 கோடியாக இருக்க வேண்டும்.

ஆனால், மேலே குறிப்பிட்ட உச்ச அளவிலான கடன் வடகிழக்கு மாநிலங்கள் மற்றும் மிகவும் பின்தங்கிய மாவட்டங்களுக்கு மட்டுமே பொருந்தும்.

கடன்பெற வழிமுறைகள்

1. முழுமையான திட்ட அறிக்கையை பயனாளி வங்கிக்கு சமர்ப்பிக்க வேண்டும்.

2. வங்கிகள் இதனை பரிசீலித்து தேவைப்படும் தவணைக் கடன் / நடைமுறைக் கடனை வழங்கும்.

3. இதில் எவ்வளவு வென்ச்சர் கேப்பிட்டல் தேவை என்பதை வங்கிகள், சிறு விவசாயிகள் வேளாண் தொழில் கூட்டமைப்புக்கு தெரியப்படுத்த வேண்டும்.

4. தேவைப்படும் தொகையை, வென்ச்சர் கேப்பிட்டலாக வங்கிகளுக்கு வழங்கப்படும். இது எளிய கடனாக (Soft Loan) இருக்கும்.

5. பயனாளி கடைசி தவணையை கட்டும் அதே தேதியில் வங்கிகள் பெற்ற எளிய கடனையும் திருப்பிச் செலுத்த வேண்டும்.

6. கடனை வழங்கும்போது, வங்கிகள் பெற்ற முதன்மை துணைப் பிணையங்களை, வென்ச்சர் கேப்பிட்டல் கடனை முழுமையாக செலுத்தும் வரை, விடுவிக்கக்கூடாது.

7. கடன் வழங்க, உருவாக்கப்பட்ட நிபந்தனைகள் வட்டிவிகிதம், தவணைக்காலம், மற்றும் திட்ட செயலாக்கம் ஆகியவற்றை கூட்டமைப்புக்கு தெரியப்படுத்துவது அவசியம்.

8. தவணைக்கடன் முழுமையாக செலுத்திய பயனாளிகள் மீண்டும் 2வது முறை கடனுக்கு விண்ணப்பிக்கலாம்.

9. முழுமையான திட்ட அறிக்கை தயாரிக்க, பயனாளிகள், கூட்டமைப்பால் அங்கீகரிக்கப்பட்ட நிதி ஆலோசகர்களை அணுகலாம். இதற்கான செலவு ரூ.2500 முதல் ரூ.1 லட்சமாக இருக்கும். இதனை கூட்டமைப்பே ஏற்கும்.

10. தயாரிக்கப்படும் திட்ட மதிப்பீடு ரூ.15 லட்சத்திற்கு அதிகமாக இருக்க வேண்டும்.

யாருக்கு கடன் கிடைக்கும்

தனி நபர்கள், விவசாயிகள், விவசாய உற்பத்திக் குழுக்கள், கூட்டுத் தொழில் செய்வோர், தனி உரிமை நிறுவனங்கள், சுய உதவிக் குழுக்கள், நிறுவனங்கள், வேளாண் தொழில் முனைவோர் மற்றும் வேளாண் ஏற்றுமதி மண்டலங்களில் செயல்படுத்தப்படும், அலகுகள் நிறுவனங்கள்.

வேளாண் தொழில் முனைவோரின் பங்கு

1. வங்கிகளுக்கு அளிக்கும் முதல் பிணையம் / துணைப் பிணையங்களை SFAC கூட்டமைப்புக்கும் வழங்க வேண்டும்.

2. தொழில் முனைவோர் திட்டம் செயல்படுத்தும் முறையை வங்கிக்கும், கூட்டமைப்புக்கும் தெரிவிக்க வேண்டும்.

3. வென்ச்சர் கேப்பிட்டலிடமிருந்து பெற்ற கடனை முறையாக செலவிட்டதன் அறிக்கையை பட்டய கணக்காளரிடமிருந்து (Charted Accountant) பெற்று வங்கிக்கும்/கூட்டமைப்புக்கும் வழங்குவது அவசியம்.

4. திட்டத்தின் முன்னேற்றம், ஆண்டு நிதிநிலை அறிக்கையை வங்கிக்கும் / கூட்டமைப்புக்கும் வழங்க வேண்டும்.

5. இதற்கு முன்பாக வேறெங்கும் வென்ச்சர் கேப்பிட்டல் நிதியுதவி பெறவில்லை என உறுதிமொழிப் பத்திரம் (Affidavit) தாக்கல் செய்ய வேண்டும்.

கண்காணித்தலும் அறிக்கை அளித்தலும்

1. வென்ச்சர் கேப்பிட்டல் மூலம் நிதிபெறும் வங்கிகள், பெறப்படும் கடன் மற்றும் திட்டம் செயலாக்க முறைகள் பற்றி, அவ்வப்போது கூட்டமைப்புக்கு அறிக்கை அனுப்ப வேண்டும்.

2. அலகுகளின் செயலாக்கம் குறித்து ஆண்டறிக்கை அனுப்புவது அவசியம்.

3. கூட்டமைப்பின் அலுவலர்கள் தனியாகவோ வங்கிகளுடன் இணைந்தோ கள ஆய்வு செய்வர்.

4. தொழில் முனைவோர் விரும்பினால் திட்டக் காலத்தில் ஒருமுறை மட்டும் தனது நிலுவையிலுள்ள கடனை வேறு வங்கிக்கு மாற்றிக் கொள்ளலாம்.

குறிப்பு : இத்திட்டம் அனைத்து வேளாண், கால்நடை மற்றும் மீன்வளப் பட்டதாரிகளுக்கும் பொருந்தும்

21

சுற்றத்தால் சுற்றப் படஒழுகல் செல்வந்தான்
பெற்றத்தால் பெற்ற பயன்.   - குறள் : 524

கலைஞர் உரை

தன் இனத்தார், அன்புடன் தன்னைச் சூழ்ந்து நிற்க வாழும் வாழ்க்கையே ஒருவன் பெற்ற செல்வத்தினால் கிடைத்திடும் பயனாகும்.

வேளாண் ஆலோசனை மையங்கள் மற்றும் வேளாண் வணிக மையங்கள்
(Agri Clinics and Agri Business Centres - ACABC)

திட்டக் குறிக்கோள்

- வேலைவாய்ப்பற்ற வேளாண்மை, கால்நடை, மீன்வளப் பட்டதாரிகளுக்கு சுய வேலைவாய்ப்பை உருவாக்க
- வேளாண் தொழில்முனைவோர், அரசு வகுத்துள்ள மாதிரி திட்டப்படி, இலவசமாகவோ அல்லது வருவாய் அடிப்படையிலோ, விவசாயிகளுக்கும், விவசாயம் சார்ந்த கால்நடை, மீன்வளர்ப்பு போன்ற துணை இணைத் தொழிலில் ஆலோசனை வழங்க
- வேளாண் தொழிலை ஊக்குவிக்க

கருதுகோள் (Concept) விளக்கம்

வேளாண் மையங்கள்

மண்வளம், பயிரிடும் முறைகள், பயிர் பாதுகாப்பு, பயிர் காப்பீடு, அறுவடை பின்செய் நேர்த்தி, கால்நடை சிகிச்சை, தீவன மேலாண்மை மற்றும் வேளாண் சார்ந்த நிலவரங்கள் போன்ற சேவைகள் வழங்கி, விவசாய கால்நடை உற்பத்தியைப் பெருக்க.

வேளாண் வணிக மையங்கள்

இவை பயிற்சி பெற்ற வேளாண் தொழில்முனைவோரால் நிலைநிறுத்தப்படுபவை. வேளாண் எந்திரங்களை வாடகைக்கு விடுதல், பழுதுபார்த்தல். இடுபொருள் விற்பனை, விளைபொருட்களை

சந்தைப்படுத்துதல், மற்றும் வேளாண் / சார்பு தொழில்களுக்கு ஆலோசனை வழங்குதல்

திட்டத்தின் பயனாளிகள்

♦ 18 முதல் 60 வயது வரை உள்ள வேளாண் பட்டதாரிகள்

கால்நடை/மீன்வள பட்டதாரிகள்

♦ உயிரி தொழில்நுட்பம், வேளாண் பொறியியல், வனவளம் சார்ந்த பட்டதாரிகள்

♦ தாவர இயல், உயிரியல், வேதியியல் பட்டதாரிகள்

♦ மற்றும் வேளாண் சார்ந்த துணை / இணைத் தொழிற்படிப்பு முடித்தவர்கள்.

பயிற்சி முறைகள்

ஹைதராபாத்தில் உள்ள மேனேஜ் (Manage) மற்றும் அதனுடன் சேர்ந்த இணை பயிற்சி மையங்கள் (Nodal Training Institutes) பயிற்சியளிக்க அங்கீகாரம் பெற்றவை.

விண்ணப்பதாரர்கள் தேர்வு செய்யும் முறைகள்

- இணையதளம் மூலமாக விண்ணப்பிக்கலாம்
- ஆதார் கார்டு அல்லது ஏதாவதொரு போட்டோ ஐடி கார்டு
- ஆதார் கார்டை இணையத்துடன் லிங்க் செய்ய வேண்டும்.
- NTI மற்றும் ஆத்மா நிறுவனம் (அ) பிளாக் டெக்னாலஜி குழு / மாநில வேளாண்துறை அலுவலர் இணைந்து விண்ணப்பங்களை பரிசீலனை செய்வர்.
- தகுதியின் அடிப்படையிலும் மதிப்பெண் அடிப்படையிலும் விண்ணப்பதாரர் தேர்ந்தெடுக்கப் படுவர்.

பயிற்சி முறைகள்

♦ ஒவ்வொரு NTIக்கும் தேர்வு செய்யப்பட்ட 60 விண்ணப்பதாரர்கள் ஒதுக்கீடு செய்யப்பட்டு அங்குள்ள தேர்வு நிலைக்கு பரிசீலனை செய்து 30 நாட்களுக்குள் மேனேஜ் நிறுவனத்திற்கு அனுப்ப வேண்டும்.

♦ பின்னர் மேனேஜ் நிறுவனம் பயிற்சிக்கான திட்ட நிதியை வழங்கும்.

♦ 2 மாதம் பயிற்சி வழங்கப்படும்

♦ வேளாண் மற்றும் கால்நடை / மீன்வளர்ப்பு போன்ற துணை / இணைத் தொழில்களுக்கான முறையான விரிவான பயிற்சி வழங்கப்படும்.

♦ அனுபவம் மிக்க வங்கியாளர்களைக் கொண்டு விரிவான திட்ட அறிக்கை (DPR) தயாரிக்க பயிற்சி வழங்கப்படும்.

பயிற்சிக் கட்டணம்

♦ ஒரு நபருக்கு ரூ.35000/-

♦ மேலும், உணவு, தங்குமிடம், ஊக்கத்தொகை ஆகியவை வடகிழக்கு மாநிலங்கள், காஷ்மீர், உத்தரகாண்ட், இமாச்சலப் பிரதேசத்திற்கு 10% கூடுதலாக வழங்கப்படும்.

NTIக்கு நிதி ஓதுக்கீடு செய்தல்

- தேர்வு நிலைக் குழுவின் அறிக்கை பெற்றபின், மேனேஜ் நிறுவனம் முதலில் 60% நிதியை வழங்கும்
- 2வது தவணையான 40%, பயிற்சிகள் முடிந்த பின்பு, நிதிநிலை அறிக்கை பெற்ற பின்னர் வழங்கப்படும்.

கைப்பிடிப்பு நிதியம் (Hand Holding Fund)

- பயிற்சி பெற்ற வேளாண் தொழில் முனைவோர் வங்கிக்கு சமர்ப்பித்த விரிவான திட்ட அறிக்கையை NTIக்கும் மேனேஜ்-க்கும் அளிக்க வேண்டும்.
- இதன்பிறகு கைப்பிடி நிதியத்திலிருந்து 50% அதாவது நபருக்கு ரூ. 2500/- NTIக்கு வழங்கப்படும். பயிற்சிக் காலம் முடிந்த ஒரு ஆண்டுக்குள், நிதி பயன்படுத்திய சான்றிதழை மேனேஜ்-க்கு சமர்ப்பிக்க வேண்டும்.
- வேளாண் தொழில் திட்டம் (Agri Venture) தொடங்கிய பின்பு, மீதியிருக்கும் ரூ.2500/- நிதியை மேனேஜ் வழங்கும்.

ஊக்கத் தொகை

ஒரு தொகுப்பில் (Batch) 50%க்கு மேல் தேர்வு விகிதம் இருக்குமானால், ஒரு நபருக்கு ரூ.2000/- என்ற அடிப்படையில் NTIக்கு ஊக்கத்தொகை தரப்படும்.

அதே போல உரிய முறையில் வேளாண் தொழிலில் முதலீடு செய்த நபர்களுக்கு, நபர் ஒருவருக்கு ரூ.1000 ஊக்கத் தொகை வழங்கப்படும்.

வெற்றிகரமாக செயல்படும் வேளாண் திட்டங்களுக்கு சான்றிதழ்

இரண்டு மாத பயிற்சிக்குப் பின்னர் வெற்றிகரமாக செயல்படுத்தப்படும் வேளாண் முதலீட்டுத் திட்டங்களுக்கு மேனேஜ் நிறுவனத்தால் சான்றிதழ் வழங்கப்படும்.

மேனேஜ் நிறுவனத்தால் அங்கீகரிக்கப்பட்ட நிறுவனங்கள் இதற்கான சான்றிதழை வழங்கும்.

இவ்வாறு வழங்கப்பட்ட சான்றிதழ் ஒன்றிய மாநில அரசுகளின் பல்வேறு வளர்ச்சித் துறைகளால் அங்கீகரிக்கப்பட்டு, உரிய செயல்திட்டங்களுக்கு முழு ஒத்துழைப்பை நல்கும்.

மீள்பயிற்சி / திறன் மேம்பாடு

திறமையாகச் செயல்படும் வேளாண் தொழில் முனைவோர் 500 நபர்களைத் தேர்வு செய்து 3-5 நாட்கள் மீள்பயிற்சி (Refresher Course) மற்றும் திறன் மேம்பாட்டு பயிற்சி வழங்கப்படும்.

நபார்டு தேசிய ஊரக வளர்ச்சி வங்கி, இத்தகைய பயிற்சிகளை வழங்கும். இதற்கென நபார்டு வங்கிக்கு ஆண்டுக்கு ரூ.25 லட்சம் நிதி ஒதுக்கப்பட்டுள்ளது.

யார் கடன் வழங்குவார்கள்?

சுய-வேலைவாய்ப்பும் இலாபமும் தரக்கூடிய வேளாண் தொழில் திட்டங்களுக்கு கீழ்க்கண்ட வங்கிகள் கடன் வழங்கும்.

1. வணிக வங்கிகள் (பொதுத்துறை / தனியார் துறை)
2. மண்டல ஊரக வங்கிகள்
3. மாநில கூட்டுறவு வங்கிகள்
4. மாநில வேளாண்மை மற்றும் ஊரக வளர்ச்சிக் கூட்டுறவு வங்கிகள்
5. நபார்டு வங்கியிடமிருந்து மறு நிதியுதவி (Refinane) பெறும் நிதி நிறுவனங்கள்

திட்ட நிதி உதவி

- தனிநபர் ஒருவருக்கு அதிகபட்சமாக ரூ.20 லட்சம்
- சிறப்புத் திட்டத்திற்கு ரூ.25 லட்சம்
- 5 நபர் கொண்ட ஒரு குழுவுக்கு ரூ. 100 லட்சம்

தவணைக் கடன்

- முதலீட்டுக் கடன் மற்றும் நடைமுறைக் கடன் இரண்டும் இணைத்து தவணைக் கடனாக வழங்கப்படும். இதில் நடைமுறைக் கடன் முதல் ஒரு சுழற்சிக்கானது மட்டுமே.
- ஒரு சிலர், திட்டத்திற்கு தேவைப்படும் நிலம், கட்டிடம் ஆகியவற்றை ஏற்கனவே உடமையாக்கி இருப்பர். அவ்வாறாயின் இவற்றின் மதிப்பு முதலீட்டில் அதிகபட்சமாக 10% என்று கணக்கிடப்படும்.
- ஆயினும் மானிய அளவில் மாற்றம் இல்லை
- மானியத்தை உள்ளடக்கிய மொத்தக் கடன் தொகையை, அடிப்படையாகக் கொண்டு, கடன்திருப்பும் காலம் கணக்கிடப்படும். கடன் தொகையை கட்டிய பிறகே மானியம் வரவு வைக்கப்படும்.
- திட்டத்தைப் பொருத்து கடனை திருப்பும் காலம் 5 முதல் 10 ஆண்டுகள் வரை இருக்கும். இதில் முதல் 2 ஆண்டுகள் விடுமுறைக் காலம். ஆயினும் வங்கியின் முடிவே இறுதியானது.
- வட்டி விகிதம் ரிசர்வ் வங்கியின் நிபந்தனைகளுக்குட்பட்டது.

வேளாண் முதலீட்டாளர்களின் பங்குத் தொகை (Margin Money)

- ரூ.5 லட்சம் வரை கடன் பெறுபவர்கள் பங்குத் தொகை கட்டத் தேவையில்லை.
- இதற்கு மேற்பட்ட கடன்களுக்கு 10% - 25 % பங்குத் தொகை இருக்கும்.
- பட்டியல் இனத்தவர்க்கு தேவைப்படும் பங்குத் தொகையில் 50% நிதியுதவி வட்டியில்லாமல், கடன்தரும் வங்கிக்கு நபார்டு வழங்கும். ஆயினும் கடன்தரும் வங்கிகள் சேவைக் கட்டணம் 2% (ஆண்டுக்கு) தொகையை வசூலிக்கலாம்.

பிணையம்

- ரூ.5 லட்சம் வரை துணைப் பிணையம் ஏதுமில்லை. வங்கிக் கடன் மூலம் பெற்ற அசையும் / அசையா சொத்துக்கள் மட்டுமே பிணையமாகக் கொடுக்கப்பட வேண்டும்.
- ரூ.5 லட்சம் முதல் ரூ.25 லட்சம் வரையான கடன்களுக்கு, ரிசர்வ் வங்கியின் நிபந்தனைகளின்படி துணைப் பிணையங்கள் (நிலம், வீடு, கட்டிடம் போன்றவை) தரப்பட வேண்டும்.

திட்ட கால வரையறை

- முதல் தவணை கடன் பெற்ற நாளிலிருந்து 6 மாதங்களுக்குள் திட்டத்தை முடிக்க வேண்டும்.
- எதிர்பாராத நியாயமான காரணங்களால் தாமதம் ஏற்பட்டால் மேலும் 6 மாதங்கள் வங்கிகள் வழங்கும்.
- குறிப்பிட்ட காலத்திற்குள் திட்டத்தை நடைமுறைப் படுத்தாவிட்டால், மானியத் தொகை நபார்டு வங்கிக்குத் திருப்பி அனுப்பப்படும்.

வங்கிகளின் பொறுப்பு

- வங்கிக்கடன் மூலம் பெறப்பட்ட அனைத்து உடமைகளையும் காப்பீடு செய்ய வேண்டும்.
- கடன் வழங்கும் முன் / கடன் வழங்கிய பின் முறையான ஆய்வுகளை மேற்கொண்டு அறிக்கைகள் சமர்ப்பிக்க வேண்டும்.

மானியத் தொகை

- இதற்கு முந்தைய திட்டத்தில் 'முதலீட்டு மற்றும் வட்டி மானியம் வழங்கப்பட்டது. ஆனால், புதிய முறை திட்டத்தின்படி தற்போது 'கூட்டு மானியம்' (Composite subsidy) வழங்கப்படுகிறது.

  அதன்படி பொதுப்பட்டியலில் உள்ளவர்களுக்கு திட்ட மதிப்பில் 36%, பட்டியல் இனத்தவர் மற்றும் மகளிருக்கு 44% மானியமாக வழங்கப்படும்.

  மானியம், பின்னூட்ட மானியமாக (Backended Subsidy) ஆக இருக்கும்.

சிறப்பாக செயலாக்கம் செய்யும் வேளாண் தொழில் முனைவோருக்கான பரிசுத்திட்டங்கள்

1. 100 தொழில்முனைவோருக்கு பயிற்சி அளிக்கும் மாநிலங்களுக்கு - ஒரு பரிசு
2. 100 முதல் 500 தொழில் முனைவோருக்கு பயிற்சி அளிக்கும் மாநிலங்களுக்கு - 2 பரிசுகள்
3. 500 க்கும் மேற்பட்ட தொழில் முனைவோருக்கு பயிற்சி அளிக்கும் மாநிலங்களுக்கு- 3 பரிசுகள்

பரிசுத் தொகை

முதல் பரிசு ரூ.40000

இரண்டாம் பரிசு ரூ.25000

மூன்றாம் பரிசு ரூ.10000

உத்தேச வேளாண் தொழில் முதலீட்டுப் பட்டியல்

- மண் / நீர் பரிசோதனை நிலையம்
- பயிர் பாதுகாப்பு / நோய்த் தடுப்பு / சிகிச்சை சேவைகள்
- திசு வளர்ச்சி
- விதை உற்பத்தி / பதனிடும் நிலையம்
- மண்புழு உரம்
- உயிரி உரங்கள், பூச்சிக் கொல்லிகள்
- வேளாண் சுற்றுலா
- வேளாண் சார்ந்த ஊடகங்கள், குறும்படம் தயாரித்தல், புத்தகங்கள் பதிப்பித்தல்
- கோழிக்குஞ்சு பொரிப்பகங்கள்
- **மீன் / இறால் / நண்டு குஞ்சு பொரிப்பகங்கள்**
- கால்நடை சிகிச்சை, கால்நடை மருந்தகங்கள், நைட்ரஜன் குடுவை மூலம் செயற்கைக் கருவூட்டல்
- தகவல் தொழில்நுட்ப மையங்கள்
- பின்செய் நேர்த்தி, மதிப்பூட்டம் செய்தல்
- தோட்டப் பயிர்களுக்கான சேவை மையங்கள்
- பட்டுப்புழு வளர்ப்பு
- காய்கறிகள் உற்பத்தி, விற்பனை
- ஒப்பந்த முறையில் வேளாண் சார்பு தொழில்கள்
- மருந்துச் செடிகள், மணமூட்டும் செடிகள்
- காளான் உற்பத்தி
- **பால், மீன், இறால் போன்ற உற்பத்தித் தொழில்கள்.**

22

கண்ணோட்டம் என்னும் கழிபெருங் காரிகை
உண்மையான் உண்டிவ் வுலகு. - குறள் : 571

கலைஞர் உரை

இந்த உலகம், அன்பும் இரக்கமும் இணைந்த கண்ணோட்டம் எனப்படுகிற பெரும் அழகைக் கொண்டவர்கள் இருப்பதால்தான் பெருமை அடைகிறது.

வங்கிக் கடனுதவிக்கு தரவேண்டிய முதன்மைப் பிணையங்கள் மற்றும் துணைப்பிணையங்கள்

1. விவசாய கடன் அட்டைத் திட்டம் (KCC)

- *ரூ.1.6 லட்சம் வரை துணைப் பிணையம் இல்லை*
- *ரூ.1.6 லட்சம் மேற்பட்ட கடன்களுக்கு நிலம், வீடு போன்ற அசையா சொத்துக்கள், துணைப் பிணையமாகக் கொடுக்கப்பட வேண்டும்.*
- *விவசாய கடன் அட்டை கடன் திட்டத்திற்கு ரூ.3 லட்சம் வரை துணைப் பிணையம் இல்லை*

2. வேளாண் விளை பொருள் மார்க்கெட்டிங் கடன் (PML)

- *விவசாயிகளின் சொந்த சேமிப்புக் கிடங்கில் பாதுகாத்து வைத்தால் ரூ.1.60 லட்சம் வரை துணைப் பிணையம் ஏதுமில்லை.*
- *பொதுக் கிடங்குகளில் சேமித்து வைத்தால், இரசீதின் அடிப்படையில் ரூ.10 லட்சம் வரை துணைப் பிணையம் இல்லை*
- *ரூ.10 லட்சம் மேற்பட்ட கடனுக்கு துணைப்பிணையம் அவசியம்.*

3. மாறுதல் செய்யப்பட்ட டிராக்டர் கடன்

- *ரூ.1.60 லட்சம் வரை துணைப் பிணையம் இல்லை*
- *ரூ.1.60 லட்சத்திற்கு மேற்பட்ட கடனுக்கு, கடனுக்கு 100% ஈடான, அசையா சொத்துக்களை துணைப் பிணையமாகத் தரவேண்டும்.*

4. நிறுவன ஒப்பந்தத்தின் அடிப்படையில் வழங்கப்படும் டிராக்டர் கடனுக்கு

டிராக்டர் கம்பெனிகளின் ஒப்பந்த அடிப்படையில் முதல் இழப்பு, தவணை தவறுதல் குறைந்தது 2% கார்ப்பரேட் நிறுவனத்திடமிருந்து - துணைப் பிணையம் இல்லை

5. தத்கால் [உடனடி] டிராக்டர் கடன் [பிணையம் அற்றது]

25% விவசாயி செலுத்த வேண்டிய விளிம்புத் தொகைக்கு ஈடாக, வைப்புநிதி ஏற்றுக் கொள்ளப்படும்.

6. புதியவகை கறவை மாடுகள், வளர்ப்புத் திட்டம்

(ஆவின் மற்றும் இதர கார்ப்பரேட் நிறுவனங்களுடன் ஒப்பந்த அடிப்படையில்)

ரூ.1.60 லட்சத்திற்கும் மேற்பட்ட கடனுக்கு, சர்ஃபேசி சட்டத்தின் அடிப்படையில், விவசாய நிலம், தங்கம், வைப்புநிதி போன்றவற்றில் ஏதாவதொரு பிணையம்

7. பம்பு செட்

ரூ.1.60 லட்சத்திற்கும் மேற்பட்ட கடனுக்கு, நிலத்தை ஈடாகக் கொடுத்தல்

8. பவர் டில்லர்

ரூ.10 லட்சம் வரை துணைப் பிணையம் ஏதுமில்லை.

9. அக்ரி கிளினிக் / அக்ரி பிசினஸ் சென்டர் [மீன்வளப் பட்டதாரிகளுக்கும் இது பொருந்தும்]

ரூ.5 லட்சம் வரை துணைப் பிணையம் இல்லை. ரூ.5 லட்சத்திற்கும் மேற்பட்ட கடனுக்கு, விவசாய நிலம் ஈடாக (அ) 3வது நபர் பிணையம் தேவை.

10. விவசாய கடன் அட்டை (KCC) கால்நடை / மீன்வளப் பட்டதாரிகள்

- *ரூ.1.60 லட்சம் வரை துணைப் பிணையம் இல்லை*
- *ரூ.1.60 லட்சத்திற்கு மேற்பட்ட கடனுக்கு, கடனுக்கு ஈடாக துணைப் பிணையம் தேவை.*
- *ஒப்பந்த முறையில் செய்யப்படும் தொழில்களுக்கு ரூ.3 லட்சம் வரை துணைப் பிணையம் இல்லை.*

11. உறைநிலை காப்பகம் (Cold Storage)

- *ரூ.1.60 லட்சத்திற்கும் மேற்பட்ட கடனுக்கு துணைப் பிணையம் அவசியம்.*

12. சுயஉதவிக் குழுக்கள்

- *ரூ.10 லட்சம் வரை துணைப் பிணையம் இல்லை*
- *ரூ.10 லட்சம் முதல் ரூ.20 லட்சம் வரை முத்ரா திட்டத்தின் கீழ் கடன் பெற்றால், துணைப் பிணையம் ஏதுமில்லை.*

13. நுண்கடன் நிறுவனங்கள்/தொண்டு நிறுவனங்கள் (MFIs / NGOs)

வங்கிப் பணிகள் சாராத நிதி நிறுவனங்களுக்கு, துணைப் பிணையம் இல்லை. ஆயினும் புரமோட்டர் / இயக்குநர்கள், தமது சொந்தப் பிணையம் தரவேண்டும். மேலும் இதர சொத்துக்களை ஈடாகத் தர வேண்டும்.

14. கூட்டுப் பொறுப்புறுதிக் குழுக்கள் (JLGs)

குழுவின் கடன் பொறுப்புறுதியைத் தவிர, வேறு பிணையமில்லை.

15. கால்நடை வளர்ப்புக்கு உள்கட்டமைப்பு கடன் (AHIDF)

- **முதல் பிணையம்** *: இயந்திரங்கள், இதர பொருட்கள் மற்றும் நிலம் ஈடாகத் தர வேண்டும்.*
- **துணைப் பிணையம்** *: சர்ஃபேசி சட்டத்திற்குட்பட்ட அசையா சொத்துக்கள், (புரமோட்டர், பங்குதாரர், இயக்குநருக்கு சொந்தமானவை) மற்றும் அவர்களது முதல்நிலை உறவினர்கள்.*

வங்கியிடமிருந்து கடன் பெறுபவர்கள் வங்கிக்குத் தரவேண்டிய ஆவணங்கள்

1. விலாச சான்று மற்றும் அடையாளச் சான்று

2. பாஸ்போர்ட் அளவு புகைப்படங்கள்

3. பெரிய திட்டமாக இருப்பின், திட்ட அறிக்கை

4. திட்டம் செயலாக்கம் செய்யும் இடத்தின் வரைபடம், புளூ பிரிண்ட்

5. சில குறிப்பிட்ட தொழில்களுக்கு, உள்ளூர் பஞ்சாயத்தின் தடையில்லா சான்று.

6. கடனுக்கு ஈடாகக் கொடுக்கப்படும் அசையா சொத்துக்களின் (நிலம், வீடு போன்றவை) பத்திரங்கள்

7. சொத்துக்களைப் பற்றி வங்கியில் அங்கீகரிக்கப்பட்ட வழக்குரைஞரின் சான்று

8. சொத்து மதிப்பீடு- இது வங்கியால் அங்கீகரிக்கப்பட்ட, சொத்து மதிப்பீட்டாளரிடம் பெறப்பட வேண்டும். சொத்து மதிப்பீடு, கடன் தொகையை விட 2 மடங்கு இருக்க வேண்டும். அதாவது 5 லட்சம் ரூபாய் கடன் பெற விரும்பினால் 10 லட்சம் ரூபாய் மதிப்புள்ள சொத்தினை வங்கிக்கு ஈடாகக் (அடமானமாக) கொடுக்க வேண்டும்.

9. பத்திரப் பதிவு அலுவலகத்திலிருந்து குறைந்த பட்சம் 13 ஆண்டுகளுக்கு "வில்லங்கம் இல்லை" (Encumbrance Certificate) சான்று பெறப்பட வேண்டும்.

10. திட்ட மதிப்பில் குறைந்தது 25% விவசாயிகள் வரம்புத் தொகை (Margin Money) கட்ட வேண்டும்.

11. சிட்டா, பட்டா அடங்கல் போன்ற நில ஆவணங்கள் அவசியம்.

12. ஒப்பந்த முறையில் வேளாண் தொழில்களுக்கு கடன் பெற இருதரப்பு / முத்தரப்பு ஒப்பந்தம் அவசியம்.

13. வங்கிக் கடனுதவி மூலம் கட்டப்படும் கட்டிடங்கள், வாங்கப்படும் உபகரணங்கள் / பண்ணை விலங்குகள் போன்றவற்றை காப்பீடு செய்யத் தயாராக இருக்க வேண்டும்.

குறிப்பு : கடன் நிபந்தனைகள் மாறுதலுக்கு உட்பட்டவை.

23

தூங்காமை கல்வி துணிவுடைமை இம்மூன்றும்
நீங்கா நிலனாள் பவர்க்கு. - குறள் : 383

கலைஞர் உரை

காலம் தாழ்த்தாத விரைவான நடவடிக்கைகளும், அறிவுடைமையும், துணிவும் நாடாளுகின்றவர்களுக்குத் தேவையானவையும், நீங்காமல் நிலைத்திருக்க வேண்டியவையுமான பண்புகளாகும்.

குளத்தில் வளர்க்கப்படும் மீன்களுக்கான காப்பீட்டுத் திட்டங்கள்
(Insurance of Fishes in Ponds)

1. எவற்றுக்குப் பொருந்தும்

மீன் குஞ்சுகள், விரலிகள், வளர்ச்சி அடைந்த மீன்கள் மற்றும் சினை மீன்கள், இனப் பெருக்கம் செய்யும் பெரிய வகை மீன்களுக்குப் பொருந்தும்.

இத்திட்டம் கடல் மீன்களுக்கும் உவர்நீர் இறால்களுக்கும் பொருந்தாது.

2. காப்பீடு செய்யப்படும் காலம்

மீன்களின் முழு வளர்ச்சிப் பருவம் - அதாவது 3 முதல் 12 மாதங்கள் வரை

அ) நர்சரி குளங்களில் மீன் குஞ்சுகள் முதல் விரலிகள் வரை (3 மாதங்கள் வரை)

ஆ) வளர்ப்புக் குளங்களில் விரலிகள் முதல் முழு வளர்ச்சி அடையும் வரை (4-12 மாதங்கள்)

இ) இனப்பெருக்க மீன்கள் (1வது ஆண்டு வயது முதல் 5வது ஆண்டு வரை)

'ஆ' பாலிசியின் கீழ் 24, இருவார (Fortnight) காலத்திற்கு மட்டுமே பொருந்தும் (அதாவது 48 வாரங்கள்)

எடுத்துக்காட்டு

8வது இருவார காலத்தில் சராசரி 400 கிராம் எடையுள்ள மீன்களை காப்பீடு செய்தால் காப்பீட்டுக் காலம், எஞ்சியுள்ள 17 இருவார காலத்திற்கு மட்டுமே பொருந்தும். *(24 இருவாரங்களுக்கு அல்ல)*

3. காப்பீடு செய்யப்படும் தொகை (Sum Insured)

மீன் குஞ்சுகள் முதல் அறுவடை செய்யப்படும் பெரிய வகை மீன்களின் மதிப்பு மாறிக் கொண்டே இருப்பதால் இவற்றை குறிப்பிட்ட தொகைக்கு காப்பீடு செய்ய இயலாது. எனவே இணைப்புகளில் அ, ஆ, இ கொடுக்கப்பட்ட வளரும் பருவத்தைக் கொண்டே இழப்பீடு வழங்கப்படும்.

மீன் பண்ணைகளில் இழப்பு ஏற்படும் பட்சத்தில் காப்பீடு நிறுவனத்தால் அங்கீகரிக்கப்பட்ட சர்வேயர் மீன்வள வல்லுநர் அளிக்கும் சான்றிதழின் அடிப்படையில் இழப்பீடு வழங்கப்படும்.

இழப்பீடு 3 காரணிகளின் அடிப்படையில் இயங்கும்

அ. மீன் குஞ்சுகள், விரலிகளின் விலை

ஆ. இடுபொருட்களின் மதிப்பு

இ. இதர நடைமுறைச் செலவுகள்

பெறப்படும் லாபம், மதிப்பீட்டில் கணக்கில் எடுத்துக் கொள்ளப்படாது.

பிரீமியம்

திட்டம்	அடிப்படை பிரீமியம்	விருப்பத் தேர்வு (Optional) (வெள்ளம் போன்ற இதர)
அ. வங்கிக் கடனுதவி பெற்ற திட்டங்கள் - குஞ்சுகள் முதல் விரலிகள் வரை	ஆகமொத்தம் உச்ச மதிப்பில் 2.4%	ஆகமொத்தம் உச்ச மதிப்பில் 1.2%
ஆ. அரசு மூலம் மானியம் பெறும் திட்டங்கள்	சராசரி மதிப்பில் 3% நிகரமாக	சராசரி மதிப்பில் 1.70% நிகரமாக

முக்கிய குறிப்பு

அரசினால் வெள்ளப்பாதிப்புப் பகுதி என்று நிர்ணயம் செய்யப்பட்டு, அது காண்டூர் 9க்குக் கீழே இருப்பின், பிரீமியம் 2% ஆகவும், பிற பகுதிகளில் 1% ஆகவும் இருக்கும்.

குறைந்த பட்ச பிரீமியம் - ஒரு பாலிசிக்கு 30 ரூபாய்

இழப்பீடு எப்போது கிடைக்கும்

1. காப்பீட்டுக் காலத்தில் ஏற்படும் நோய்கள், எதிர்பாராத இயற்கை நிகழ்வுகள், குஞ்சுகள், விரலிகள், மீன்கள் மொத்தமாக உயிரிழக்கும் போது.
2. பகுதி நட்டத்திற்கு இழப்பீடு இல்லை
3. குஞ்சுகளை குளத்தில் விட்டு, ஒரு மாதத்திற்குள் காப்பீடு செய்ய வேண்டும். அதன்பிறகு காப்பீடு செய்யப்பட மாட்டாது.
4. கொள்ளை நோய்கள், தூய்மைக் கேடுகள் (Pollution) குளத்து நீரில் விஷம் கலத்தல், 3 வது நபர்களின் தீய வன்செயல் நடவடிக்கைகள், போராட்டம், வேலை நிறுத்தம், வெள்ளம் மற்றும் இயற்கைப் பேரிடர்கள் ஆகியவற்றுக்கும் இழப்பீடு உண்டு.

குறிப்பு

14 வகையான செயல்கள் / நிகழ்வுகளுக்கு இழப்பீடு இல்லை. விவசாயிகள் அந்தந்த வங்கிகள் / காப்பீட்டு நிறுவனங்களைத் தொடர்பு கொண்டு அறிந்து கொள்ளலாம்.

எவ்வளவு இழப்பீடு கிடைக்கும்?

இழப்புக் காப்புறுதி (Indemnity) என்பது அட்டவணையில் குறிப்பிட்டுள்ள தொகையில் 80% வழங்கப்படும். இதில் அழிவு மீட்புத் தொகை (Salvage) போக மீதம் வழங்கப்படும். இறந்துவிட்ட மீன்களை என்ன தொகைக்கு விற்கிறோமோ, அதுவே அழிவு மீட்புத் தொகை ஆகும்.

பாலிசி நிபந்தனைகள்

ஒவ்வொரு இன்சூரன்ஸ் நிறுவனமும், பாலிசியை வழங்கும்போது, அதற்குண்டான நிபந்தனைகளை எழுத்துப் பூர்வமாக வழங்குவர். மீன் வளர்ப்போர் அவற்றை முறையாகப் பின்பற்றினால் மட்டுமே இழப்பீடு பெற முடியும்.

அட்டவணை -அ

மீன் குஞ்சுகள் முதல் விரலிகள் வரை மதிப்பு

வயது	பிழைப்புத் திறன்	இருப்பு செய்யும் காலம்	மீன்களின் மதிப்பு (ரூபாய்களில்)
2 முதல் 30 நாள்வரை	75%	முதல் மாதம்	ரூ.6-100
31 முதல் 60 நாள் வரை	50%	2வது மாதம்	ரூ.20-100
61 முதல் 90 நாள் வரை	30%	3வது மாதம்	ரூ.60-100

அட்டவணை - ஆ
விரலிகள் முதல் பெரிய மீன்கள் வரை - மதிப்பு

மீன்களின் வளர்ச்சிப் பருவம்	ஒரு மீனின் வளர்ச்சியில் கூடும் எடை (கிராமில்)	ரூபாய்களில்
முதல் இருவாரம்	100	2000
2வது இருவாரம்	125	2200
3வது இருவாரம்	150	2400
4வது இருவாரம்	200	2600
5வது இருவாரம்	250	2800
6வது இருவாரம்	300	3000
7வது இருவாரம்	350	3200
8வது இருவாரம்	400	3500
9வது இருவாரம்	450	3800
10வது இருவாரம்	500	4100
11வது இருவாரம்	550	4400
12வது இருவாரம்	600	4800
13வது இருவாரம்	650	5600
14வது இருவாரம்	700	6500
15வது இருவாரம்	750	7200
16வது இருவாரம்	800	8000
17வது இருவாரம்	850	8800
18வது இருவாரம்	900	9600
19வது இருவாரம்	950	10500
20வது இருவாரம்	1000	11500
21வது இருவாரம்	1050	12500
22வது இருவாரம்	1100	13500
23வது இருவாரம்	1175	14500
24வது இருவாரம்	1250	16000

குறிப்பு

ஒரு ஹெக்டேருக்கு உச்ச மதிப்பு ரூ.40,000/-

காப்பீட்டுத் தொகை எவ்வாறு கணக்கிடப்பட்டுள்ளது?

$$\text{காப்பீட்டுத் தொகை} = \frac{\text{இருப்பு செய்த குஞ்சுகள்} \times \text{பிழைப்புத் திறன்} \times \text{சராசரி எடை} \times \text{இடுபொருள் செலவு}}{100 \times 1000}$$

அட்டவணை - இ

இனப்பெருக்க மீன்களின் மதிப்பு

மீன்களின் வளர்ச்சிக் காலம்	மதிப்பு
1. முதல் ஆண்டு	ரூ.30 / 1 கிலோவுக்கு
2. இரண்டாவது ஆண்டு	ரூ.60/2 கிலோவுக்கு
3. மூன்றாவது ஆண்டு	ரூ.75/3 கிலோவுக்கு
4. நான்காவது ஆண்டு	ரூ.100 / 4 கிலோவுக்கு

குறிப்பு : 5 கிலோவுக்கு மேல் காப்பீடு இல்லை

மேலே குறிப்பிடப்பட்டுள்ள தொகைகளும், மதிப்பீடுகளும், இதர நிபந்தனைகளும் மாறுதலுக்குட் பட்டவை.

24

தொட்டனைத் தூறும் மணற்கேணி மாந்தர்க்குக்
கற்றனைத் தூறும் அறிவு. - குறள் : 396

கலைஞர் உரை

தோண்டத் தோண்ட ஊற்றுநீர் கிடைப்பது போலத் தொடர்ந்து படிக்கப் படிக்க அறிவு பெருகிக் கொண்டே இருக்கும்.

பண்ணைப் பதிவேடுகள்

ஏன் பண்ணைப் பதிவேடுகளை பராமரிக்க வேண்டும்?

1. பண்ணைப் பதிவேடுகளில் அன்றாடம் நடைபெறும் முக்கிய நிகழ்வுகளை, குறித்து வைக்க வேண்டும்.
2. இவ்வாறு செய்து வந்தால், பண்ணை சரியான முறையில் இயங்குகிறதா என்று கண்டறிந்து, குறைகளை சரி செய்ய முடியும்.
3. மேலும் பண்ணையில் ஏற்படும் லாப, நட்டத்தைக் கணக்கிட முடியும்
4. வங்கிக் கடன் பெறவும், இழப்பீடு பெறவும் இவை பெருமளவில் உதவி புரியும்.
5. தீவன மாற்று விகிதத்தை அறியவும், அதனால் தீவனம் இடும் முறையை சரிசெய்ய முடியும்.
6. ஒரு வளர்ப்பில் ஏற்படும் செலவுகள், வரவுகளைக் கணக்கிட்டு லாப விகிதத்தைக் கணக்கிட முடியும்.
7. நீர் மேலாண்மைத் தரவுகள், குறிப்பாக, அமில காரநிலை, வெப்பநிலை, நீரின் உயிர்வளி மற்றும் இதர குறிப்புகள் மீன்/இறால் வளர்ப்புகளை சீரிய முறையில் எடுத்துச் செல்ல உதவும்.
8. நோய்களை குறிப்பெடுப்பதன் மூலம், அவற்றை நிவர்த்தி செய்து, நோய்களின் தாக்கத்தைக் குறைக்கலாம்.

மாதிரி பதிவேடு

மீன் மற்றும் இறால் பண்ணைகள்

குளத்தின் எண்	நீர்ப்பரப்பு	எவ்வளவு இருப்பு செய்யப் பட்டன	குஞ்சுக ளின் சராசரி எடை (கிராம்)	இருப்படர்த்தி

இருப்பு செய்த நாள்	நேரம்	குஞ்சுகள் எங்கு பெறப்பட்டன	குஞ்சுகளின் தன்மை	சராசரி நீளம் (செ.மீ)

நாள்	வளர்ப்பு நாட்கள் (Doc)	சராசரி எடை	பிழைப்புத் திறன் (%)	உரங்கள்	
				இயற்கை உரம்	செயற்கை உரம்

நீர் மேலாண்மை

கார அமில நிலை (pH)	வெப்ப நிலை	நீரின் தெளிவு	உயிர் வளி	நைட்ரைட்/ நைட்ரேட் டுகள்

தீவனம் மற்றும் நோய் மேலாண்மை

தீவனம்			நோய்களின் தாக்கம்	சிகிச்சை முறைகள்	குறிப்புகள்
வகை	அளவு (கிலோ)	எத்தனை முறை			

தீவன மாற்று விகிதம் : $\dfrac{\text{அறுவடையின் போது மொத்த தீவன நுகர்வு}}{\text{அறுவடையில் மீன்களின் எடை}}$

எடுத்துக்காட்டு $\dfrac{3000 \text{ கிலோ தீவனம்}}{2000 \text{ கிலோ மீன்கள்}} = 1.5$

தீவன மாற்று விகிதம் = 1:1:5

திட்டச் செலவுகள், வரவுகள் வங்கிக் கடன் மற்றும் காப்பீடு

	ரூபாய்
1. திட்டத்தின் மொத்த முதலீட்டுச் செலவுகள் 2. மொத்த நடைமுறைச் செலவுகள் 3. ஆக மொத்தச் செலவுகள் 4. திட்டத்தின் மொத்த வருவாய் 5. திட்டத்தின் நிகர வருவாய்	

வங்கிக் கடன்

திட்டத்தின் மொத்தச் செலவு

விவசாயியின் வரம்புத் தொகை (25%) நிகர வங்கிக் கடன் வட்டி விகிதம் கடனை திருப்பிக்கட்டும் காலம் தவணை முறைகள்	

காப்பீடு

தொகை காப்பீடு %

1. குளம் மற்றும் எந்திரங்கள் / உபகரணங்கள் 2. மீன்கள் / இறால்கள் 3. காப்பீட்டுத் தொகை (ரூபாயில்) 4. காப்பீடு செய்த நாள் - இழப்பீடு கோரப்பட்ட நாள் கோரப்பட்ட தொகை எவ்வளவு பெறப்பட்டது பெறப்படாத தொகையும் காரணங்களும்	

25

எனைத்தானும் நல்லவை கேட்க அனைத்தானும்
ஆன்ற பெருமை தரும். - குறள் : 416

கலைஞர் உரை

நல்லவற்றை எந்த அளவுக்குக் கேட்கிறோமோ அந்த அளவுக்குப் பெருமை கிடைக்கும் என்ற நம்பிக்கையுடன் இருக்க வேண்டும்.

தமிழ்நாடு வேளாண்
நிதிநிலை அறிக்கை (2022 - 23)

சட்டப்பேரவையில் வேளாண் பட்ஜெட் தாக்கல்:
வேளாண் துறைக்கு ரூ.33,007 கோடி ஒதுக்கீடு

பட்ஜெட்டில் இடம் பெற்றுள்ள முக்கிய அம்சங்கள் வருமாறு

- புதிதாக கலைஞரின் அனைத்து கிராம ஒருங்கிணைந்த வேளாண் வளர்ச்சித் திட்டம் செயல்படுத்தப்படும். 3,204 கிராம ஊராட்சிகளில் அனைத்து துறை திட்டங்களையும் ஒருங்கிணைத்து இத்திட்டத்தை செயல்படுத்த ரூ.300 கோடி நிதி ஒதுக்கீடு.

- முதல்வரின் மானாவாரி நில மேம்பாட்டுத் திட்டத்தில் 3 ஆயிரம் நிலத் தொகுப்புகளில் 7.5 லட்சம் ஏக்கர் நிலங்களுக்கு ரூ.132 கோடி ஒதுக்கீடு.

- இயற்கை வேளாண்மை, இடுபொருட்கள் விநியோகம் உள்ளிட்டவற்றுக்கு ரூ.71 கோடியில் மாநில வேளாண்மை மேம்பாட்டுத் திட்டம் அறிமுகம்.

- பயிர்க் காப்பீட்டுத் திட்டத்தைத் தொடர்ந்து செயல்படுத்த, மானியத்துக்கான தமிழக அரசின் பங்களிப்புக்கு ரூ.2,339 கோடி ஒதுக்கீடு.

- சிறுதானியங்கள், பயறு வகைகள், 21 மாவட்டங்களை உள்ளடக்கி 2 சிறுதானிய சிறப்பு மண்டலங்கள், 4 மாவட்டங்களை உள்ளடக்கி துவரை பயிருக்கென சிறப்பு மண்டலம் ஆகியவை உருவாக்கப்படும்.

- சிறுதானியங்களின் ஊட்டச்சத்து பற்றி விழிப்புணர்வு ஏற்படுத்த, சிறுதானிய திருவிழாக்கள் நடத்தப்படும். சிறுதானியங்கள் மற்றும் பயறு வகைகளுக்கு விதை முதல் விற்பனை வரை ரூ.152 கோடியில் உதவி அளிக்கப்படும்.

கரும்பு விவசாயம்

- கரும்பு விவசாயிகளுக்கு, டன்னுக்கு ரூ.195 சிறப்பு ஊக்கத்தொகை, கரும்பு விலை ஒரு மெட்ரிக் டன்னுக்கு ரூ.2,950 ஆக நிர்ணயம். கரும்பு சாகுபடிக்கு ரூ.10 கோடியில் உதவி.

- பண்ணை இயந்திரமயமாக்கலை ஊக்குவிக்க ரூ.150 கோடி ஒதுக்கீடு.

- முதல்வரின் சூரியசக்தி பம்புசெட் திட்டத்துக்காக 3 ஆயிரம் பம்பு செட்களுக்கு ரூ.65.34 கோடி ஒதுக்கீடு.

- 50 உழவர் சந்தைகளை சீரமைக்க ரூ. 15 கோடி, புதிதாக 10 உழவர் சந்தைகளை அமைக்க ரூ.10 கோடி ஒதுக்கீடு.

- உழவர் சந்தைகளில் மாலை நேரத்தில் சிறுதானியங்கள், பயறு வகைகள் விற்பனைக்கு அனுமதி.

- திண்டிவனம், தேனி மற்றும் மணப்பாறையில் ரூ.381 கோடியில் 3 மிகப்பெரிய உணவுப் பூங்காக்கள் ஏற்படுத்தப்படும்.

- 38 கிராமங்களில் மதிப்புக் கூட்டல் மற்றும் சந்தைப்படுத்தல் மையங்கள் அமைக்க ரூ.95 கோடி.

- தேனி, கோயம்புத்தூர் மற்றும் கன்னியாகுமரியில் மொத்த காய்கறி விற்பனை வளாகங்கள் அமைக்கப்படும்.

- மாநில அளவில் உழவர் உற்பத்தியாளர்கள் நிறுவனங்கள் மேலாண்மை மையம்.

வேளாண் சார் துறைகள்

- டெல்டா மாவட்டங்களில் 4,964 கி.மீ. நீளமுள்ள கால்வாய்கள் மற்றும் வாய்க்கால்களில் தூர் வார ரூ.80 கோடி.

- விவசாயிகளுக்கு இலவச மின்சாரம் வழங்க டான்ஜெட்கோவுக்கு ரூ.5,157.56 கோடி ஒதுக்கீடு.

- ஊரக வளர்ச்சித் துறை மூலம் ரூ.1245.65 கோடியில் பண்ணைக் குட்டைகள், தடுப்பணைகள் மற்றும் தூர்வாரும் பணிகள்.

- கிராம பஞ்சாயத்துகளில் ரூ.604.73 கோடி செலவில் 2,750 கி.மீ. நீளத்தில் சாலைகள் அமைக்கத் திட்டம்.
- சிறு, குறு, நடுத்தர தொழில்கள் மூலம் சிறிய விவசாயம் சார்ந்த தொழில்களை தொடங்க ரூ.1.5 கோடி வரை மூலதன மானியம்.
- திருவாரூரில் தமிழ்நாடு சிறு தொழில் வளர்ச்சிக் கழகம் மூலம் விவசாயப் பொருட்களுக்கான தொழிற்பேட்டை.
- வணிக வங்கிகள், கூட்டுறவு வங்கிகள் மற்றும் கிராம வங்கிகள் மூலம் தமிழக விவசாயிகளுக்கு ரூ.1,83,425 கோடி வேளாண் கடன் வழங்கப்படுவதை கண்காணிக்கும் பணி மேற்கொள்ளப்படும்.
- இந்த ஆண்டு வேளாண்துறைக்கு மொத்தமாக ரூ.33,007.68 கோடி நிதி ஒதுக்கீடு.
- சுமார் 2 ஆயிரம் ஏக்கரில் பசுந்தீவனம் உற்பத்தி செய்ய ரூ.60 லட்சம் ஒதுக்கப்படும்.
- நீடித்த வேளாண்மைக்கான தேசிய இயக்கம், மானாவாரி பகுதி மேம்பாட்டு திட்டத்தின்கீழ் ரூ.1 கோடி மதிப்பில் 625 ஏக்கரில் மர மல்பெரியும், 500 மண்புழு உரக் கூடங்களும் அமைக்கத் திட்டம்.
- உயிரியல் இடுபொருள் தயாரிப்பு, தேனீ, மீன், ஆடு, பன்றி, கோழி வளர்ப்பு ஊக்குவிக்கப்படும்.
- 388 ஊரக சந்தைகளில் கட்டமைப்பு வசதிகள் மேம்படுத்தப் படுவதுடன், சுமார் 7,760 பயனாளிகளுக்கு தோட்டக்கலை பயிர்கள் சாகுபடிக்கான உதவி அளிக்கப்படும். இதற்காக மொத்தம் ரூ.1,245.65 கோடி நிதியை, ஒன்றிய மாநில அரசுகள் ஒதுக்கீடு செய்யும்.

நவீன தொழில்நுட்பத் தகவலுக்கு மின்னணு வேளாண் திட்டம்

தமிழகத்தில் மின்னணு வேளாண்மைத் திட்டம் செயல்படுத்தப்படும் என்று தெரிவிக்கப்பட்டுள்ளது.

தூத்துக்குடி, விருதுநகர், ராமநாதபுரம், தென்காசி, கரூர், திண்டுக்கல், அரியலூர் மாவட்டங்களில் எண்ணெய் வித்துப் பயிர்களில் உற்பத்தியை அதிகரிக்க ரூ.28.50 கோடி நிதி ஒதுக்கப்படும். வேளாண் துறையிலும் மின்னணு வேளாண் திட்டம் வடிவமைக்கப் பட்டுள்ளது. விதை முதல் விளைச்சல் வரை அனைத்துத் தொழில் நுட்பங்களையும் மின்னணு முறையில் **உழவன் செயலி** மூலம் பெறலாம்.

தமிழகத்தின் வேளாண்மைப் பல்கலைக்கழகம், ட்ரோன் கழகம் இணைந்து உழவர் பயிற்சி நிலையங்களில், ட்ரோன்கள் மூலம் பூச்சிக்கொல்லி மருந்து தெளித்தல், பயிர் வளர்ச்சி நிலையைக் கண்டறிதல் குறித்து பயிற்சி அளிக்கப்படும்.

'தமிழ் மண் வளம்' என்ற தனி இணையமுகப்பு தமிழ்நாடு வேளாண்மைப் பல்கலைக்கழகத்துடன் இணைந்து உருவாக்கப்படும். இதன் மூலம் மண் வளத்துக்கேற்ற பயிர்கள் பரிந்துரை செய்யப்படும். 'தொலையுணர்தல்' தொழில்நுட்பம் மூலம் நில உடைமை, பருவம் வாரியாக பயிர்களின் சாகுபடிப் பரப்பு, வேளாண் சந்தை நுண்ணறிவுப் பிரிவின் மூலம் விலை கணிக்கப்பட்டு, விவசாயிகளுக்கு தெரிவிக்கப்படும்.

விவசாயிகள் வேளாண்மை விரிவாக்க மையங்களில் இடுபொருட்களைப் பெறும்போது, தங்கள் பங்களிப்புத் தொகையை இ-சலான், கிரெடிட் கார்டு, டெபிட் கார்டு, ஒருங்கிணைந்த பணப் பரிவர்த்தனை மூலம் செலுத்த வழிவகை செய்யப்படும்.

சூரிய சக்தியால் இயங்கும் 3 ஆயிரம் பம்புசெட்டுகள் வாங்க ரூ.65 கோடி நிதியுதவி வேளாண் பட்ஜெட்டில் அறிவிப்பு

சூரிய சக்தி பம்புசெட்டுகள்

மின் இணைப்பு இல்லாத விவசாயிகளின் கிணற்றுப் பாசனத்திற்கான மின்சாரத் தேவையைப் பூர்த்தி செய்திடும் பொருட்டு, முதல் அமைச்சரின் சூரிய சக்தியால் இயங்கும் பம்புசெட்டுகள் அமைக்கும் திட்டத்தில் 2022-2023ஆம் ஆண்டில் 10 குதிரைத்திறன் வரையிலான தனித்து சூரிய சக்தியால் இயங்கும் 3 ஆயிரம் பம்பு செட்டுகள் 70 சதவீத மானியத்தில் 65 கோடியே 34 லட்சம் ரூபாய் ஒன்றிய, மாநில அரசு நிதி உதவியுடன் அமைக்கப்படும்.

மதிப்புக் கூட்டும் எந்திரங்கள் வாங்க ரூ.5 கோடி

சிறுதானியங்கள், பயறு வகைகள், எண்ணெய் வித்துகள், இதர வேளாண் விளைபொருட்களை தரம் பிரித்து மதிப்புக்கூட்டி சந்தைப்படுத்தி அதிக லாபம் பெறும் வகையில், 292 மதிப்புக் கூட்டும் எந்திரங்களை விவசாயிகளுக்கு 40 சதவீத மானியத்தில் வழங்குவதற்கு 2022 - 23ஆம் ஆண்டில் 5 கோடி ரூபாய் ஒன்றிய, மாநில நிதி ஒதுக்கீடு செய்யப்படும்.

பசுமை குடில் போன்ற 145 சூரிய கூடார உலர்த்திகளை 40 சதவீத மானியத்தில் அமைக்கும் திட்டம் 2022-23ஆம் நிதியாண்டில் ரூ.3 கோடி மதிப்பீட்டில் ஒன்றிய மாநில அரசு செலவில் செயல்படுத்தப்படும்.

புதிய மின்மோட்டார் வாங்க

அனைத்து மாவட்டங்களிலும் விவசாயிகளின் தேவையின் அடிப்படையில் 5 ஆயிரம் விவசாயிகள் பயன்பெறும் வகையில் புதிய மின் மோட்டார் பம்புசெட்டுகள் வாங்குவதற்கு ஒரு மின்மோட்டார் பம்புசெட்டுக்கு 10 ஆயிரம் ரூபாய் மானியம் வீதம் மொத்தம் 5 கோடி ரூபாய் 2022-23ஆம் ஆண்டில் மாநில நிதியிலிருந்து ஒதுக்கீடு செய்யப்படும்.

26

தேசிய மீன்வளர்ப்பு முகமை
திட்ட மதிப்பீடுகள்
(National Fisheries Development Board)

1. உள்நாட்டு மீன்வளர்ப்பு

திட்டங்கள்	அளவு	2020-21 ஆம் ஆண்டுக்கு மதிப்பீட்டு செலவு (ரூபாய்)	திருப்பிக் கட்டும் காலம்
1. கூட்டு முறையில் கெண்டை மீன் வளர்ப்பு (கட்லா, ரோகு, மிர்கால்)	1 ஹெ	8,50,000	7 ஆண்டுகள் இதில் 10 மாதம் விடுமுறைக் காலம் தவணை - ஆண்டுக்கு ஒருமுறை
2. நன்னீர் இறால் வளர்ப்பு	1 ஹெ	10,00,000	7 ஆண்டுகள் இதில் 10 மாதம் விடுமுறைக் காலம் தவணை - ஆண்டுக்கு ஒருமுறை
3. மீன்குஞ்சு பொரிப்பகம்	1 ஹெ	9,82,400	6 ஆண்டுகள் இதில் முதல் 5 மாதம் விடுமுறைக் காலம் தவணை - மாதா மாதம் (அ) 3 மாதம் ஒருமுறை

2. கடலோர மீன்வளர்ப்பு மற்றும் கடல்நீரில் மீன்வளர்ப்பு

திட்டங்கள்	அளவு	2020-21 ஆம் ஆண்டுக்கு மதிப்பீட்டு செலவு (ரூபாய்)	திருப்பிக் கட்டும் காலம்
1. கிஃப்ட் திலேபியா வளர்ப்பு	1 ஹெ	10,66,500	7 ஆண்டுகள் இதில் முதல் 6 மாதம் விடுமுறைக் காலம் தவணை - 6 மாதத்திற்கு ஒருமுறை
2. வன்னாமி இறால் வளர்ப்பு	1 ஹெ	31,29,000	6 ஆண்டுகள் இதில் முதல் 5 மாதம் விடுமுறை, தவணை - 6 மாதங்களுக்கு ஒருமுறை
3. வரி இறால் வளர்ப்பு	1 ஹெ	18,47,000	6 ஆண்டுகள் இதில் முதல் 5 மாதம் விடுமுறை, தவணை - 6 மாதங்களுக்கு ஒருமுறை

3. அலங்கார மீன்வளர்ப்பு

திட்டங்கள்	அலகு எண்ணிக்கை	2020-21 ஆம் ஆண்டிற்கான திட்டச் செலவு (ரூபாய்)	குறிப்புகள்
புறக்கடை குஞ்சு பொரிப்பகம்	200-250 சதுர அடி	1,00,000	
அலங்கார மீன் வளர்ப்பு நடுத்தர அளவு	300 சதுர அடி	8,00,000	

குறிப்பு : இது ஒரு உத்தேச மதிப்பீடு. விலைப்பட்டியலைப் பொருத்து திட்ட மதிப்பீடு மாறுபடும்.

4. திட்டங்களின் மொத்த மதிப்பும், மானியமும்

முதலீடு செய்யப்படும் திட்டங்கள்	அலகின் அளவு Unit/Rate	விலை (ரூபாயில்)	திருப்பிக் கட்டும் காலம்
கட்டுமரம்	23 அடி வரை	30,000	3 ஆண்டுகள்
கட்டுமரம்	23 அடிக்கு மேலே	40,000	3 ஆண்டுகள்
ஃபைபர் பிளாஸ்டிக் கட்டுமரம்	18 அடி	48,000	5 ஆண்டுகள்
ஃபைபர் பிளாஸ்டிக் கட்டுமரம்	28 அடி	70,000	7 ஆண்டுகள் இதில் முதல் 10 மாதம் விடுமுறைக் காலம் ஆண்டுக்கு ஒருமுறை தவணை
வள்ளம்	30அடிவரை	1,30,000	5 ஆண்டுகள்
படகின் வெளிப்புறத்தில் பொருத்தப்பட்ட மோட்டார் கொண்டது (obm)	6 கு. சக்தி	75,000	5 ஆண்டுகள்
படகின் வெளிப்புறத்தில்			

பொருத்தப்பட்ட மோட்டார் வள்ளம் படகு	9.9 கு.சக்தி	1,25,000	5 ஆண்டுகள்
இதே திட்டத்தில்	15 கு. சக்தி	1,37,000	

குறிப்பு : படகுகளின் விலையில், நூல் கச்சைகள், கயிறுகள், மிதவைகள், தூண்டில் எடை குண்டுகளை உள்ளடக்கியது.

23 அடி வரை உடைய நாட்டு கட்டுமரம் 28 அடி வரை உடைய பிளாஸ்டிக் கட்டுமரம்	60 கிலோ, கிலோ ஒன்றுக்கு ரூ.410	24,600	3 ஆண்டுகள்
23 அடிக்கு மேலான நாட்டு கட்டுமரம் 28 அடிக்கு மேலான பிளாஸ்டிக் கட்டுமரம்	80 கிலோ, கிலோ ஒன்றுக்கு ரூ.410	32,800	3 ஆண்டுகள்
வள்ளம்	120 கிலோ, கிலோ ஒன்றுக்கு ரூ.410	49,200	5 ஆண்டுகள்
செவுள் வலை	120 கிலோ, கிலோ ஒன்றுக்கு ரூ.410	49,200	5 ஆண்டுகள்

சிறிய வகை நாட்டு கட்டுமரம் 23 அடி அளவு, படகின் வெளிப்புறம் 6 குதிரை சக்தி மற்றும் இதர உபகரணங்கள்	இதில் கட்டுமரம், மோட்டார், 2 வலைகள், ந.மு. செலவுகள் 3 நபர் செலவு, முதல் ஒரு மாதத்திற்கு ஆகியன அடங்கும்	1,80,000	5ஆண்டுகள்
23 அடிக்கும் மேற்பட்ட நாட்டு கட்டுமரம், 6 கு.சக்தி வெளிப்புற மோட்டார் பொருத்தப்பட்ட படகு	இதில் கட்டுமரம், மோட்டார், 2 வலைகள், ந.மு. செலவுகள், 3 நபர்கள், முதல் ஒரு மாதச் செலவுகள் அடக்கியது	2,10,000	5ஆண்டுகள்
பிளாஸ்டிக் கட்டுமரம், 18 அடிநீளம், 6 கு. சக்தி கொண்ட மோட்டார் வெளிப்புறம் பொருத்தப்பட்டது மற்றும் வலைகள்	மோட்டார், 2 வலைகள் ந.மு. செலவுகள் மற்றும் 3 படகோட்டிகள் - ஒரு மாதச் செலவுகள் உள்ளடக்கியது	2,10,000	5ஆண்டுகள்
பிளாஸ்டிக் கட்டுமரம் - 28 அடி நீளம், 6 கு. சக்தி கொண்ட வெளிப்புற மோட்டார் பொருத்தப்பட்டது, மற்றும் மீன்பிடி வலைகள்	பிளாஸ்டிக் கட்டுமரம், 2 வலைகள், ந.மு. செலவுகள், 4 படகோட்டிகள், முதல் 1 மாதச் செலவு	2,60,000	5ஆண்டுகள்

9.9 குதிரை சக்தி கொண்ட வள்ளம் படகு, மற்றும் மீன்பிடி வலைகள்	வள்ளம், வெளிப்புற மோட்டார், 2 வலைகள், ந.மு. செலவுகள், 5 படகோட்டிகள் மற்றும் முதல் மாதச் செலவுகள்	4,10,000	7 ஆண்டுகள்

குறிப்பு : NFDB இணைய தள விவரங்கள் அட்டவணையில் கொடுக்கப்பட்டுள்ளன. அதைப் படித்துப் பார்த்து தற்போதைய திட்ட மதிப்பீடுகளை அறிந்து கொள்ளலாம்.

★ ★ ★

கலைச் சொற்கள்

பிரத்தியேக பொருளாதார மண்டலம்	EXCLUSIVE ECONOMIC ZONE
கடலடி கண்டப்பகுதி	CONTINENTAL SHELF AREA
சாத்தியமான	POTENTIAL
நீலப்புரட்சி	BLUE REVOLUTION
சூரை	TUNA
கணவாய்	SQUID
ஊசிக் கணவாய்	CUTTLE FISH
உவர்நீர் வளர்ச்சி முகமை	BRACKISH WATER FFDA
தீவன மாற்று விகிதம்	FEED CONVERSION RATION (FCR)
கழிநண்டு	MUD CRAB
கடற்பாசி	SEA WEED
வெளிப்பொருத்தும் மோட்டார்	OUTBOARD ENGINE
உட்பொருத்தும் மோட்டார்	INBOARD ENGINE
கண்ணாடி நாரிழைப்படகு	FIBRE GLASS BOAT
குளிர்காப்புப் பெட்டிகள்	ICE BOXES
புதிய சூரை மீன்பிடி தூண்டில் மற்றும் செவுள் வலை விசைப்படகுகள்	NEW TUNA LONGLINER CUM GILL NETTER BOATS
சூரிய உலர்த்திகள்	SOLAR DRYERS
மத்திய உவர்நீர் வாழ் உயிரி வளர்ப்பு ஆராய்ச்சி மையம்	CENTRAL INSTITUTE OF BRACKISH WATER AQUACULTURE (CIBA)
கடல்நீரில் மீன் வளர்ப்பு	MARICULTURE

தேசிய மீன்வள மேம்பாட்டு வாரியம்	NATIONAL FISHERIES DEV. BOARD (NFDB)
ஆளில்லா சிறிய விமானம் ட்ரோன்	UNMANNED SMALL PLANE
களை மீன்கள்	WEED FISHES
பகை மீன்கள்	PREDATORY FISHES
தன்னூட்ட உயிரினங்கள்	AUTOTROPHIC
கலப்புணவு உயிரினங்கள்	HETEROTROPHIC
உயிரி உரங்கள்	BIO FERTILIZERS
இணை உணவு	SUPPLEMENTARY FEED
அரிமானப் புண்	ULCER
நீர்க்கோவை	DROPSY
ஒட்டுண்ணி	ARGULOSIS
துடுப்புகள்	FINS
வரிக்கு முந்தைய லாபம்	PROFIT BEFORE TAX (PBT)
வரிக்கு பிந்தைய லாபம்	PROFIT AFTER TAX (PAT)
செலவுகளின் தற்போதைய மதிப்பு	PRESENT WORTH OF COSTS (PWC)
வரவுகளின் தற்போதைய மதிப்பு	PRESENT WORTH OF BENEFITS (PWB)
நுண்ணிய மீன்குஞ்சு	FRY
விரலிகள்	FINGERLINGS
பிழைப்புத் திறன்	SURVIVAL RATE
மாதிரி மீன் பிடிப்பு	TRIAL NETTING
வெள்ளிக் கெண்டை	SILVER CARP
புல் கெண்டை	GRASS CARP
சாதா கெண்டை	COMMON CARP
கடல் விரால்	COBIA

கொடுவா	ASIAN SEA BASS
விவசாய உற்பத்திக் குழுக்கள்	FARMERS PRODUCER COMPANY
கூட்டு பொறுப்புக் குழுக்கள்	JOINT LIABILITY GROUPS
அலங்கார மீன்கள்	ORNAMENTAL FISHES
முதன்மைப் பிணையங்கள்	PRIMARY SECURITY
துணைப் பிணையங்கள்	COLLATERAL SECURITY
கெளுத்தி	PANGASIUS
நன்னீர் இறால்	FRESH WATER PRAWN / SCAMPI
சிங்கிறால்	LOBSTER
வரி இறால்	TIGER SHRIMP
நன்னீர் முத்துச் சிப்பி/ஆளி	(FRESH WATER) MUSSEL
மிதவை கூண்டுகள்	FLOATING CAGES
மேலுணவு	SUPPLIMENTARY FEED
குருணைத் தீவனம்	PELLET FEED
விலங்கின மிதவை நுண்ணுயிர்கள்	ZOO PLANKTON
தாவர மிதவை நுண்ணுயிர்கள்	PHYTO PLANKTON
தன்னினம் உண்பவை	CANNABALISTIC SPECIES
குளிர் ரத்தம் கொண்டவை	COLD BLOOD SPECIES
பவளப்பாறை	CORAL REEF
தள்ளுபடிக் காரணி	DISCOUNT FACTOR
உள்வருவாய் விகிதம்	INTERNAL RATE OF RETURN
சமநிலைப்புள்ளி	BREAK EVEN POINT
தள்ளுபடிக் காரணியின் அடிப்படையில் பணவரவை கணிக்கும் நுட்பம்	DISCOUNTED CASH FLOW TECHNIQUE

கடன் சேவை வருவாய் விகிதம்	DEBT SERVICE COVERAGE RATIO
விடுமுறைக் காலம்	GRACE PERIOD
விளிம்புத் தொகை / வரம்புத் தொகை	MARGIN MONEY
மெல்லுடலிகள்	MOLLUSCS
ஆதார நிதி	SEED CAPITAL
புறப்படுகை நிறுவனங்கள்	START UPs
பாலின மாற்றம்	SEX REVERSAL
இணக்கம் செய்தல்	ACCLIMATISATION
விரிவான முறை வளர்ப்பு	EXTENSIVE CULTURE
மித தீவிரமான முறை வளர்ப்பு	SEMI INTENSIVE CULTURE
தீவிரமான முறை வளர்ப்பு	INTENSIVE CULTURE
செறிவற்ற கொழுப்பு அமிலங்கள்	UNSATURATED FATTY ACIDS
பூஞ்சாணம்	FUNGUS
தூண்டு முறை இனப்பெருக்கம்	HYPOPHYSATION
ஒரு பாலினம்	MONOSEX
நீர் சுழற்சி	RECIRCULATION
மடவை	MULLET
உயிர் எடை	BIO MASS
கை சுருக்கு வலை	HAND SEINE NET
பின்னலை நீர்ப்பகுதிகள்	BACKWATERS
கடற்குழி	CREEK
உப்பங்கழிகள்	MANGROVES
நண்டு குஞ்சுகள்	CRABLETS

ஒட்டுடலிகள்	BIVALVES
கொசு மீன்	MOSQUITO FISH
பகுதி அறுவடை	PARTIAL HARVEST
வெண்புள்ளி வைரஸ் நோய்	WHITE SPOT SYNDROME VIRUS
இருப்படர்த்தி	STOCKING DENSITY
சுருக்கு வலை	PURSE SEINE NET
உயிரிழைமம்	GRAFT
உள்ளினச் சேர்க்கை	IN BREEDING
உறைநிலைக் கிடங்கு	FROZEN STORAGE
தீவிர குளிர்விப்பான்	DEEP FREEZER
முதலீட்டுச் செலவு	CAPITAL COST
நடைமுறைச் செலவு	RECURRING COST (WORKING CAPTIAL)
கருதுகோள்	CONCEPT
விரிவான திட்ட அறிக்கை	DETAILED PROJECT REPORT
கைப்பிடிப்பு நிதியம்	HAND HOLDING FUNDS
அழிவு மீட்புத் தொகை	SALVAGE

துணை நூற்பட்டியல்

1. FAO - Publications on Fisheries (Various articles)
2. Revised Agri clinics and Agri Businesss Centers GOI Scheme (2018)
3. NABARD Publications and Model Schemes
4. Central Institute of Brackish Water Aquaculture; Chennai Publications / Brochures on Sea bass, Cobia, etc.,
5. Central Marine fisheries research Institute – Books and Publications on Marine fishes.
6. Publications / Brochures of KRISHI VIGYAN KENDRAS
7. Articles Compiled by A.C.Barman et all on fresh water pearl culture.
8. Small scale aquaculture development and purity – a refreshment, Digital actions world fish Centre
9. Dept. of AHD and fisheries, Ministry of agriculture and farmers welfare – guidelines for responsible tilapia farming
10. L. vannamei Culture: HYAT JOURNAL OF BIO SCIENCES - 2010
11. CENTRAL INSTITUTE OF FRESHWATER AQUACULTURE, BUBANESWAR
12. Mud crab Culture; a practical manual – fao.org
13. SEA WEEDS and MICROALGAE – fao.org
14. Ornamental Fisheries – Publications by CIFA and KVK,
15. Farming of Seaweed Kappaphycus alvarazii in Tamil nadu Coast; B.Johnson and G. Gopakumar
16. Small farmer Agri business consortium
17. SBI Publications on Agri loans
18. Fish Insurance by GIC and subsidiaries
19. Union Budget 2022 - 23
20. T.N. Govt budget on Agriculture 2022- 23
21. Publications by Fisheries University / Colleges
22. தமிழ்நாடு மீன் வளத்துறை - வெளியீடுகள் அரசாணை குறிப்புகள்
23. Coastal Aquaculture Authority, Chennai.

மீன்வளத் தொழில் முனைவோருக்குப் பயன்படும் ஆலோசனை / பயிற்சி வழங்கும் அரசு நிறுவனங்கள் மற்றும் முக்கிய இணைய தளங்கள் (Websites)

எண்	நிறுவனத்தின் பெயர்	நிறுவனத்தின் பெயர் (ஆங்கிலம்)	இணையதள முகவரி
1.	மத்திய உவர்நீர் மீன்வளர்ப்பு ஆராய்ச்சி நிறுவனம், சென்னை	Central Institute of Brackish water aquaculture	www.ciba.res.in
2.	மத்திய நன்னீர் மீன்வளர்ப்பு ஆராய்ச்சி நிறுவனம், புவனேஸ்வர், ஒடிஷா மாநிலம்.	Central Institute of freshwater Aquaculture	www.cifa.nic.in
3.	கடல்பொருள் ஏற்றுமதி வளர்ச்சி ஆணையம், கொச்சி, கேரளா	Marine Products Export Development Authority	www.mpeda.gov.in
4.	ராஜிவ்காந்தி மீன்வளர்ப்பு ஆராய்ச்சி நிறுவனம், சீர்காழி, மயிலாடுதுறை மாவட்டம்	Rajiv Gandhi centre for Aquaculture	www.rgca.co.in
5.	தேசிய மீன்வளர்ச்சி அபிவிருத்தி ஆணையம், ஐதராபாத்	National Fisheries Development Board	www.nfdb.gov.in
6.	மத்திய கடல்மீன்கள் ஆராய்ச்சி நிலையம், கொச்சி, இதன் கிளை மண்டபத்தில் உள்ளது	Central Marine fisheries Research Institute	www.cmfri.org.in
7.	மத்திய உப்பு மற்றும் கடல்வேதிப் பொருட்கள் ஆராய்ச்சி நிலையம், பவ் நகர், குஜராத், இதன் கிளை மண்டபத்தில் உள்ளது	Central Salt and Marine chemicals research institute	www.csmcri.res.in

8.	தமிழ்நாடு மீன் வளர்ச்சித்துறை, சென்னை, கிளை அலுவலகங்கள் அனைத்து மாவட்டங்களிலும் உள்ளன.	Tamilnadu fisheries Department	www.fisheries.tn.gov.in
9.	தமிழ்நாடு டாக்டர் ஜெ.ஜெயலலிதா மீன்வளப் பல்கலைக்கழகம், நாகப்பட்டினம்	Tamilnadu Dr.J.Jayalalitha fisheries University	www.tnjfu.ac.in
10.	தேசிய வேளாண் மற்றும் ஊரக வளர்ச்சி வங்கி, மும்பை, மண்டல அலுவலகம் சென்னையில் உள்ளது.	National Bank of Agriculture and Rural Development	www.nabard.org
11.	பாரத ஸ்டேட் பாங்கு ஊரக வளர்ச்சி வங்கி, நிறுவனம், ஐதராபாத்	State Bank Institute of Rural banking Hyderabad.	www.sbi.co.in>web>sbirb-Hyd
12.	வேளாண் நிதியியல் கல்லூரி, பூனா	College of Agri Banking, Pune	www.cab.rbi.org.in
13.	உணவு மற்றும் வேளாண் வளர்ச்சி நிறுவனம், ரோம்	Food and agricultural organisation, Rome	www.fao.org>home
14.	தமிழ்நாடு கால்நடை மருத்துவ அறிவியல் பல்கலைக்கழகம், மாதவரம், சென்னை.	Tamilnadu veterinary and Animal Sciences University, Madhavaram, Chennai	www.tanuvas.ac.in
15.	மத்திய மீன்வள தொழில்நுட்ப நிறுவனம், கொச்சி	Central Institute of Fisheries technology Kochi	www.cift.res.in

16. கடலோர நீர்வாழ் மீன் வளர்ப்பு முகமை, சென்னை	Coastal aquaculture authority, Chennai	www.caa.gov.in
17. மீன்வளம், கால்நடை பராமரிப்பு மற்றும் பால்வளத்துறை அமைச்சகம், புதுடெல்லி	Ministry of Fisheries, Animal Husbandry and Dairying, New Delhi	www.dof.gov.in
18. உணவு பதனிடும் தொழில்துறை அமைச்சகம் புதுடெல்லி	Ministry of Food processing Industries New Delhi	www.mofp.gov.in
19. வேளாண் மற்றும் உணவு பதனிடும் பொருட்கள் ஏற்றுமதி அபிவிருத்தி வாரியம் புதுடெல்லி	Agriculture and Processed foods Export Development Authority, New Delhi	www.apeda.gov.in
20. தமிழ்நாடு வேளாண் பல்கலைக்கழகம், கோவை	Tamilnadu Agricultural University	www.tnau.ac.in
21. ஒன்றிய அரசு	கல்வி, விவசாயம், வங்கிக் கடன்/ மானியம் பெற தனி இணையதளம். இது ஆங்கிலம், தமிழ் உள்ளிட்ட 7 மொழிகளில் உள்ளது.	www.jansamarth.in இந்த இணையதளத்துடன் 125 வங்கிகள், நிதி நிறுவனங்கள் இணைக்கப் பட்டுள்ளன.